संतसाहित्य
शोध आणि बोध

दिलीपराज प्रकाशन प्रा.लि. ^{TM}

२५१ क, शनिवार पेठ, पुणे - ४११०३०.

दिलीपराज प्रकाशनाची सर्व पुस्तके आता आपण **Online** खरेदी करू शकता.
आमच्या **Website** ला कृपया एकदा अवश्य भेट द्या. अथवा **Email** करा.
Email - diliprajprakashan@yahoo.in l www.diliprajprakashan.in

संतसाहित्य
शोध आणि बोध

डॉ. यू. म. पठाण

दिलीपराज प्रकाशन प्रा.लि.™

२५१ क, शनिवार पेठ, पुणे - ४११०३०.

संतसाहित्य : शोध आणि बोध
Sant Sahitya Shodh ani Bodh

ISBN : 978 - 93 - 82988 - 75 - 5

प्रकाशक । राजीव दत्तात्रेय बर्वे । मॅनेजिंग डायरेक्टर ।
दिलीपराज प्रकाशन प्रा. लि.। २५१ क, शनिवार पेठ, पुणे ४११०३०.
दूरध्वनी क्रमांक (फॅक्ससहित)
२४४७१७२३ । २४४८३९९५ । २४४९५३१४

डॉ. यू. म. पठाण
२ आनंदनगर, टाऊन हॉल,
औरंगाबाद - ४३१००१
दूरध्वनी - ०२४० - ६५०१९८६, २४०२०८२

मुद्रक ।
Repro India Ltd,
Mumbai.
प्रथमावृत्ती । १५ मार्च २०१४

प्रकाशन क्रमांक । २०९४

अक्षरजुळणी । सौ. मधुमिता राजीव बर्वे
पितृछाया मुद्रणालय । ९०९, रविवार पेठ । पुणे ४११००२.

मुद्रितशोधन । मिलिंद बोरकर

मुखपृष्ठ । अनिल उपळेकर

मराठी मातीला...

मनोगत

मराठी सन्तसाहित्य हा असा सागर आहे की, ज्याच्या भरतीच्या लाटांत कितीही रमलो तरी समाधान होत नाही. गेली सहा-साडेसहा दशकं मी हा आनंद मनमुराद लुटला आहे. त्याविषयी किती लिहिलं, किती बोललो, किती संशोधन केलं, किती विद्यार्थ्यांना संशोधन-प्रवृत्त केलं, किती देशी-विदेशी सन्तसाहित्यिकांना साह्य केलं व त्यांच्याशी चर्चा केली याची गणती मी कधी केली नाही व करावीशीही वाटली नाही; आजही वाटत नाही. या सागरानंही मला भरभरून दिलं. माझ्या दोन्ही ओंजळीच अपुऱ्या पडल्या.

'सन्तसाहित्य : शोध आणि बोध' या माझ्या ग्रंथाची विभागणी मी दोन अध्यायांत केली आहे. पहिला अध्याय काही पूर्वस्रोतांचा, दुसरा अध्याय महाराष्ट्रातील विविध धर्मसंप्रदाय व त्यांचं साहित्य याविषयीचा, तर तिसरा महाराष्ट्रातील काही आधुनिक संतांचा आहे.

या ग्रंथानं मराठी सन्तसाहित्याचे सर्व पूर्वस्रोत, महाराष्ट्रातील सर्व धर्मसंप्रदायांच्या सन्तसाहित्याचं सम्यक् विवेचन केलं आहे, असं म्हणण्याचं साहस मी कसं करीन? माझ्या मर्यादा मला माहीत आहेत. काही संप्रदायांबद्दल (उदा. समर्थ संप्रदाय) मी अन्यत्र विपुल लिहिलं असलं तरी या ग्रंथात पहिल्या अध्यायात त्याविषयी एकच लेख आहे. दुसऱ्या अध्यायात मी वारकरी संप्रदायाचे दोन विभाग यासाठी केले की, तुकोबांच्या जन्मचतुःशताब्दीच्या निमित्तानं मला त्यांचं कृतज्ञतापूर्वक स्मरण एका स्वतंत्र विभागात करायचं होतं. महानुभाव संप्रदायाविषयी मी आजवर विपुल लेखन-संशोधन केलं तरी या ग्रंथात त्याविषयी केवळ एकच लेख आहे; तथापि तो फार महत्त्वाचा आहे. मी 'महानुभाव साहित्य संशोधन : खंड २' या ग्रंथाची संहिता सिद्ध

केली असून तो लवकरच प्रकाशित होईल. सूफी व नागेश संप्रदाय आणि त्यांचं साहित्य याविषयी फारसा विचार होत नाही, म्हणून त्याविषयी या ग्रंथात स्वतंत्र लिहिलं आहे.

या ग्रंथातून माझी सन्तसाहित्यविषयक भूमिका व दृष्टिकोन यांची प्रचीती रसिक, अभ्यासक-संशोधक यांना आली तरी या ग्रंथाच्या निर्मितीचं उद्दिष्ट सफल झालं, असं मला वाटेल.

'दिलीपराज प्रकाशन'चे श्री. राजीव बर्वे यांचे आणि माझे दशकानुदशकांचे आत्मीय संबंध आहेत. माझं शक्य तेवढं अधिकाधिक साहित्य प्रकाशित करण्याचा त्यांचा मानस माझ्या आयुष्याच्या उत्तरायणातही मला हुरूप, नवा उत्साह देणारा आहे. ती माझ्या आजच्या जगण्याची ऊर्जाही आहे.

बचेंगे तो और भी लढेंगे!

— डॉ. यू. म. पठाण

संतसाहित्य
शोध आणि बोध

अनुक्रम

अध्याय पहिला

पार्श्वभूमी - काही पूर्वस्रोत

१) गीतारहस्याची जडणघडण

२) सांप्रदायिक समन्वय

३) म. बसवेश्वरांचं वचनसाहित्य : काही महाराष्ट्रीय धर्मसंप्रदायांचा ऊर्जास्रोत

: १ :
गीतारहस्याची जडणघडण

'भगवद्गीता' या ग्रंथाबद्दल पौर्वात्यांनाच नव्हे, तर पाश्चिमात्यांनाही शतकानुशतकं कुतूहल वाटलं आहे; जिज्ञासा वाटली आहे. भारतीय संस्कृती, दर्शन आणि साधना यांच्या जडणघडणीत गीतेचा फार मोलाचा वाटा आहे. त्यामुळे गीतेच्या अध्ययनात, तिच्या आकलनात, तिच्यातील आशयाच्या व विचाराच्या विश्लेषणात, तिच्यामधून काय अभिप्रेत आहे याविषयी विविध विचारवंतांनी, भाष्यकार नि टीकाकारांनी, आचार्यांनी नि दार्शनिकांनी प्राचीन, मध्ययुगीन त्याचप्रमाणे आधुनिक काळातील जिज्ञासूंनी नि जाणकारांनी रस घेतला आहे.

भारतीय सन्तसाहित्यावर भगवद्गीतेचा फार मोठा प्रभाव आहे. या अनुषंगानं महाराष्ट्रातील हा प्रभाव पडणं अपरिहार्यच होतं. मराठी सन्तसाहित्यावर हा प्रभाव किती व कसा पडला आणि त्यामुळं मराठी सन्तसाहित्याच्या निर्मितीला प्रेरणा नि ऊर्जा कशी मिळाली, हे समजून घेण्यासाठी पुढील पार्श्वभूमी उपयुक्त ठरेल, असं मला वाटतं.

'भाष्यलेखन' हा स्वतंत्र वाङ्मयप्रकार आहे. त्याला तत्त्वज्ञानाचं अधिष्ठान असल्यानं त्यात साहित्य व तत्त्वज्ञान (दर्शन) यांचा सुंदर समन्वय झाला आहे. विशिष्ट तत्त्वज्ञानाच्या आकलनाचे, त्याविषयीच्या विशिष्ट विचारसरणीचे, मतमतांतरांचे विविध आयाम भाष्यग्रंथांतून प्रकटतात. भारतीय भाष्यलेखनाची परंपरा फार प्राचीन आहे. तिचे पाझर मध्ययुगीन सन्तसाहित्यापर्यंतच आले, असंच नाही; तर आधुनिक युगापर्यंतही पोहोचले. यावरून भाष्यग्रंथांचा कालपट किती व्यापक आहे, याचा सहज तर्क करता येतो.

गीतेवरील विविध टीकांचाच केवळ आपण विचार करू लागलो तरी रामानुजभाष्य, शांकरभाष्य, आनंदगिरींची टीका, मधुसूदनी नि नीलकंठी टीका,

वल्लभ नि निंबार्क सांप्रदायी टीका इत्यादी किती तरी भाष्यग्रंथांचा उल्लेख करता येईल. या भाष्यकारांनी आपापल्या दृष्टिकोनातून गीतेचा अन्वयार्थ शोधण्याचा नि लावण्याचा प्रयत्न केला आहे. पाश्चिमात्य विद्वानांना गीतेनं जसा वेध लावला तसा अरब विद्वानांनाही लावला. दहाव्या शतकातील अरब विद्वान अल्बेरूनी यांनी गीतेचा अरबी भाषेत अनुवाद केला असून त्यांचा हा अनुवाद 'अल्बेरूनीची गीता' या नावाने प्रसिद्ध आहे. अल्बरूनींनी 'तारीख-उल्-हिन्द' हा ग्रंथ लिहिला. त्यात त्यांनी अनेक ठिकाणी गीतेचा उल्लेख केला आहे. गेल्या शतकाच्या सत्तरीत साहित्य अकादमीसाठी मी या ग्रंथाचा अनुवाद केला, त्या वेळी ही गोष्ट माझ्या लक्षात विशेष करून आली.

एकूण, भारताच्या धर्मजीवनावर, समाजजीवनावर, धर्मसंप्रदायांच्या तत्त्वज्ञानावर गीतेचा जो प्रभाव पडला, त्याचे पाझर महाराष्ट्रात येणं अत्यंत नैसर्गिक होतं, अत्यंत स्वाभाविक होतं. यामुळंच महाराष्ट्रातील विविध धर्मसंप्रदायांवर, त्यांच्या तत्त्वज्ञानांवर नि आचारधर्मांवर, त्यांच्या साधनामार्गांवर गीतेचा ठसा उमटणं अपरिहार्य होतं. महाराष्ट्रातील नाथ, नागेश, वारकरी, दत्त, रामदासी आदी संप्रदाय अद्वैतमतानुयायी आहेत तर महानुभाव संप्रदायासारखे संप्रदाय द्वैतमतानुयायी आहेत. द्वैतमत आणि अद्वैतमत यांत सैद्धांतिक भेद असला तरी महाराष्ट्रातील वारकरी संप्रदायासारख्या अद्वैतानुसरण करणाऱ्या संप्रदायानं जसे गीतेचं अधिष्ठान स्वीकारलं आहे, तसंच महानुभाव पंथासारख्या द्वैतानुसरण करणाऱ्या संप्रदायानंही गीतेचंच अधिष्ठान स्वीकारलं आहे. याचा अर्थ असा की, प्रस्थानत्रयींपैकी कोणते ग्रंथ स्वीकारायचे नि कोणते स्वीकारायचे नाहीत, याविषयी काही मतमतांतरं या संप्रदायांत असण्याची शक्यता स्वीकारली तरी या दोन्ही संप्रदायांत गीतेविषयी एकवाक्यता होती. मात्र, ज्ञानदेवादी वारकरी संत गीतेचं फक्त अद्वैतपर विवेचन करतात. महानुभावांच्या 'गोपाळदासी', 'भिंगारकरी' इत्यादी जवळपास सव्वाशे गीताटीका आहेत. मराठीतील अद्वैतपर गीताभाष्यांमध्ये ज्ञानेश्वरी, दासोपंतविरचित 'गीतार्णव' आणि वामनपंडितांची 'यथार्थदीपिका' ही तीन प्रमुख भाष्य आहेत. इस्लामधर्मीय संतांनीही या स्वरूपाचं लेखन केलं आहे. शेख महंमदांचा 'योगसंग्राम' हा ग्रंथ गीताभाष्यपर नसला तरी त्याच्या अन्य स्रोतांतील एक प्रमुख स्रोत ज्ञानेश्वरीच्या सहाव्या अध्यायातील योगदुर्गाच्या कल्पनेशी संबद्ध आहे. अंबर हुसेन या सोळाव्या शतकातील मुसलमान (सूफी) संतकवीनं 'अंबरहुसैनी' नावाची गीताटीका लिहिली आहे. या दोन्ही ग्रंथांत अद्वैतपर विवेचन

केलं आहे. या मध्ययुगीन मराठी गीताभाष्यांची परंपरा विसाव्या शतकातील दोन महत्त्वाच्या मराठी भाष्यग्रंथांनी टिकविली: त्यांपैकी एक ग्रंथ आहे लोकमान्य टिळकांचे 'गीतारहस्य' नि दुसरा आहे 'गीताप्रवचने' हा विनोबांचा ग्रंथ.

या सर्व अद्वैतपर मराठी गीताभाष्यांची नावं लक्षात घेण्याजोगी आहेत. ज्ञानेश्वरी ही 'भावार्थदीपिका' आहे पण ही केवळ गीतेचा भावार्थच सांगते का? गीतेतील आशय उलगडून दाखविताना ज्ञानदेवांनी चिद्विलासवादी तत्त्वज्ञान, साधना, ज्ञानमार्ग-कर्ममार्ग नि भक्तिमार्ग, आध्यात्मिक समता, विविध जीवनादर्श, आचारविचार-शुचिता, निष्काम कर्मयोग इत्यादी किती तरी अंगोपांगांचं दर्शन घडविलं आणि गीतारूपी अर्णवातून म्हणजे सागरातून दासोपंतांनी जीवनाचं रहस्यं व उद्दिष्टं सांगणारी मौक्तिकं शोधून काढली आहेत. 'गीता जाते पूर्वेकडे आणि टीका जाते पश्चिमेकडे' अशी गीताभाष्यांची परिस्थिती असल्यामुळं आपण तिचा 'यथार्थ' सांगत आहोत, अशी भूमिका वामनपंडितांनी घेतली आहे. टिळक मात्र आपल्या भाष्याला 'गीतारहस्य' असं नाव देतात. गीतेचं तात्पर्य सांगणं नि तिच्यात दडलेलं रहस्य वर्णन करणं वेगळं, अशी टिळकांची भूमिका आहे. आजवरच्या कोणत्याही मराठी गीताभाष्याच्या शीर्षकात टिळकांशिवाय अन्य भाष्यकारांनी 'रहस्य' हा शब्द योजिल्याचं माझ्या वाचनात नाही. टिळकांना या ग्रंथात गीतेच्या श्लोकांचे विवेचन नि विश्लेषण करायचं नाही का? ते तर त्यांना करायचंच आहे पण त्याबरोबरच एका विशिष्ट दृष्टिकोनातून गीतेविषयी विवरणही करायचं आहे. यासाठी त्यांनी आपल्या ग्रंथाची विभागणी दोन भागांत केली आहे; एका भागात ते 'गीतातात्पर्य, गीतार्थ' सांगतात तर दुसऱ्या भागात ते 'गीतेचं रहस्य' उकलून दाखवतात. हा दुसरा भाग या ग्रंथाच्या पूर्वार्धात आला असून, पहिला भाग उत्तरार्धात आला आहे.

'रहस्य' आणि 'गुपितु'

'रहस्य' हा शब्द आपल्या ग्रंथाच्या शीर्षकासाठी योजावा, असं टिळकांना का वाटलं असावं, यासंबंधी जेव्हा मी विचार करू लागलो; त्या वेळी आद्य मराठी गीताभाष्यकार ज्ञानदेव यांचा त्यांनी मागोवा घेतला असल्याचं मला जाणवलं. जीवनाचं हे गहन रहस्य, आत्मज्ञान नि अध्यात्मज्ञान शंकरानं पार्वतीला सांगितलं; नंतर ते मत्स्येंद्र, गोरक्ष, निवृत्तिनाथांना कसं कसं प्राप्त होत गेलं, याविषयीचं विवरण ज्ञानेश्वरीच्या अठराव्या अध्यायाच्या शेवटी आढळतं.

क्षीरसिंधुपरिसरीं । शक्तिचा कर्णकहुरीं ।
नेणों कै श्रीत्रिपुरारी । सांघितले जे ।।
तें क्षीरकल्लोळाआंतु । मकरोदरिं गुपितु ।
होता तेजाचा हातु । पैठें जालें ।।

(ज्ञानेश्वरी, राजवाडे प्रत, १८ / १७३०-३१)

यातील 'गुपितु' हा शब्द मला लक्षणीय व चिन्तनीय वाटतो. अद्वयानंदाचं हे वैभव अनादि गुरू शंकरांपासून शिष्यपरंपरेला कसं लाभलं, त्याचं विस्तृत वर्णन ज्ञानदेवांनी इथं केलं आहे. या 'गुपिता'च्या संकल्पनेकडे टिळकांचं लक्ष निश्चितपणे वेधलं गेलं असावं. कारण गीतेचं निर्मिति-प्रयोजन काय— या प्रश्नाच्या विचारात त्यांनी तीन दशकंच नव्हे तर तीन तपं व्यतीत केली आहेत. आजवर तिच्याविषयी भाष्यकारांनी जे मांडलं; त्याविषयीचं एक असमाधान, एक अतृप्ती, टिळकांच्या मनात सतत वसते आहे व ती 'गीतारहस्या'च्या लेखनामागील त्यांच्या मनातील प्रबळ, दुर्दम्य प्रेरणा होय. आजवरचे भाष्यकार गीतेचा जो निवृत्तिपर अर्थ लावतात, तो कितपत बरोबर आहे, तिच्यात प्रतिपादिलेल्या कर्मयोगाचा खराखुरा अर्थ कोणता, गीतेचा जीवनविषयक दृष्टिकोन नेमकेपणानं कोणता आहे व तिचं वास्तव उद्दिष्ट काय असावं, याची अहर्निश चिंता टिळकांच्या मनानं वाहिली आहे; त्याविषयी अखंड चिंतन नि मनन केलं आहे. याचाच परिपाक म्हणजे, ते एका विशिष्ट निर्णयाप्रत येताहेत. गीतेचं प्रमुख प्रयोजन अर्जुनाला युद्धप्रवृत्त करण्याचं असताना तिच्यात ब्रह्मज्ञानानं, भक्तीनं मोक्षप्राप्ती करता येते, याविषयीचं विवेचन कशासाठी येतं? हे कोडं टिळकांच्या मनाला अस्वस्थ करीत होतं. त्याचा उलगडा करण्याचा जो ध्यास त्यांच्या मनानं घेतला, त्यातून 'गीतारहस्य' हा ग्रंथ अवतरला.

पार्श्वभूमी

पण टिळकांच्या मनात ही जी शंका उद्‌भवली, तिची पार्श्वभूमीही लक्षात घेण्याजोगी आहे. वडिलांच्या आजारपणात (आणि स्वत:च्या वयाच्या सोळाव्या वर्षी) टिळकांकडे भगवद्‌गीतेवरील 'भाषाविवृत्ति' ही टीका वाचून दाखविण्याचं काम आलं. पण त्या वयात गीतेचं सम्यक् आकलन होणं शक्य होतं का? मुळीच नाही. 'भाषाविवृत्ती'च्या या वाचनानं टिळकांना अन्य भाष्यकारांच्या भाष्यग्रंथांचं, तसंच अन्य महत्त्वपूर्ण ग्रंथांचं वाचन व अध्ययन करायला प्रवृत्त

केलं, हा त्या वाचनाचा एक मोठाच लाभ म्हणायचा. त्यातून टिळकांच्या मनात 'गीतारहस्या'विषयीचे द्विविध स्वरूपाचं एक प्रमेय आकार घेऊ लागलं, ते असं :

१) गीता हा निवृत्तिपर ग्रंथ नसून प्रवृत्तिपर ग्रंथ आहे आणि

२) गीतेतील 'योग' हा शब्द कर्मयोगपर आहे.

जसजसे हे प्रमेय टिळकांच्या मनात रुजू लागले तसतसा त्यांना टीकाकारांच्या व भाष्यकारांच्या मतांतील तसेच विवेचनातील अपुरेपणा जाणवू लागला. यासाठी— खरं तर पडताळणीसाठी— टिळकांनी महाभारत, वेदांतसूत्रं, उपनिषदं, वेदान्तशास्त्रावरील अन्य ग्रंथ तसेच पाश्चिमात्य ग्रंथकारांचे ग्रंथ यांचा अखंड धांडोळा पुन:पुन्हा घेतला.

लेखनाची गती

आपण मांडीत असलेलं प्रमेय युक्तिसंगत, तर्कशुद्ध व साधार असल्याची प्रचीती आल्यावर ग्रंथलेखनाचा विचार टिळकांच्या मनात घोळू लागला; पण त्यासाठी त्यांना आवश्यक तेवढी सवड त्यांच्या राजकीय जीवनातून लाभणं अशक्यच होतं. यासाठी त्यांना मंडालेल्या तुरुंगात भोगावी लागलेली शिक्षा ही एक इष्टापत्तीच ठरली. ही त्यांना लाभलेली 'सक्तीची विश्रांती' होती! मनाच्या मुशीत सर्व विचार सुव्यवस्थित साठवलेले असल्यानं टिळकांनी अवघ्या पाच महिन्यांत हा प्रचंड ग्रंथ लिहिला. या ग्रंथाचा लेखनकाळ २ नोव्हेंबर १९१० ते ३० मार्च १९११ असा आहे. त्यामुळं चिन्तनगर्भ लेखन किती प्रचंड झालं असेल, याची आपल्याला सहज कल्पना येते.

टिळकांच्या 'गीतारहस्य'लेखनाची ही गती पाहायची असेल तर मूळ हस्तलिखित प्रतीविषयीची ही माहिती उपयुक्तच नव्हे, तर अत्यंत उद्‌बोधकही ठरेल. हे लेखन एकूण चार वह्यांत केलं आहे.

ते करण्यापूर्वी टिळकांनी जे संदर्भग्रंथ धांडोळले होते, त्यांची कल्पना त्यांनीच दिलेल्या संक्षेपचिन्हांच्या खुलाशावरून व प्रस्तावनेनंतर दिलेल्या 'हिंदू धर्मग्रंथांची सामान्य माहिती' या परिशिष्टावरून येते. यांत वेद अथवा श्रुती ग्रंथ आहेत. गृह्यसूत्रं, मनुस्मृति, तसेच षड्‌दर्शनं, जेमिनी मीमांसा सूत्र, न्याय-योगविषयक शास्त्रग्रंथ आहेत. रामायण-महाभारतादी ग्रंथ आहेत, अष्टादश पुराणं आहोत, अवधू-कपिल-पिंगल-बोध्य आदी अन्य गीताग्रंथ आहेत आणि धम्मपद महावंस, मिलिंदप्रश्न, सुत्तानिपातादी पाली ग्रंथ आहेत. गीतारहस्यात पदोपदी

जाणवणाऱ्या टिळकांच्या 'व्युत्पत्ती'ची व व्युत्पन्नतेची बीजं या संक्षेपचिन्हांच्या खुलाशात नि 'हिंदू धर्मग्रंथांची सामान्य माहिती' यासारख्या परिशिष्टात आढळतात. ही माहिती 'सामान्य' नसून 'विशेष' कशी आहे, याचाही प्रत्यय एकेक ग्रंथनाम वाचता-वाचता सहज येऊ लागतो.

टीकाकारांच्या 'छापे'तून सुटकेसाठी

गीतेच्या विविध भाष्यांचा सूक्ष्म अभ्यास तर टिळकांनी केलेलाच होता पण त्यांच्याविषयी टिळकांनी प्रस्तावनेत केलेला एक उल्लेख मला फार लक्षणीय वाटला. विविध भाष्यं वाचताना त्यांचा प्रभाव आपल्यावर पडणं स्वाभाविक नव्हे तर अपरिहार्यही आहे. पण या प्रभावामुळं आपला गीताविषयक स्वतंत्र दृष्टिकोन झाकोळला जाऊ नये, याविषयी ते फार काटेकोर नि दक्ष आहेत. त्या वेळची आपली मानसिक प्रक्रिया स्पष्ट करताना टिळक म्हणतात... "स्वकीयांबरोबर युद्ध करणं, हे मोठं कुकर्म म्हणून खिन्न झालेल्या अर्जुनास त्याच युद्धास प्रवृत्त करण्यासाठी सांगितलेल्या गीतेत ब्रह्मज्ञानानं किंवा भक्तीनं मोक्ष कसा मिळवावा, याचं म्हणजे नुसत्या मोक्षमार्गाचं विवेचन कशाला, ही शंका मनात येऊन तीच उत्तरोत्तर बळावत चालली; कारण गीतेवरील कोणत्याही टीकेत त्याचं योग्य उत्तर आढळून येईना. आमच्याप्रमाणं दुसऱ्यांना हीच शंका आली असेल, नाही असं नाही; पण टीकांतच गुंतून राहिले म्हणजे, टीकाकारांनी दिलेलं उत्तर समाधानकारक वाटलं नाही, तरी त्याखेरीज दुसरं उत्तर सुचत नाहीसं होतं. म्हणून सर्व टीका व भाष्यं बाजूला ठेवून नुसत्या गीतेचीच स्वतंत्र विचारपूर्वक आम्ही अनेक पारायणे केली. तेव्हा टीकाकारांच्या छापेतून सुटका होऊन मूळ गीता निवृत्तिपर नसून, कर्मयोगपर आहे; किंबहुना गीतेत 'योग' हा एकेरी शब्दच 'कर्मयोग' या अर्थी योजिलेला आहे, असा बोध झाला..." (गी. र., प्रस्तावना, १९९२, पृ. १०)

यावरून 'गीतारहस्य'च्या निर्मिति-प्रयोजनावर नि प्रेरणांवरही महत्त्वपूर्ण प्रकाश पडतो. हे निर्मिति-प्रयोजन द्विविध स्वरूपाचं आहे. प्रवृत्तिपरता हे तिचं एक स्वरूप असून, कर्मयोगाचा पुरस्कार हे तिचं दुसरं स्वरूप आहे.

ग्रंथाची मांडणी : पूर्वार्ध व उत्तरार्ध

'गीतारहस्य' हा या ग्रंथाचा 'पूर्वार्ध' असून, 'गीतातात्पर्य' वा 'गीतार्थ' हा त्याचा 'उत्तरार्ध' आहे. पूर्वार्धात कर्मजिज्ञासा, कर्मयोगशास्त्र, आधिभौतिक सुखवाद, सुख-दुःखविवेक, आधिदैवतपक्ष व क्षेत्र-क्षेत्रज्ञविचार, क्षराक्षरविचार, विश्वाची उभारणी व संहारणी, अध्यात्म, कर्मविपाक व आत्मस्वातंत्र्य, संन्यास व कर्मयोग, सिद्धावस्था व व्यवहार, भक्तिमार्ग या विविध प्रकरणांच्या माध्यमातून टिळकांनी आपली गीताविषयक भूमिका व आकलन अत्यंत प्रभावीपणे मांडलं आहे.

◆◆

: २ :
सांप्रदायिक समन्वय

✿✿✿✿✿✿✿✿✿✿✿✿✿✿✿✿✿✿✿✿✿✿✿✿✿✿✿✿✿✿✿✿✿✿✿✿

विविध धर्मांनी व धर्मपंथांनी आजवर एकमेकांच्या धर्मांच्या/ पंथांच्या आकलनाचे आणि त्यातील दार्शनिक भूमिका समजून घेण्याचे, समन्वयाचे व सामंजस्याचे अनेक प्रयत्न केले आहेत, ते आपण नीट समजून घ्यायला हवेत.

जैन दर्शनात 'स्यादवाद' किंवा 'अनेकान्तवाद' नावाचा महत्त्वपूर्ण सिद्धान्त आहे. त्यातील इतरांच्या मतांतही सत्याचा अंश असू शकतो; आपल्या मताप्रमाणंच इतरांच्या मतांचादेखील यासाठीच आपण विचार करायला हवा— अशी सामंजस्याची भूमिका घेतली असून ती तर्कसंगतच वाटते. अशी भूमिका स्वीकारल्यामुळं अकारण स्वमताभिनिवेश, धर्माभिनिवेश किंवा पंथाभिनिवेश नि अन्य धर्मांच्या वा पंथांच्या द्वेषाची असहिष्णू प्रवृत्ती निर्माण होत नाही. बऱ्याच वेळा हा विचार स्पष्ट करण्यासाठी एक उदाहरण दिलं जातं, ते असं— 'पाण्याचा एक प्याला अर्धा भरलेला आहे,' हे सकारात्मक विधान आहे; तर 'तो प्याला अर्धा भरलेला नाही,' हे नकारात्मक विधान आहे. ही दोन्ही विधानं सत्य आहेत कारण प्याल्यात पाणी आहे तेवढंच आहे, ते कमी-जास्त होत नाही. त्याचं सकारात्मक किंवा नकारात्मक विवरण केल्यामुळं त्यात फरक पडत नाही.

शिवाचे उपासक हे 'शैव' आहेत तर 'वैष्णव' हे विष्णूचे उपासक आहेत. यादवकाळात या दोन्ही संप्रदायांत फार मोठा संघर्ष होत होता. ज्ञानदेव हे गुरुपरंपरेनं शैव होते आणि घराण्याच्या परंपरेनं वैष्णव होते. वस्तुत: शिव आणि विष्णू ही एकाच परमेश्वराची दोन नावं आहेत, दोन रूपं आहेत, दोन अवतार आहेत. त्यामुळं त्यांच्यामध्ये मुळातच अभेद आहे. यासाठी ज्ञानदेवांनी 'ज्ञानेश्वरी'त 'हरी' (विष्णू) आणि 'हर' (शंकर) हे एकच आहेत, अशी 'हरिहरैक्या'ची समन्वयाची भूमिका मांडली व वारकरी संप्रदायानंही ती स्वीकारली; त्यामुळे अकारण निर्माण होणारा स्वपंथाभिनिवेश आपोआपच मावळला व विवेकनिष्ठ,

सामंजस्यपूर्ण उपासनेचा मार्ग मोकळा झाला. यामुळं दोन्ही पंथानुयायांना आपापल्या मतानुसार नि निष्ठेनुसार उपासना करता आली व एकमेकांमध्ये अकारण वितुष्ट निर्माण होण्याचं संकट टाळता आले. वारकरी संतांच्या सहिष्णुतेची, दूरदृष्टीची यात प्रचीती येत नाही का?

यादवकाळानंतर बहमनीकाळातही अशा प्रकारचे स्वमताभिनिवेशाचे नि संघर्षाचे प्रसंग अधिकच उद्‌भवले असते. या काळात स्वपंथ नव्हे तर स्वधर्म व (अन्य स्वधर्मीय पंथ नव्हे तर) अन्य धर्म यांत संघर्षाची ठिणगी पडणं सहज शक्य होतं... पण तशी ती पडली नाही. याचं प्रमुख कारण आपले वारकरी, नाथ, नागेश, महानुभाव, समर्थ इ. हिन्दुधर्मीय संप्रदाय नि इस्लामधर्मीय तसेच पुढच्या शिवकाळातील इस्लामधर्मीय सूफी संत यांनी स्वीकारलेली परधर्मसहिष्णुतेची सामंजस्याची भूमिका. ही भूमिका कुठल्याही धर्माच्या विजय-पराजयाची नव्हती; ती प्रत्येकाच्या धर्माची अस्मिता जपण्याची होती, तशीच परधर्मसमभावाची नि सामंजस्याची होती. याची कित्येक उदाहरणं देता येतील. पुन्हा वारकरी संप्रदायाचे उदाहरण द्यायचं असल्यास मी एकनाथांच्या 'हिन्दु-तुर्क-संवादा'चे देईन. त्यातील कट्टर सनातनी हिन्दू नि कट्टर इस्लामधर्मीय स्वधर्माभिनिवेशानं एकमेकांशी अगदी एकेरीवर येऊन भांडतात. हे भांडण फार विकोपाला जातं. त्या वेळी एकमेकांच्या धर्माची व त्यातील मूलतत्त्वांची आपल्याला कल्पना नसतानाच आपण भांडत आहोत आणि परधर्माला दूषणे देत आहोत, अशी समंजस जाणीव त्यांच्या मनात निर्माण होते. ते आपापल्या धर्माची मूलतत्त्व अन्य धर्मीयांना समजावून सांगतात. त्या वेळी त्यांना जाणवतं की, आपण दुसऱ्यांचा धर्म समजावून न घेताच त्यांच्याशी भांडत आहोत. आपल्या दोहोंच्या धर्मांत बरीच समान उदात्त तत्त्वं आहेत. दोन्ही धर्मांत परमात्म्याचं अस्तित्व मान्य केलेलं आहे. तोच विश्वाचा निर्माता आहे, हेही मान्य केलं आहे. तो निर्गुण-निराकार आहे, हे मान्य केलेलं आहे. म्हणजेच सगुणोपासना असली तरी तिचे अंतिम उद्दिष्ट निर्गुणोपासनाच आहे. वारकरी संतांनी ईश्वराला 'तुज सगुण म्हणो की निर्गुण रे' असं विचारलं आहे, तर समर्थांनी 'राम म्हणजेच आत्माराम' हे समीकरण स्वीकारलं आहे. त्याची उपासना करायला हवी, तेही हिन्दू-मुसलमानांना मान्य आहे. ती करताना शरीर आणि मन दोन्ही निर्मळ, पवित्र असावेत, असा शुचितेचा विचार दोन्ही धर्मांनी मांडला आहे. प्रत्येकाच्या धर्मात काही वेगळेपण असणं स्वाभाविक आहे. अशी सामंजस्याची व परमतसहिष्णुतेची भूमिका घेतल्यामुळं 'आपण दोघंही भाऊ-भाऊच आहोत' असं त्यांना जाणवतं नि त्यांच्यामधील

संघर्ष नाहीसा होतो. हे नाथांच्या 'हिन्दु-तुर्क-संवादा'चे (समंजस) फलित आहे. त्याची परिणती हिन्दु-तुर्क-संघर्षाऐवजी हिन्दु-तुर्क-हृदयसंवादात झाली आहे. ही आजच्या एकविसाव्या शतकाचीही फार मोठी गरज आहे, याची जाणीव आपल्याला आजही सातत्यानं होत नाही का?

एकनाथांच्या भारुडांतील व्यक्तींकडे मी आपलं लक्ष वेधतो. त्यांत भटीण आहे, त्याप्रमाणं कोल्हाटीण आहे. जंगम (वीरशैव) आहे, नानकशहा (शीख) आहे. दरवेश, फकीर, बाजीगर हे मुसलमानही आहेत. इथं या वेगवेगळ्या जातींच्या व अन्य धर्मांच्या व्यक्तींचीच निवड नाथांना का करावीशी वाटली? नाथांची जीवनदृष्टी सहिष्णू, समंजस, तत्कालीन संस्कृति-संक्रमणकाळात दक्षतापूर्ण नि धार्मिक आव्हानं पेलणारी होती. परस्परसामंज्याच्या विचारसरणीचीच ती द्योतक नव्हती का? नाथांचे गुरू जनार्दनस्वामी यांचे गुरू चांद बोधले (सूफींच्या कादरी शाखेचे चांद कादरी) होते, ही बाब डॉ. रा. चिं. ढेरे आणि वा. सी. बेन्द्रे यांनीही मान्य करून आपापल्या ग्रंथांत निवेदिली आहे. सूफी संतांची ही अन्य धर्मीय संतांशी असलेली जवळीक नि परस्परांविषयी असलेली आपुलकी काय दर्शविते? यांपैकी कोणत्याही संतानं अन्य धर्मीयांना स्वत:चा धर्म स्वीकारावा, असंही म्हटलं नाही. हे दोन्ही धर्मीय संतांच्या उदार मानसिकतेचे नि अन्य धर्मविषयांच्या आदरभावाचे निदर्शक आहेत, असं मला वाटतं.

शेख महंमद यांची गुरुपरंपरा सूफींच्या कादरी शाखेची असतानाही ते वारकरी संप्रदायाचेदेखील मानले जातात व ते विठ्ठलभक्तिपर शेकडो अभंग लिहितात. एवढंच नव्हे, तर ज्ञानेश्वरीच्या सहाव्या अध्यायातील योगदुर्गाच्या रूपकाधारे संपूर्ण अठरा अध्यायांचा 'योगसंग्राम' हा ग्रंथ लिहितात, यामागील मानसिकता आपण समजून घ्यायला हवी. अम्बर हुसेन हे मुसलमान संतकवी 'अंबरहुसैनी' ही गीताटीका लिहितात. यातून आपल्याला कोणता संदेश मिळतो? समर्थ रामदास 'मुसलमानी अष्टकं' (संपादक : डॉ. इंदुताई लिमये) लिहितात व शेख तुराब हे परभणीचे मुसलमान (सूफी) संतकवी ह्यांच्या 'मनाच्या श्लोका'चा दक्खिनी उर्दूमध्ये 'मन समझावन' या ग्रंथात अनुवाद का करतात? मुरारीमल्ल बास या महानुभाव संतकवीच्या 'दर्शनप्रकाश' ग्रंथात जैन, वीरशैव, बौद्ध या अन्य धर्मांबरोबरच 'पेगाम्बरी मत' या इस्लाम धर्माचे विवरण का करतात? या सर्व बाबींतील इंगित वेगळं सांगण्याची आवश्यकताच यानंतर उरत नाही.

◆◆

: ३ :

म. बसवेश्वरांचं 'वचनसाहित्य' : काही महाराष्ट्रीय धर्म-संप्रदायांचा एक मौलिक ऊर्जास्रोत

****

पार्श्वभूमी : तेराव्या शतकाची

तेरावं शतक ही महाराष्ट्रातील अनेक धर्म-संप्रदायांची गंगोत्री तर आहेच; पण ती महाराष्ट्रातील प्रबोधनाची, परिवर्तनाची, विचारक्रांतीचीही गंगोत्री आहे, असं विधान मी केलं तर ते काही प्रतिगामी विचारवंतांना कदाचित पटणार नाही. पण त्यांनी यादवपूर्व नि यादवकालीन महाराष्ट्राचा पूर्वग्रहविरहित, तत्कालीन वास्तवाच्या आधारे विचार केला तर त्यांना हे मत पटेल, अशी मला अपेक्षा आहे. महाराष्ट्रातील सन्तसाहित्याच्या निर्मितीमागील ऊर्जास्रोत यांचा ज्यांनी मुळातून अभ्यास व विचार केला आहे, त्यांना तर हे मत निश्चितपणे पटेल. महाराष्ट्रात परिवर्तनाची प्रक्रिया एकोणिसाव्या शतकापासून सुरू झाली, असं मत जर आपण आजही पहिल्या विश्व मराठी साहित्य संमेलनाच्या अध्यक्षीय भाषणात मांडू लागलो तर हा या मौलिक ऊर्जास्रोतांवर व निर्मितिप्रेरणांवर किती मोठा आघात आणि अन्याय झाला आहे व तो किती निषेधार्ह आहे, याची प्रचीती या लेखावरून सहज येईल. हा लेख म्हणजे मी प्रतिपादिलेल्या विचारसरणीचं एक अंग किंवा एक आयाम असला तरी तो आयाम किंवा ते अंग अत्यंत महत्त्वाचं आहे.

सनातन वैदिक परंपरेप्रमाणंच भारतात बौद्ध, जैन या धर्मांची व त्यांच्या साहित्याची परंपरा अस्तित्वात होती. तिचा प्रभाव अर्थातच भारतीय संस्कृती, परंपरा व तत्त्वज्ञान यावर पडत गेला. भारताचा एक अविभाज्य, महत्त्वाचा घटक असलेल्या महाराष्ट्रावर व महाराष्ट्रातील धर्मसंप्रदायांवर तसंच त्यांच्या साहित्यावर तो पडणंही अपरिहार्यच नव्हतं का? तसा तो पडलाही. बौद्ध व जैन मताचा वा दर्शनांचा हा प्रभाव त्यांच्यावर जसा पडला तसाच वीरशैव दर्शनाचा व महात्मा बसवेश्वरांच्या वचनसाहित्याचाही पडला.

हा प्रभाव का व कसा पडला आणि पुढं शतकानुशतकंही तो कसा पडत

गेला, हे पाहण्यासाठी महाराष्ट्राचा व कर्नाटकाचा सांस्कृतिक-दार्शनिक इतिहास पाहणं आवश्यक आहे. भौगोलिक परिसराचा विचार करता, ही दोन्ही राज्यं वा प्रदेश एकमेकांच्या अगदी लगत आहेत व होतेही. म. बसवेश्वरांचा सर्वप्रथम संबंध महाराष्ट्राशी असून त्यानंतर कर्नाटकाशी आहे. कारण ते मूळचे महाराष्ट्राच्या मंगळवेढ्याचेच आहेत. त्यानंतर त्यांची कर्मभूमी कर्नाटक ही झाली पण त्यांनी जी परिवर्तन / प्रबोधनप्रक्रिया आपल्या वचनसाहित्याद्वारे सुरू केली, तिचा प्रभाव यादवकालीन महाराष्ट्र व बाराव्या शतकातील कर्नाटकावर पडला, याची साक्ष या दोन्ही प्रदेशांचा इतिहासच आपल्याला देतो. त्याचा अभ्यास न करता व ते साहित्य मुळातून न वाचता, आपले पूर्वग्रह काही तथाकथित विचारवंत आपल्या उराशी घट्ट धरून ठेवतात पण त्यामुळं सत्य कसं दडवता येईल किंवा झाकून ठेवता येईल? सत्यसूर्याला अंधार कधी झाकू शकतो का?

म. बसवेश्वरांच्या वचनसाहित्यानं जी परिवर्तनप्रक्रिया सुरू केली; तिचं स्वरूप बहुपेडी, अनेकपदरी, विविधांगी, न्यायमूलक, तर्काधिष्ठित, विवेकाधिष्ठित, लौकिक-पारलौकिक यांचा समन्वय साधणारं, विरोधाला न जुमानणारं, सत्याग्रही व सत्यप्रस्थापनेसाठी प्रसंगी संघर्षही करायला स्वयंसिद्ध व सज्ज असलेलं, सर्वोद्धारक नि एक सुंदर समताधिष्ठित पावन जग निर्माण करणारं होतं.

वैश्विक एकात्मता

विश्वातील सर्व प्राणिमात्रांना त्यांच्या जन्मामुळं कोणतीही उच्च-नीचता लाभत नसते, हे म. बसवेश्वरांच्या 'वचनसाहित्या'चं मूलभूत अधिष्ठान आहे.

म. बसवेश्वरांनी प्राण्यांचा व पक्ष्यांचा दृष्टान्त आपल्या एका वचनात देताना म्हटलं आहे की— कावळे जेव्हा अन्नकण वेचतात, तेव्हा आपल्या अन्य कावळ्यांनाही बोलावतात; तिथं ते पंक्तिप्रपंच किंवा भेदभाव करतात का? ते अन्य काही वचनांमध्ये निसर्गातले असेच दृष्टान्त देतात, त्यावरून किती तरी नैसर्गिक बाबींचं सूचन नाही का होत? पक्ष्यांप्रमाणं प्राण्यांतही हा भेदभाव कुठं असतो? वृक्षवल्लरींत तरी कुठं असतो? आणि मानव हाही एक प्राणीच असल्यानं त्यातही भेदभाव, उच्च-कनिष्ठ स्तर असण्याचं काहीच कारण नाही. 'वचनसाहित्य' अशा प्रकारच्या समतावादी/ विषमताविरोधी/ सामाजिक-आध्यात्मिक अन्यायाला प्रखर विरोध करणाऱ्या वैश्विक एकात्मतेचाच संदेश यातून देत नाही काय? 'वचनसाहित्या'नं केलेली ही मांगल्याची, शुचित्वाची, पावित्र्याची पूजाच होय. विश्वशांती नि विश्वकल्याणाचीच प्रेरणा यामागं नाही काय? त्यात

विषमतावादाचा / वर्णवादाचा अडसर हाच प्रमुख होता. त्याला धक्का लावणं, हेच मुळी अत्यंत मोठं आव्हान होतं. ते आव्हान म. बसवेश्वरांनी किती साहसानं, निर्भयपणे, धैर्यानं नि प्राणपणानं पेललं. त्याला ते सामोरे गेले व त्याचं प्रतिबिंब त्यांच्या 'वचनसाहित्या'त तर उमटलंच पण त्याची प्रभावकक्षा महाराष्ट्राच्या विविध संप्रदायांच्या विचारसरणींवर, तत्त्वज्ञानांवर, आचारधर्मांवर उमटल्याशिवाय राहिली नाही. एवढंच नव्हे, तर ती उमटणं अपरिहार्य होतं. ज्ञानेश्वरी, अमृतानुभव, श्रीचक्रधरोक्त, सिद्धान्तसूत्रपाठ, महानुभावीय 'असती परी' (आचारधर्म) इ. वारकरी व महानुभाव, त्याचप्रमाणं मराठीतील तत्कालीन नाथसाम्प्रदायिक ग्रंथांचं सूक्ष्म अध्ययन केल्यास याची साक्ष पटते.

समतेची संकल्पना

म. बसवेश्वरांची समतेची संकल्पना अत्यंत व्यापक व अनेकपदरी होती. ती त्यांच्या 'वचनसाहित्या'त स्पष्टपणे प्रकट झाली आहे. त्यात कोणकोणते पदर होते?

(अ) स्त्री-पुरुष-समता

पारंपरिक सनातन धर्मव्यवस्थेनं स्त्रीवर्गाचे अधिकार अमान्य करून फार मोठा अन्याय केला होता. त्याला बौद्ध व जैन या धर्मांनी यापूर्वी विरोध केला होता. उत्तरेकडील नाथ संप्रदायानंही हा अन्याय सहन केला नव्हता. बौद्ध भिक्खु-भिक्खुणी, जैन साधू-साध्वी, नाथ योगी-योगिनी यांचा उल्लेख या संदर्भात करता येईल. म. बसवेश्वरांनी वचनसाहित्याच्या माध्यमातून 'शिवशरण' व 'शिवशरणी' या संकल्पना केवळ मांडल्याच नाहीत, तर त्या प्रत्यक्षातही साकार केल्या. सातशे 'शिवशरण' नि सत्तर 'शिवशरणी' हा या संदर्भातला प्रारंभ ही कर्नाटक-महाराष्ट्राच्या सांस्कृतिक इतिहासातील केवळ असामान्य घटनाच होती काय? ती नुसती असामान्यच नव्हती तर प्रेरक होती. त्यांनीही बसवानुकरण—म्हणजेच त्यांच्या वचनांतील समतावादी व स्त्रियांनाही समान ऐहिक-आध्यात्मिक विचारसरणीचं अनुसरण केलं. वचनसाहित्यातील संप्रेषक सामर्थ्य असं लोकविलक्षण होतं. त्याला आपण संप्रेषणशक्तीही म्हणायला काही हरकत नाही.

तिकडे कर्नाटकात अक्कमहादेवी, नीलाम्बिका, अक्कनागम्मा आदी सन्तकवयित्रींनी कन्नड भाषेत वचनाधिष्ठित लेखन केलं. महाराष्ट्रात महानुभाव पंथीय महदंबा, वारकरी साम्प्रदायिक मुक्ताबाई, जनाबाई, कान्होपात्रा, सोयराबाई,

निर्मळा, भागू, बहिणाबाई यांच्यासारख्या संतकवयित्रींनी भक्तिपर अभंगरचना केली. आध्यात्मिक साधनाही केली. नागेश संप्रदायातील बदकव्वा या संतकवयित्रीचाही या संदर्भात उल्लेख करता येईल.

(आ) वर्णव्यवस्थेतील समता

सनातनव्यवस्थेत स्त्रीला साधना करण्याचा, भक्ती करण्याचा अधिकार (शूद्रांप्रमाणंच) नाकारला गेला होता. यादवकालीन व यादवकालोत्तर महाराष्ट्रातील स्त्रीवर्गाला आत्मभान व अस्मितेची जाण जशी झाली; त्याचप्रमाणं ज्यांना कनिष्ठ वा 'नीच' मानलं गेलं, त्या शूद्र समाजालाही झाली. त्यामागील एक महत्त्वाचा प्रेरणास्त्रोत म्हणजे म. बसवेश्वरांचं 'वचनसाहित्य' होतं, याबद्दल खरं तर दुमत असण्याचं कारण नाही. तथापि, कर्नाटकातील कन्नड भाषेतील वचनसाहित्याचा व म. बसवेश्वरांच्या कार्याचा महाराष्ट्रावर प्रभाव कसा, असा प्रश्नही कुणी उपस्थित करण्याची शक्यता नाकारता येत नाही. याचं उत्तर देण्यासाठी अनेक प्रमाणं आहेत. या संदर्भात, महाराष्ट्रातील मंगळवेढ्याशी असलेला म. बसवेश्वरांचा अनेक वर्षांचा संबंध, कर्नाटक व महाराष्ट्र यांचा अनेक वर्षांचा शेजार, कन्नड-मराठीचे जुने-संबंध, ज्ञानेश्वरीतील कन्नड शब्द, महाराष्ट्रातील यादवपूर्व व यादवकालीन कन्नड शिलालेख [१], 'अमृतानुभवातील सामरसीकरणा'ची संकल्पना, कर्नाटकातील विजयानगर आणि पंढरीचा विठ्ठल यांचा संबंध [२], 'श्री विठ्ठल : एक महासमन्वय' हा डॉ. रा. चि. ढेरे यांचा ग्रंथ— इतकी प्रमाणं पुरेशी असायला हरकत नाही.

याबाबतीत आणखी एक महत्त्वाचा विचार मला मांडावासा वाटतो. बौद्ध आणि जैन मतांचा महाराष्ट्रातील धर्मसंप्रदायांवरील, त्यांच्या तत्त्वज्ञानांवरील व आचारधर्मांवरील प्रभाव मान्य करायला हवा; तथापि त्यांचा उद्‌गमकाळ व म. बसवेश्वरांच्या वचनसाहित्याचा निर्मितिकाळ (बारावं शतक) यांचं भान राखणंही आवश्यक आहे. ते यासाठी की, काळानुसार हा प्रभाव बसवकाळाशी अगदी जोडलेला— म्हणजे तेरावं शतक असा आहे.

या संदर्भात एक तुलना करावीशी वाटते. ती अशी की, मराठी भाषेच्या उत्पत्तीच्या संदर्भात आपण असाच विचार करतो. वेदसमकालीन बोली- संस्कृत (वैदिक व पाणिनीय), प्राकृत— आधुनिक आर्य भारतीय भाषा (मराठी, हिन्दी, गुजराती, बंगाली इ.) असा क्रम मानतो; त्या वेळी संस्कृत भाषेला फार तर आजीचं स्थान देतो, पण प्राकृत भाषा ही मात्र आई मानतो. यासाठीच मराठीची

जन्मदात्री म्हणून आपण महाराष्ट्री— अपभ्रंश प्राकृतचाच उल्लेख करतो. हाच विचार म. बसवेश्वरांच्या महाराष्ट्रीय धर्म-संप्रदायांच्या प्रभावकक्षेविषयी करावा लागतो. तिची व्याप्ती फार मोठी आहे. बाराव्या शतकातील हा ऊर्जास्रोत पुढील अनेक शतकांत एका महानदीचं विशाल रूप धारण करतो. या विशाल रूपात वारकरी, महानुभाव संप्रदायांप्रमाणंच नागेश संप्रदायासारखेही अनेक प्रवाह आहेत.

(अि) लौकिक जीवनालाही न्याय

अध्यात्मसाधनेत काही दर्शनं ऐहिक जीवनाचं महत्त्व व योग्य स्थान नाकारतात. हे जीवन क्षणभंगुर, आभासमय आहे असं म्हटलं; तर मी त्याचं अस्तित्व तरी कशाला मानायचं? त्यातील जीवनव्यवहाराचं तरी मोल काय? ते जगायचं तरी कशासाठी?— अशी जीवनविषयक नकारात्मक मानसिकता यामुळं निर्माण होते. हे जीवन जगण्यासारखं आहे; इतकंच नव्हे, तर सत्कर्म करून त्याचं सार्थक करता येतं, ही भूमिका अधिक सकारात्मक आहे. म्हणूनच ऐहिक जीवन व त्यातील व्यवहार याचं महत्त्व म. बसवेश्वर अमान्य करीत नाहीत. या संदर्भात 'ब्रह्म सत्य, जगन्मिथ्या' या शांकरमताचा ते पुनर्विचार वा पुनर्परीक्षण करतात की काय, हेही लक्षात घेणं आवश्यक आहे. या संदर्भातील 'लोकायत' किंवा चार्वाक-मत टोकाची भूमिका घेत असलं, तरी त्यातील बुद्धिप्रामाण्य किंवा तर्कवाद निश्चित महत्त्वाचा आहे. बसवेश्वर त्या टोकापर्यंत जात नाहीत, तर ऐहिक जीवनाचं अस्तित्व व महत्त्व मान्य करून प्रपंचाची परमार्थाशी सांगड घालतात; त्यामुळं लौकिक/ ऐहिक जीवनाला व जीवनव्यवहारांना अर्थ प्राप्त होतो, ऐहिक कर्मांनाही अर्थ प्राप्त होतो व ती विचारसरणी जनसामान्यांनाही पटते. कारण त्यांना जगायचं असतं व जीवनयापनासाठी कर्मही करावं लागतं. 'कायक वे कैलास' हे म. बसवेश्वरांचं वचन अनेकार्थसूचक व अनेक संदर्भसूचक आहे. अर्थसघन आहे.

(अी) 'कायक : नवसमाजनिर्मितीचा अग्रदूत'

म. बसवेश्वरांच्या वचनांशी गीतेतील 'कर्मण्ये वा धिकारास्ते मा फलेषु कदाचन' या वचनाची व विचाराची तुलना करण्याजोगी आहे. कर्मसिद्धान्ताचाही म. बसवेश्वरांच्या 'वचनसाहित्या'तील विशिष्ट विचारप्रणालीच्या अनुषंगानं पुनर्विचार, पुनर्परीक्षण नि पुनर्मूल्यमापन केल्यास त्यांनी 'कायका'चं वेगळं स्वरूप व त्याची वेगळी परिभाषा का मांडली; एवढंच नाही तर ती प्रत्यक्षातही का आणली, याचं

अधिक चांगलं आकलन होईल, असं मला वाटतं. त्यांचा कर्मविचार सत्कर्म व कुकर्म यांच्यापुरता म्हणजे नीतिविचारापुरताच मर्यादित नव्हता तर त्याचा ऐहिक समाजव्यवस्थेशी व कर्मव्यवस्थेशीदेखील अत्यंत जिव्हाळ्याचा व घनिष्ठ संबंध होता. असा संबंध असल्यामुळंच समाजातील प्रत्येक घटकाला 'कायक विचार' हा आपला स्वत:च्याच अभ्युदयाचा विचार आहे, असं जाणवलं नि त्यांच्या 'अनुभवमंटपा'खाली विविध सामाजिक स्तरांतील सारे जण आले. यांत ढोर, चांभार, महार, मांग यांच्यासारखे— ज्यांना 'शूद्रातिशूद्र' म्हणून तथाकथित 'उच्च' व 'प्रस्थापित' वर्गानं नाकारलं, ते तर होतेच; पण त्याशिवाय परीट, साळी, कोष्टी आदी किती जाती-जमातींतील वेगवेगळे व्यवसायाधिष्ठित कर्म करणारे लोकही होते. चातुर्वर्ण्यव्यवस्था गुणकर्माधिष्ठित असतानाही या वर्गांना/व्यावसायायिकांना 'कनिष्ठ' वा हीन म्हणून हिणवलं गेलं. वचनसाहित्यानं सामाजिक असमतोल व असंतुलन नाहीसं करून त्यांना अस्मितेचं भान दिलं आणि अशा प्रकारे सामाजिक न्याय दिला. याचा प्रभाव यादवकालीन वारकरी-महानुभवादी संप्रदायांच्या विचारसरणींवर, भूमिकांवर कसा व किती मोठ्या प्रमाणावर पडला, याचं दर्शन अन् उत्तर तत्कालीन आणि त्यानंतरच्या महाराष्ट्राच्या सांस्कृतिक इतिहासात आढळतं.

(अ) श्रमप्रतिष्ठा

या मूल्याला म. बसवेश्वरांच्या 'वचनसाहित्या'त फार फार महत्त्वाचं स्थान आहे. ही प्रतिष्ठा केवळ लौकिक वा ऐहिक नाही तर ती अ-लौकिक आणि पारलौकिकही आहे; म्हणूनच कोणताही सामाजिक व्यवसाय व समाजोपयोगी कर्म आणि कैलास यांचं समीकरण म. बसवेश्वर मांडतात. हे समीकरण यादवकालीन व यादवोत्तरकालीन धर्मसंप्रदायांनी स्वीकारलं; म्हणूनच वारकरी संप्रदायात चोखोबा, बंकामहाराज, कर्ममेळा, सोयराबाई, निर्मला तसंच गोरोबा-सावतोबा, सेनामहाराज अशी संतांची मांदियाळी दिसते आणि महानुभाव संप्रदायप्रवर्तक व अवतारस्वरूप श्रीचक्रधरस्वामी तेल्याच्या घरी राहतात, गोंडवनात जातात, शूद्राघरीही जातात नि श्रीगोविंदप्रभू मातंगांसाठी विहीर बांधतात. 'एथ जातिवर्णांचे खुंट नि दावे' मुळीच नाहीत, असं श्रीचक्रधरस्वामी यादवकाळात का म्हणतात, तेही आपण समजावून घ्यायला हवं मग म. बसवेश्वरांच्या प्रभावकक्षेची यथार्थ प्रचीती आल्याविना राहणार नाही—

'वचनसाहित्य' व समाजप्रबोधन

'वचनसाहित्या'नं अंधश्रद्धा व अनावश्यक धार्मिक रूढी नाकारल्या. त्या कशा नाकारल्या, याचं वैचारिक अधिष्ठान त्यांच्या वचनसाहित्यात जसं आहे; त्याचप्रमाणं त्या स्वत: आचरणात कशा आणल्या याचं प्रत्यंतर त्यांच्या चरित्रात व कार्यात उमटलं आहे. वचनसाहित्य ही उक्ती/तत्त्वचिंतन व विचार असेल तर म. बसवेश्वराचं कार्य ही कृती, प्रत्यक्ष्यीकरण व आचार आहे. त्यातून उदात्त जीवनादर्श प्रकटले आहेत.

स्वप्न, मृगजळ आणि जल

बसवण्णांनी श्रमप्रतिष्ठेच्या आदर्श मूल्याला केवळ स्वप्नाच्या व मृगजळाच्या अंतरावर न ठेवता ते समाजजागृती व वास्तवतेच्या स्तरावर आणलं. स्वप्नाचं रूपान्तर वास्तवात होण्याची किमया यामुळं घडली. सामाजिक मानसिकतेचं उन्नयन-उदात्तीकरण तर त्यातून घडलंच पण नवसमाजनिर्मितीचा पाया त्यामुळं रचला जाऊ लागला, त्याची जडणघडणही होऊ लागली. यासाठीच समाजप्रबोधन नि सामाजिक मानसिकतेत परिवर्तन, त्याचप्रमाणं बुरसटलेल्या रूढी व धार्मिक प्रथा यांना विरोध यांचंही अधिष्ठान या 'वचनसाहित्या'ला होतं, असं म्हटलं तर ते वावगं ठरू नये.

दामोहं

'दामोहं'ला वा 'दाना'ला वचनसाहित्यात महत्त्वाचं स्थान आहे. खरं तर असं स्थान जवळपास सर्वच धर्मांच्या तत्त्वज्ञानात असतं. करुणेची प्रेरणा त्यामागं असते पण म. बसवेश्वर यापेक्षाही समाजातील आर्थिक असमतोल नाहीसा करण्याला व आपल्याप्रमाणंच इतर दु:खी-कष्टी जीवांनाही सुखी करण्याच्या भावनेला मानवतावादी दृष्टिकोनातून अधिक महत्त्व देतात. इस्लाम धर्मातही 'जकात'ची संकल्पना यासारखीच आहे.

'अनुभवमंटप'

'वचनसाहित्या'तील ही संकल्पना सर्वसमावेशक, समन्वयवादी, जातीपातींची व चातुर्वर्ण्यव्यवस्थेतील उच्च-नीचतेची आणि म्हणूनच विषमताधिष्ठित-समाजव्यवस्था झुगारणारी आहे. महाराष्ट्रातील यादवकालीन व यादवोत्तरकालीन आध्यात्मिक लोकशाहीची संकल्पना महाराष्ट्रातील धर्मसंप्रदायांनी स्वीकारली, तिची

बीजं 'अनुभवमंटपा'त असावीत, असं अनुमान केल्यास ते तर्कसंगत व युक्तिसंगतच ठरेल.

सामरसीकरण

भक्ती हा तर 'वचनसाहित्या'चा स्थायिभाव आहेच पण या भक्तीची परमोच्च सीमा 'सामरसीकरण' ही असल्याचं विवरण त्यात आढळतं. 'सामरसीकरण' ही संज्ञा म्हणजे ज्ञानदेवांच्या 'अमृतानुभवा'त आढळण्याचं उत्पत्तिस्थान बसवेश्वरांची वचनं हेच आहे. 'लिंगांगसामरस्य' नि 'जिवाशिवाची भेट' यात काय भेद किंवा फरक आहे? शिवाय वारकरी संप्रदायाचं उपास्यदैवत विष्णू (विठ्ठल) हे असताना त्याऐवजी 'शिवा'चा उल्लेख कसा? 'शिवैक्य' ही संकल्पनाही वीरशैवांत आहेच. ज्ञानदेवांनी 'हरी' आणि 'हर' (म्हणजे विष्णू आणि शिव) यातील भेद अमान्य करून हरिहरैक्याची भूमिका का स्वीकारली, या समन्वयवादाचं उत्तरही इथंच सापडतं.

समारोप

महात्म बसवेश्वरांच्या वचनसाहित्याच्या प्रभावकक्षा किती व्यापक, अनेकपदरी, क्रान्तदर्शी आहेत, याची या विवेचनावरून सहज कल्पना येईल. कर्नाटकाच्या व महाराष्ट्राच्या सांस्कृतिक इतिहासात त्यांची नोंद सुवर्णाक्षरांनी केली गेली नाही, तरच नवल!

◆◆

★ १) पाहा - प्राचीन मराठी कोरीव लेख, संपा- डॉ. शं. गो. तुळपुळे, प्रका. पुणे विद्यापीठ
★ २) Incriptions of Nanded district, Ed. Dr. Rith Rittie
★ i) The Ecult of Vithoba Father Dullari
★ ii) श्रीविठ्ठल आणि पंढरपूर, डॉ. ग. ह. खरे

अध्याय दुसरा

मध्ययुगीन संतसाहित्य

१. **मध्ययुगीन मराठी वाङ्मय**
(आकलन, आस्वाद, अध्ययन-अध्यापन व संशोधन)

२. **मध्ययुगीन संतसाहित्य**
(अ) महानुभाव पंथ
(आ) वारकरी संप्रदाय :
(इ) नागेश संप्रदाय
(ई) सूफी संप्रदाय
(उ) समर्थ संप्रदाय

मध्ययुगीन संतसाहित्य

मध्ययुगीन मराठी वाङ्मय
(आकलन, आस्वाद, अध्ययन-अध्यापन व संशोधन)

❋❋❋❋❋❋❋❋❋❋❋❋❋❋❋❋❋❋❋❋❋❋❋❋❋❋❋❋❋❋❋

मराठी वाङ्मयाच्या इतिहासाची व्याप्ती फार मोठी आहे. बाराव्या- तेराव्या शतकापासून एकविसाव्या शतकापर्यंतच्या— म्हणजे जवळपास दहा शतकांच्या काळाचा यात समावेश होतो. अनेकदा आपण ढोबळ विचार करीत असताना या काळाचे दोन प्रमुख विभाग मानतो: ते 'प्राचीन' व 'अर्वाचीन' किंवा आधुनिक असे असतात. असं आपण का करीत होतो? आपल्या सुरुवातीच्या वाङ्मयेतिहासकारांनी या संकल्पना स्वत:च्या व आपल्या मनात रुजविल्या होत्या, म्हणून. त्यांच्या मनात तरी त्या संकल्पना का रुजल्या असाव्यात? तर, कोणत्याही इतिहासात व इतिहासलेखनशास्त्रात त्या पूर्वीच्या इतिहासलेखकांनी मानल्या, म्हणून. नंतर या संज्ञांचा पुनर्विचार होऊन

१) प्रागैतिहासिक (Pre-historic)

२) प्राचीन (Ancient)

३) मध्ययुगीन (Medieval)

४) आधुनिक (Modern)

असे कालखंड मानले जाऊ लागले व ते आजपर्यंत रूढ झाले. याचा अर्थ असा की, आपण इतिहासाच्या विविध कालखंडांचा अधिक नेमकेपणानं, अधिक बारकाईनं, अधिक काटेकोरपणे, अधिक Connotative पद्धतीनं विचार करू लागलो. आणि इतिहासासारख्या शास्त्राच्या बाबतीत असा नेमकेपणानं संकल्पना- विचार व संज्ञाविचार होणं योग्य, वास्तव व युक्तिसंगत, तर्काधिष्ठित होतं.

मराठी वाङ्मयेतिहासाच्या बाबतीतही असा योग्य अभिव्यक्तिक्षम संज्ञांचा विचार होणं गरजेचं होतं; कारण यांतील पहिल्या दोन संज्ञांचा प्रश्नच उद्भवत नव्हता, म्हणूनच या 'प्रागैतिहासिक' व 'प्राचीन' या संज्ञा वगळून 'मध्ययुगीन' व 'आधुनिक' असे मराठी वाङ्मयेतिहासाचे हे विभाग मान्य करणं योग्य होय.

मध्ययुगापूर्वीच्या भाषेचा विचार करताना मात्र आपल्याला मध्ययुगाची विभागणी करताना यादव, बहमनी, शिव व पेशवे असे केवळ चार कालखंड मानून चालत नाही; त्यापूर्वी यादवपूर्व असा एक कालखंड मानावा लागतो. त्याविषयी मी यापूर्वी एका ग्रंथात लिहिलंच आहे.

मध्ययुगीन मराठी साहित्याचा विचार करताना काही वाङ्मयेतिहासकारांनी शतकवार विभागणी केली आहे. मध्ययुगीन मराठी साहित्याची राजवटीनुसार विभागणी करताना ऐतिहासिक कारकीर्द बदलते त्यानुसार बदललेले कालखंड मानण्याचं जे तत्त्व स्वीकारलं, हे स्थूल मानानं बरोबर वाटलं; तरी ऐतिहासिक वास्तवाचा काटेकोर विचार करताना तितकंसं समर्थनीय वाटत नाही. कारण राजकीय कारकिर्दीतील परिवर्तनाचा तत्कालीन साहित्यावर काही प्रमाणात परिणाम होत असला, तरी तो मापदंड तितकासा टोकदार/ नेमका नाही. बरं, शतका-शतकाचा वेगवेगळ्या वाङ्मयीन स्थित्यंतरांचा/ परिवर्तनांचा विचार करताना तितकासा स्वीकारार्ह वाटत का नाही? कारण शतक बदललं तरी वाङ्मयातही स्थित्यंतर होईल किंवा होतंच, असं नाही. संप्रदायवार वाङ्मयेतिहासलेखनाचीही एक पद्धती आहे. (उदा. डॉ. ढेरेलिखित दत्त, नाथ आदी संप्रदायांचा व त्यांच्या साहित्याचा; त्याचप्रमाणं डॉ. शं. गो. तुळपुळे यांचा महानुभाव पंथ व त्याचे वाङ्मय इ.)

प्रत्येक वाङ्मयप्रकाराच्या उत्पत्तीचा व विकासाचा आलेख रेखाटणाऱ्या ग्रंथांचाही वाङ्मयेतिहासात समावेश करायला हरकत नाही. तथापि, त्यांच्या विषय-मर्यादांचाही विचार करायला हवा; तसंच एकूण वाङ्मयेतिहासाचे विविध वाङ्मयप्रकार हे घटक असतात व त्या सर्वांनी मिळून सम्यक् वाङ्मयेतिहास सिद्ध होतो, हेही लक्षात घ्यायला हवं. यामुळं त्यांची गुणवत्ता आणि वाङ्मयेतिहासलेखनाचे साधनग्रंथ म्हणून उपयुक्तता मुळीच कमी होत नाही.

चरित्रात्मक वाङ्मयेतिहासलेखनपद्धतीचा असाच विचार करायला हवा.

आजवरच्या मध्ययुगीन मराठी वाङ्मयेतिहास-ग्रंथांचं विहंगमावलोकन करताना त्यांची गुणवत्ता, त्यांची अध्ययन-अध्यापन-संशोधनातील उपयुक्तता,त्यांतील Lacunas आणि त्रुटी, त्या वाङ्मयेतिहासलेखनामागील वाङ्मयेतिहासकाराचा विशिष्ट दृष्टिकोन, त्याची वाङ्मयीन भूमिका इ. चाही विचार करायला हवा. 'महाराष्ट्र सारस्वत' (वि. ल. भावे, डॉ. शं. गो. तुळपुळे), प्राचीन मराठी वाङ्मयाच्या इतिहासाचे खंड (डॉ. अ. ना देशपांडे) आणि 'प्राचीन मराठी वाङ्मयाचे स्वरूप' (प्रा. ह. श्री. शेणालीकर) या मध्ययुगीन मराठी वाङ्मयाच्या

इतिहासग्रंथांचा या संदर्भात दाखला देता येईल. त्याचप्रमाणं पुण्याच्या महाराष्ट्र साहित्य परिषदेनं विविध लेखकांनी विविध कालखंडांतील विशिष्ट लेखनप्रकाराच्या विकासाच्या लेखांचा केलेला संग्रहरूप मराठी वाङ्मयोतिहासही अवश्य लक्षात घ्यावा लागेल. त्याचप्रमाणं वाङ्मयेतिहासाचे साधनग्रंथ म्हणून त्यांची उपयुक्तताही लक्षात घ्यायला हवी.

मध्ययुगीन मराठी वाङ्मयेतिहासाचा एकविसाव्या शतकात वेगवेगळ्या अंगांनी विचार व्हावा, असं मला वाटतं. खरं तर हा वाङ्मयेतिहास म्हणजे मऱ्हाटी संस्कृतीचा एक महत्त्वाचा दस्तावेज आहे. संस्कृतीचे जे विविध घटक असतात किंवा ज्या विविध घटकांनी संस्कृतीला— अधिक नेमकेपणानं सांगायचं तर निर्गुण संस्कृतीला— सगुण आकार लाभतो, त्या अनेकविध घटकांपैकी मराठी साहित्य एक महत्त्वाचा घटक आहे. संस्कृतीचे समाजजीवन, धर्म, पंथ, तत्त्वज्ञान, लोकसाहित्य, लोकपरंपरा, व्यावसायिक व आर्थिक जीवन, लोककला, लोकसंगीत, विचारविश्व व लोकमानस, स्वभावविश्व, मानसिकता, रीतिभाती, जीवनशैली, भाषा व बोली, भौगोलिक पर्यावरण व त्याचा लोकजीवनावरील प्रभाव, आर्थिक स्थिती इ. किती तरी पैलू असतात. त्या सर्वांनी मिळून संस्कृती बनते, सिद्ध होते. त्यांतील प्रमुख/महत्त्वाच्या पैलूंचं प्रतिबिम्ब समकालीन साहित्यात उमटणं स्वाभाविकच नव्हे, तर अपरिहार्यही असतं. हेदेखील त्या त्या काळाच्या वाङ्मयेतिहासात उमटायला हवं. त्यामुळं त्या काळाच्या वाङ्मयाच्या आकलनास आणि आस्वादास साह्य होतं. त्याचप्रमाणं विशिष्ट काळात विशिष्ट वाङ्मयप्रकारच का निर्माण झाले किंवा विकसित होत गेले, याचाही उलगडा होतो. त्या-त्या काळातील साहित्याची समीक्षा करताना या ऐतिहासिक सामुग्रीचा निश्चितच उपयोग होतो; त्याचप्रमाणं विशिष्ट काळात विशिष्ट प्रकारचंच वाङ्मय का निर्माण झालं, यावरही प्रकाश पडतो. वाङ्मयात कधी परिस्थिति-शरणता तर कधी गतिमानता का निर्माण झाली, याचा वेध घेतानाही समकालीन वास्तवाची कल्पना असणं आवश्यक असतं. ही पार्श्वभूमीही वाङ्मयेतिहासानं विशद करणं महत्त्वाचं आहे. त्यामुळं ज्ञानदेवांनी गीतटीका का लिहिली, चक्रधरस्वामींनी 'असती परी' का सांगितली, चोरखोबा 'ऊस डोंगा' हा अभंग का लिहितात, बखर-वाङ्मय नि शाहिरी वाङ्मय शिव-पेशवे काळातच का निर्माण झालं, भारुड-वाङ्मयाचं निर्मिति- प्रयोजन काय, मध्ययुगीन साहित्यात यादवकाळानंतर एक लहानसं का होईना, 'अंधार पर्व' का निर्माण झालं, संतांना पाखांडखंडनपर अभंग का लिहावे लागले, पंडिती कविता तळागाळातल्या समाजापर्यंत का

पोहोचू शकली नाही— या नि अशा अनेक प्रश्नांचा व समस्यांचा उलगडा होतो.

आजच्या मध्ययुगीन मराठी वाङ्मयेतिहासग्रंथांची गुणवत्ता व उपयुक्तता मी मुळीच अमान्य करणार नाही त्यामुळं मध्ययुगीन मराठी साहित्याच्या आकलनास निश्चितपणे साह्य होते. तथापि, मला त्यात काही त्रुटीही जाणवतात, त्यांपैकी काही अशा—

१) मध्ययुगीन अप्रकाशित मराठी साहित्य जसंजसं प्रकाशात येत आहे, त्याची नोंद त्या वाङ्मयेतिहासात वेळोवेळी घ्यायला हवी. आवश्यक तर त्याला या पुरवण्या जोडाव्यात.

२) विशिष्ट संप्रदायांवर विशेष भर व अन्य संप्रदायांच्या साहित्याची पुसटशी वरवरची माहिती— असं असंतुलन मध्ययुगीन मराठी वाङ्मयेतिहासात नसावं. महाराष्ट्रातील सूफी संप्रदायाच्या सन्तांच्या साहित्याविषयी असं घडलं आहे. जैन व वीरशैव सन्तसाहित्याची थोडीफार दखल घेतली असली, तरी त्याचं नीटसं व पुरेसं विवेचन झालेलं नाही; ते व्हायला हवं.

३) वाङ्मयेतिहासकारांची विशिष्ट मतं/विशिष्ट मतप्रणाली, पूर्वग्रह, विशिष्ट लेखकाविषयी वा त्याच्या विशिष्ट कृतीविषयी विशेष आस्था व अन्य संप्रदाय वा साम्प्रदायिक साहित्य याविषयी अनास्था किंवा अभिनिवेश इ. बाबी मध्ययुगीन मराठी वाङ्मयेतिहासात नसाव्यात, अशी अपेक्षा करणं अप्रस्तुत ठरणार नाही.

३) त्यात मध्ययुगीन साहित्यातील ऐतिहासिक वास्तवाचं दर्शन घडावं.

४) केवळ चरित्रात्मक भागावर अधिक भर नसावा आणि तो त्या-त्या काळातील साहित्याचं, साहित्यातील विविध प्रवाहांचं यथार्थ व निखळ स्वरूपदर्शन घडविणारा असावा.

५) मध्ययुगीन मराठी साहित्याचा महत्त्वपूर्ण प्रमाण संदर्भग्रंथ/ साधनग्रंथ म्हणून त्याचं विशेष लक्षणीय स्थान आहे, याचंही भान वाङ्मयेतिहासकारानं ठेवायला हवं.

६) ग्रंथलेखनसमाप्तीपर्यंतची मध्ययुगीन मराठी साहित्याविषयीची उपलब्ध सर्व सामग्री त्यात समाविष्ट केलेली असावी.

७) विविध सांप्रदायिक साहित्य लक्षात घेता, त्या-त्या संप्रदायाचं तत्त्वज्ञान, त्याचा आचारधर्म याविषयी संक्षिप्त विवेचन त्यात असावं; पण त्याचा फार तपशीलवार विस्तार नसावा.

८) 'वाङ्मयेतिहासलेखनशास्त्रा'(Hisloriography) ची संकल्पना आपल्याकडे रूढ व्हायला हवी. तिचं स्वरूप नि व्याप्तीही निश्चित व्हायला

हवी, त्याचप्रमाणं आजच्या संदर्भातही तिचा पुनर्विचार व्हायला हवा.

९) मध्ययुगीन मराठी वाङ्मयाची व्याप्ती, त्यातील विविध वाङ्मयप्रकार (साम्प्रदायिक चरित्र, बोधकथा, महाकाव्य, आख्यानकाव्य, भाष्य, माहात्म्य, गीत, पद, अभंग, धवळे, भारूड, आरती, स्तोत्र, बखर, कैफियत, अखबार, शाहिरी काव्य (पोवाडे, लावण्या इ.), पत्रात्मक गद्य इत्यादींचं आकलन-आस्वाद-अध्ययन-अध्यापन-संशोधन इ. किती तरी बाबींचा शिक्षक/प्राध्यापक/अभ्यासक/संशोधक यांना विचार करावा लागतो. त्यांचा विचार करून काही विशिष्ट निष्कर्षांप्रत येणं गरजेचं असतं. अशासाठी याविषयीच्या चर्चासत्रांचा फार उपयोग होतो.

१०) वर उल्लेखिलेल्या वाङ्मयप्रकारांसाठी स्वतंत्र 'रीडर्स' तयार करणं फार आवश्यक आहे. त्यांचं सम्पादन फार काळजीपूर्वक व्हायला हवं. नुकताच तसा एक प्रयत्न मी 'मध्ययुगीन मराठी : आणखी काही मानदंड' या माझ्या ग्रंथात केला आहे. त्यावरून अशा प्रकारच्या साधनग्रंथांचा वा रीडर्सचा नमुना (पॅटर्न) लक्षात येईल.

◆◆

अ) महानुभाव पंथ

'दृष्टान्तपाठ' : एक पुनर्चिन्तन

'दृष्टान्तपाठ' हा ग्रंथ केवळ महानुभाव पंथीयांचाच नाही, तर तो संपूर्ण मध्ययुगीन मराठी वाङ्मयाचा एक मौलिक मानदंड आहे. त्याची अनेक संपादनं केवळ महानुभवीयांनीच नव्हे, तर पंथीयेतरांनीही प्रसिद्ध केली आहेत. मग या प्रस्तुत पुनर्सम्पादनाचं प्रयोजन काय, असा प्रश्न कुणाच्याही मनात उत्पन्न होणं स्वाभाविक आहे. त्याचं उत्तर किंवा त्यासंबंधीची आपली भूमिका या ग्रंथाचे संपादक व भावानुवादक श्री. सीताराम कुडव यांनी आपल्या मनोगतात दिली आहे. त्यांच्या या ग्रंथाची प्रस्तावना मी लिहावी, अशी विनंती माझा त्यांच्याशी कोणताही पूर्वपरिचय नसताना त्यांनी मला केली आणि त्यांच्या आग्रहास्तव मी ती मान्य केली. पण त्याच वेळी मी त्यांना हेही सांगितलं— महानुभाव साहित्याचं संशोधन, संपादन व प्रकाशन यात माझा कोणताही पक्ष आजवर नव्हता व आजही नाही. मी मध्ययुगीन मराठी वाङ्मयाचा एक विनम्र अभ्यासक व संशोधक आहे; अन्य महाराष्ट्रीय संप्रदायांच्या साहित्याप्रमाणं महानुभाव साहित्याचंही सातत्यानं चिंतन-संशोधन प्रकाशन व्हावं, त्याचं मध्ययुगीन मराठी वाङ्मयातील मोल व महत्त्व उत्तरोत्तर प्रकाशात यावं आणि ते उजळत राहावं; मतप्रतिपादन करताना वा ग्रंथ संपादन करताना कुणाचाही अधिक्षेप होऊ नये व सर्वांनी सामंजस्यानं विचारविनिमय करून स्वत:ला जे पटतं ते सप्रमण स्वीकारावं— अशी माझी नेहमीचीच भूमिका असते, ती इथंही आहे. याची कल्पना मी श्री. कुडव यांना दिली व ती त्यांनी मोकळेपणानं मान्य केल्यामुळं मी ही प्रस्तावना लिहिण्यास संमती दिली. त्यांनीही या सर्व दृष्टान्तांविषयीच्या विवरणात तीच समंजस भूमिका स्वीकारल्याचं मला जाणवलं. तरीही त्यांची मतं ही त्यांचीच मतं

★ श्री. सीताराम कुडवे (महानुभाव) यांनी संपादिलेल्या 'दृष्टांतपाठा'ची प्रस्तावना

आहेत आणि त्यांनी ती साधार, सप्रमाण व कुणाचाही दु:स्वास न करता संयमानं मांडली आहेत. त्यांतून त्यांचा स्वामींच्या जीवनचरित्राचा, त्यांनी प्रतिपादिलेल्या 'ब्रह्मविद्याशास्त्रा'चा (म्हणजे महानुभावीय द्वैतमताधिष्ठित तत्त्वज्ञानाचा) आणि स्वामींना अभिप्रेत असलेल्या 'असती परी'चा (आचारधर्माचा) सूक्ष्म अभ्यास केला असून त्यांचे संदर्भ संपादनात त्यांच्या मताच्या पुष्ट्यर्थ साधार दिले आहेत. ज्या-ज्या साम्प्रदायिक महंतांनी व अभ्यासकांनी या ग्रंथाचं सम्पादन वा तद्विषयक विवेचन केलं आहे आणि यांचा श्री. कुडव यांनी उपयोग केला आहे, त्यांचे साभार उल्लेखही या ग्रंथाच्या शेवटी केले आहेत. प्रत्येक दृष्टान्तासाठी त्यांनी जी टीप दिली आहे, तिच्यामध्ये त्या दृष्टान्ताविषयीचं स्वत:चं आकलनही दिलं असून त्यातही स्वमत स्वीकारावंच, असा आग्रह दिसत नाही; तरीही कुणाचं काही वेगळं मत वा आकलन असल्यास ते मांडण्याचं स्वातंत्र्य त्यांना आहे, असं कुणीही सांगण्याचा प्रश्नच नाही.

स्वामींचा दृष्टिकोन बुद्धिप्रामाण्यवादी, समताधिष्ठित, विषमताविरोधी, अनावश्यक रूढी व कर्मकांड यांचा बीमोड करणारा, धर्माचा व्यापार करणाऱ्या पुरोहितशाहीचाही प्रखर विरोध करणारा, खरा मानवतावादी धर्म समाजाच्या सर्व स्तरांत— तळागाळापर्यंत पोहोचविणारा होता, ही भूमिका श्री. कुडव यांनी आपल्या ग्रंथात मांडल्याचं मला जाणवलं. मला वाटतं, ही भूमिका केवळ महानुभाव पंथीयांचं नव्हे तर विश्वातील सर्व मानवांचं व प्राणिमात्रांचं कल्याण चिंतणारी आहे असं म्हटलं, तर ते वावगं ठरणार नाही. अनावश्यक वादविवादात वेळ व धन वाया घालवण्यापेक्षा पंथहितार्थ, पंथीय साहित्य प्रकाशनार्थ; त्याचप्रमाणं स्वामींचा संदेश अधिकाधिक प्रमाणात प्रसृत करण्यात उपयोजिल्यास ते अधिक सार्थ ठरेल. नाही तर महानुभाव पंथ व त्याचं साहित्य याविषयी विचार व संशोधन करण्यास पंथीय व पंथीयेतरही धजावणार नाहीत, असं पंथाविषयी आस्था असणारे काही जण आता म्हणू लागले आहेत.

प्रस्तुत संपादनाचा हेतू व त्याचं स्वरूप

श्री. कुडव हे प्राध्यापक व संशोधक नाहीत. त्यांचा तसा समज व आग्रहही त्यांच्या लेखनात दिसत नाही. साध्या-सोप्या भाषेत जनसामान्यांना स्वामींची भूमिका, विचार व संदेश कळावा, ही त्यांची कळकळ त्यांच्या या लेखनात दिसते. त्यांच्या आकलनाला काही मर्यादा असू शकतात व तशा कुणाच्याही— माझ्यादेखील— आकलनाला असू शकतील. पूर्ण सत्य केवळ

मलाच कळलं आहे, असं कोण म्हणू शकेल? त्याचप्रमाणं प्रत्येकाच्या अभिव्यक्तीला त्याच्या अभ्यासानुसार व व्यासंगानुसार काही मर्यादा असू शकतात, हे मीच नाही तर कुणीही मान्य करील. त्यामुळं श्री. कुडव यांची विवेचनपद्धती व विवेचनाची भाषा विद्वान पंडितासारखी आहे, असा त्यांचाही दावा नसावा, असं मला हा ग्रंथ वाचताना सतत जाणवलं. तरीही कुणाला तसं काही 'अयोग्य' (त्यांच्या दृष्टीनं) वाटलं तरी त्यासाठी श्री. कुडव यांनी दिलगिरी व्यक्त करण्यासाठी जागोजाग 'क्षमस्व' म्हटलंच आहे. त्यावरून त्यांची संपादकाची व भावानुवादकाची भूमिका विनम्र, पूर्वग्रहविरहित, समंजस आणि त्यांना योग्य व युक्तिसंगत वाटणाऱ्या इतरांच्या मतांचा आदर करणारी असावी, याची प्रचीती यावी, अशा अपेक्षा आहे.

संपादनपद्धती :

१) हे सर्व दृष्टान्त स्वामींनी विशिष्ट प्रसंगी, विशिष्ट अनुयायांना/ भक्तांना/ व्यक्तींना सांगितले असले तरी त्यांचा हा उपदेश व दृष्टान्त निरूपण करण्याचा हेतू सर्व मानवांना उद्देशून आहे, हे श्री. कुडव यांनी जवळपास प्रत्येक दृष्टान्ताच्या प्रारंभीच सांगितलं आहे.

२) त्यानंतर स्वामींनी कुणाला, कुठं व कोणत्या प्रसंगी, कशासाठी दृष्टान्त सांगितला, त्याचा तपशील त्यांनी दिला आहे.

३) त्यानंतर डॉ. कोलतेसंपादित 'लीळाचरित्रा'तील मूळ दृष्टान्त लीळा—क्रमांक व त्या लीळाचरित्राच्या कोणत्या भागामधून घेतल्या, हे त्यांनी पृष्ठ—क्रमांकासह उदधृत केले आहे.

४) त्यानंतर त्याचं विवरण सोप्या भाषेत करण्याचा व त्याचा भावानुवाद करण्याचा प्रयत्न केला आहे.

५) पुढं 'तात्पर्य' या भागात त्यातून स्वामींना कोणता उपदेश करावयाचा आहे व कोणतं तत्त्व विशद करायचं आहे, ते स्पष्ट केलं आहे.

६) विविध दृष्टान्तांत एकच तत्त्व विशद करावयाचं असल्यास ते त्यांनी एकत्रित दिले आहेत. उदा.—

i) पहिले तीन दृष्टान्त : १) परदर्शा २) अवतदर्शा ३) परावरदर्शा

ii) (२२) हत्तीचा आणि (२३) वटबीजाचा

iii) (३३) वेळुवाचा (३४) वाळुकाचा (३५) भवरैलेया वाळुकाचा वेळुवाच्या या तीन दृष्टान्तांचं एकत्रीकरण व क्रम अन्य प्रतीतही आहे.)
(३६) देहलुतैलेया वाळुकाचा (३७) कोवळ्या वाळुकाचा

iv) (५८) वानरीचा (५९) रीणाइताचा (६०) कणबाबुळीकचा
(६१) जागसुतेयाचा

v) (७४) वृक्ष-त्वचेचा आणि (७५) दुबळीये मातेचा.

विविध दृष्टान्तांत स्वामींनी एकच तत्त्व कसं विविध उदाहरणं देऊन सांगितलं, त्यांतील संगती शोधण्याचा श्री. कुडव यांनी जसा प्रयत्न केला आहे तसा वेळुवाचे तीन दृष्टान्त वगळता माझ्या वाचनात आलेल्या विविध 'दृष्टान्तपाठा'च्या संपादित आवृत्त्यांत मला आढळला नाही. या दृष्टीनं श्री. कुडव (कुठल्याही विद्यापीठात वा महाविद्यालयात प्राध्यापक वा संशोधक नसतानाही आणि म्हणूनच की कार्य—) यांनी सर्व दृष्टान्तांचा सम्यक् विचार करून त्यांतील सुसंगती व एकसूत्रता परिश्रमपूर्वक शोधली व असं साम्यतत्त्व असलेले दृष्टान्त एकत्र आणून त्यांतील स्वामींचा उपदेश सर्वसामान्य वाचकांच्या मनावर परिश्रमपूर्वक बिंबविण्याचा केलेला हा प्रयत्नही मला लक्षणीय वाटतो.

संपादकांची बहुश्रुतता

दृष्टान्ताच्या विवरणात जिथं जिथं आवश्यक आहे तिथं तिथं महानुभाव तत्त्वज्ञान ('ब्रह्मविद्याशास्त्र') व आचारधर्म ('असती परी') यांचं आवश्यक ते विशदीकरण करण्याचा श्री. कुडव यांचा प्रयत्नही मला स्तुत्य वाटतो. काही ठिकाणी विचारांची पुनरावृत्ती झाली आहे. (उदा. ब्रह्मविद्येतील जीव, देवता, प्रपंच, परमेश्वर हे चार पदार्थ किंवा मोक्षप्राप्तीच्या आड येणाऱ्या गोष्टी इ.) असं असलं तरी जे सुटा दृष्टान्त वाचतील, त्यांना ते उपयुक्तच वाटतील आणि जिथं वाचकांना पुनरावृत्ती जाणवेल, तिथं तो विचार पुन्हा ठसविण्याची लोकशिक्षकाची मानसिकता जाणवेल. अशा प्रकारे समान तत्त्व प्रतिपादन करणारे दृष्टान्त एकत्र करून त्यांचा विचार करण्याची कल्पना मलाही सुचली नव्हती.

अलीकडील महानुभाव साहित्य-संशोधन

अलीकडील महानुभाव साहित्य-संशोधनाची स्थिती मला फारशी समाधानकारक वाटत नाही. महाराष्ट्रातील काही एक-दोन विद्यापीठं सोडली, तर काही अपवादात्मक व तेही अत्यल्प प्रयत्न सोडले; तर संशोधकांचं या क्षेत्राकडे फार दुर्लक्ष होत असल्याची खंत मला वाटू लागली आहे. प्रचंड अप्रकाशित व महत्त्वाचं साहित्य असूनही त्याचा जितका व जेवढा उपयोग व्हायला हवा, तितका होत नाही. त्याच त्या विषयांवर काही जण संशोधन करून पीएच. डी. उपाधी

मिळवितात, पण तेही बऱ्याच वेळा प्रकाशित होत नाही. त्यामुळं ते वाचक, पंथीय, अभ्यासक व संशोधक यांच्यासमोर येत नाही. याची कारणं अनेक कारणं आहेत, पण त्यांचा विचार करण्याचं हे स्थळ नाही. गेल्या शतकाच्या पन्नाशीनंतर तीन-चार दशकांनंतर असं का घडलं, याचा विचार आपण सर्वांनीच करायला हवा व ही परिस्थिती पालटायला हवी. महानुभाव, अजेय ही तत्सम काही मासिकं/त्रैमासिकं काही प्रयत्न करीत आहेत; पण हे प्रयत्न व विद्यापीठांच्या मराठी विभागांचे प्रयत्न योग्य प्रकारे झाल्यास महानुभाव संशोधनाला अधिक उजाळा मिळेल. सर्वांनी सामंजस्यानं या कार्याला हातभार लावावा, अशी मी सर्वांना कळकळीची विनंती करतो.

'दृष्टान्तपाठा'चं स्वरूप आणि वैशिष्ट्यं

यापूर्वीच्या 'दृष्टान्तपाठा'तील दृष्टान्तांचा अनुक्रम व श्री. कुडव यांनी दिलेला अनुक्रम यांची तुलना करता यावी, म्हणून पूर्वीचा (पारंपरिक) अनुक्रम पुढं देत आहे.

'दृष्टान्तपाठा'ची पारंपरिक 'लापणिक' (अनुक्रम)

१) आंतुलाचा दृष्टान्त
२) बाहीरिलाचा दृष्टान्त
३) उंबरेयावरिलाचा दृष्टान्त
४) कुकडीयेचा दृष्टान्त
५) मासळीयेचा दृष्टान्त
६) कासवीयेचा दृष्टान्त
७) शब्दवेधिया रसाचा दृष्टान्त
८) समुद्राचा दृष्टान्त
९) सोमकांताचा दृष्टान्त
१०) हीरेखणियेचा दृष्टान्त
११) वेंवाचा दृष्टान्त
१२) राहाटघडीएचा दृष्टान्त
१३) माळेकाराचा दृष्टान्त
१४) डोळेयाचा दृष्टान्त
१५) खडेयाखुबटेयाचा दृष्टान्त
१६) बांदकरीयाचा दृष्टान्त
१७) काकसूकराचा दृष्टान्त
१८) लाडाचीये बासीचा दृष्टान्त
१९) बांधलीये गाईचा दृष्टान्त
२०) वज्रकीटकीयेचा दृष्टान्त
२१) खाजेयाचा दृष्टान्त
२२) अन्नाचा दृष्टान्त
२३) अमृताचा दृष्टान्त
२४) वटबीजाचा दृष्टान्त
२५) तुपाभाताचिया घासाचा दृष्टान्त
२६) सेवाळलिया खडकाचा दृष्टान्त
२७) पाणियांआंतुल गुंडेयासचा दृष्टान्त
२८) तनधैलिया वावराचा दृष्टान्त
२९) कानवाथराचा दृष्टान्त

३०) वेळुवाचा दृष्टान्त
३१) जारसैलेया वाळुकाचा दृष्टान्त
३२) भंवरैलेया वाळुकाचा दृष्टान्त
३३) देहलुतैलेया वाळुकाचा दृष्टान्त
३४) कोवळेया वाळुकाचा दृष्टान्त
३५) इंद्रवणाचा दृष्टान्त
३६) सन्निपातलेयाचा दृष्टान्त
३७) विषयाचा दृष्टान्त
३८) दूरस्थ मातेचा दृष्टान्त
३९) हीरडेया— बेहडेयाचा दृष्टान्त
४०) सुरीयेचा दृष्टान्त
४१) रुंभणेयाचा दृष्टान्त
४२) चांदोवेयाचा दृष्टान्त
४३) हत्तीचा दृष्टान्त
४४) डुळकैलेया बाळकाचा दृष्टान्त
४५) कपालपरीक्षेचा दृष्टान्त
४६) मोदळेयाचा दृष्टान्त
४७) रोवंतलेया पशूचा दृष्टान्त
४८) कर्मचांडाळाचा दृष्टान्त
४९) पडाळीये गाईचा दृष्टान्त
५०) माळेकाराचा दृष्टान्त
५१) अयाचग्रासीयाचा दृष्टान्त
५२) दीक्षितकन्येचा दृष्टान्त
५३) कुष्टीयाचा दृष्टान्त
५४) आधारीचेया परीसाचा दृष्टान्त
५५) वानरीएचा दृष्टान्त
५६) माकोडेयाचा दृष्टान्त
५७) व्यतीपाताचा दृष्टान्त
५८) कोलाचा दृष्टान्त
५९) इसाळुवाचा दृष्टान्त
६०) झाडिले-पूसीलेया पशूचा दृष्टान्त
६१) सामान्य स्त्रीयेचा दृष्टान्त
६२) दासीचा दृष्टान्त
६३) पतिव्रतेचा दृष्टान्त
६४) चाटसीचा दृष्टान्त
६५) अग्नीएचा दृष्टान्त
६६) फुटाणेकाराचा दृष्टान्त
६७) गुळहारियाचा दृष्टान्त
६८) दुबळिए मातेचा दृष्टान्त
६९) वृक्षत्वचेचा दृष्टान्त
७०) पाणिचोरियाचा दृष्टान्त
७१) चातकाचा दृष्टान्त
७२) सींदेराणेयाचा दृष्टान्त
७३) रीणाइताचा दृष्टान्त
७४) दंदीयाचा दृष्टान्त
७५) अग्नीसंबंधाचा दृष्टान्त
७६) वटरोपाचा दृष्टान्त
७७) तुरंगमाचा दृष्टान्त
७८) ब्रह्मचारी घोडेयाचा दृष्टान्त
७९) ऋषीशृंगाचा दृष्टान्त
८०) राजहंसाचा दृष्टान्त
८१) डींगरेयाचा दृष्टान्त
८२) दुसरेया इसाळुवाचा दृष्टान्त
८३) द्विभार्याचा दृष्टान्त
८४) दुर्भगेचा दृष्टान्त
८५) शय्यापालनेचा दृष्टान्त
८६) पोळलेया सुनेयाचा दृष्टान्त
८७) वीरहीणीचा दृष्टान्त : १
८८) वीरहीणीचा दृष्टान्त : २
८९) वीरहीणीचा दृष्टान्त : ३
९०) जळमांडवीएचा दृष्टान्त
९१) अहीरदेशीचीए म्हातारीएचा

१०९) उखारलेल्या वस्त्राचा दृष्टान्त

मराठीचा आद्य गद्य ग्रंथ : 'लीळाचरित्र'

मराठी भाषेत साम्प्रदायिक चरित्रलेखनाचा व गद्य साहित्याचा प्रारंभ 'लीळाचरित्रा'च्या रूपातच झाला. हा काळ— यादवकाळ— म्हणजे तेरावं शतक होता.

महानुभाव संप्रदाय 'पंचकृष्ण' मानतात व श्रीकृष्णांना 'पूर्णावतार' मानतात.

महानुभाव संप्रदायाचे प्रवर्तक श्रीचक्रधरस्वामी यांच्या जीवनातील विविध प्रसंगांची परिश्रमपूर्वक व कलात्मक निवड त्यांचे एक शिष्य म्हाइंभट यांनी केली. या संप्रदाय श्रीचक्रधरस्वामी यांना (पंचकृष्णांपैकी) ईश्वराचा एक अवतारच मानतो. त्यामुळे त्यांच्या जीवनातील प्रसंगांना म्हाइंभटांनी 'लीळा' (ईश्वरावतारानं सचेतनाशी केलेली क्रीडा) असं म्हटलं असून या लीळांच्या साह्यानं त्यांनी श्रीचक्रधरस्वामींचं जे चरित्र चित्रित केलं आहे, त्याला त्यांनी 'लीळाचरित्र' असं नाव दिलं आहे. श्रीचक्रधरस्वामींच्या सहवासात ज्या-ज्या व्यक्ती आल्या, त्यांना भेटून म्हाइंभटांनी स्वामींच्या 'लीळा' विचारल्या व त्या 'लीळाचरित्रा'त ग्रथित केल्या, संकलित केल्या आणि त्यांची विभागणी 'एकांक', 'पूर्वार्ध' व 'उत्तरार्ध' अशा तीन भागांत केली. म्हाइंभटांनी एकेक 'लीळा' कशी मिळविली, याविषयी 'स्मृतिस्थळ' या ग्रंथात बरीच माहिती मिळते.

बाराव्या आणि तेराव्या शतकात 'विवेकसिंधू' व 'ज्ञानेश्वरी' यासारख्या महत्त्वपूर्ण काव्यग्रंथांची निर्मिती झाली होती; त्याचप्रमाणं नरेंद्रविरचित

'रुक्मिणीस्वयंवरा'सारख्या महाकाव्याची वा महाकाव्यसदृश आख्यानकाव्यांची रचनाही झाली होती. अभंगांतून यादवकालीन संतकवींनी आपली भक्तिभावना आविष्कृत केली होती. तथापि, 'लीळाचरित्रा'ची निर्मिती झाली नसती, तर मध्ययुगीन मराठी साहित्यात मोठीच पोकळी निर्माण झाली असती. मराठी गद्याचा उद्‌गम व्हावयास बहमनीकाळापर्यंत किंवा शिवकाळापर्यंत प्रतीक्षा करावी लागली असती, वाट पाहावी लागली असती. 'लीळाचरित्र' हा ग्रंथ म्हणजे पुढील काळात निर्माण झालेल्या अनेक महानुभावीय गद्य ग्रंथांची गंगोत्रीच होय.

'लीळाचरित्रा'त स्वामींच्या जीवनातील प्रसंगांचं जसं प्रत्ययकारी चित्रण आढळतं, त्याचप्रमाणं त्यात श्रीचक्रधरस्वामींची वचनंही आढळतात. वेगवेगळ्या प्रसंगी स्वामींनी काही विचार मांडले आहेत. त्यांचे हे विचार महानुभाव संप्रदायाच्या तत्त्वज्ञानाचा— ब्रह्मविद्याशास्त्राचा व आचाधर्मांचा गाभाच होय. या विचारांनाच पुढं 'सूत्रं' ही संज्ञा दिली गेली. या सूत्रांचा संग्रह 'सिद्धान्तसूत्रपाठ' या ग्रंथात करण्यात आला आहे. 'सूत्रपाठा'च्या आधारेच पुढं महानुभावांचं तत्त्वज्ञान व त्यांचा आचारधर्म यांचं विवेचन करण्यात आलं आहे. महानुभाव संप्रदायाच्या अनुयायांनी कोणकोणते जीवनादर्श आपल्यासमोर ठेवावेत, कोणकोणत्या आदर्श विचारांचं मनन करावं आणि कशा प्रकारे जगावं व वागावं, यासंबंधीचं विवेचन या ग्रंथात केलं आहे. 'सूत्रपाठा'तील विविध विषयांवर पुढं स्वतंत्र भाष्यग्रंथांची निर्मिती झाली आहे आणि म्हणूनच वर उल्लेखिल्याप्रमाणं 'लीळाचरित्र' हा ग्रंथ म्हणजे पुढील काळात निर्माण झालेल्या महानुभाव ग्रंथांचा मूलस्रोत किंवा उगमस्थान आहे, असं म्हटलं तर ते चुकीचं ठरणार नाही.

दृष्टान्तांचे संकलनकार : केशीराजबास

'दृष्टान्तपाठ' हा ग्रंथही 'लीळाचरित्रा'तून सिद्ध झालेलाच एक ग्रंथ होय. श्रीचक्रधरस्वामींनी काही वेळा विशिष्ट प्रसंगांच्या संदर्भात आपले विचार जसे मांडले; त्याचप्रमाणं हे विचार स्पष्ट करण्यासाठी काही कथाही सांगितल्या, दृष्टान्तही सांगितले. केशीराजबास या महानुभाव पंडितांनी 'लीळाचरित्रा'तून ही सूत्रं व दृष्टान्त निवडले आणि त्याला 'दार्ष्टान्तिक' नावाचा भाग जोडून त्यात त्या दृष्टान्ताचं लक्षात घेण्याजोगं तात्पर्य किंवा सार 'दार्ष्टान्तिक' सांगितलं. केशीराजबासांनी काही सूत्रांच्या स्पष्टीकरणार्थ काही दृष्टान्तही सांगितले, असं म्हणतात; तथापि बहुतेक सूत्रे व दृष्टान्त स्वामींनीच सांगितले असल्यानं 'दृष्टान्तपाठा'तील सूत्रांचं व दृष्टान्तांचं कर्तृत्व श्रीचक्रधरस्वामींकडे जातं, तर त्यांतील दार्ष्टांतिकांचं कर्तृत्व

व केशीराजबासांचं आहे. शिवाय ही सर्व सूत्रं व त्यांचं स्पष्टीकरण करणारे श्रीचक्रधरनिवेदित दृष्टान्त यांचे संकलन केशीराजबासांनी केलं आहे. तेव्हा 'दृष्टान्तपाठा'चे संकलनकार म्हणून केशीराजबासांचाच निर्देश करावयास हवा.

केशीराजबास हे मोठे व्युत्पन्न पंडित होते. त्यांचा संस्कृत भाषा व वाङ्मय यांचा व्यासंग दांडगा होता. त्यांनी धर्मशास्त्राचंही सखोल अध्ययन केलं होतं. त्यांनी 'लीळाचरित्रा'तील काही लीळांचा आपल्या 'रत्नमालास्तोत्र' या संस्कृत ग्रंथात शके १२०६ (इ. स. १२८४) मध्ये अनुवाद केला. पंथानं लोकहितासाठी मराठी भाषेचा स्वीकार केला होता. यासाठी केशीराजबासांनीही पुढे मराठीमधून ग्रंथलेखन केलं. 'लीळाचरित्रा'तील श्रीचक्रधरस्वामींचे विचार एकत्रित करून त्यांनी 'सूत्रपाठ' या ग्रंथाची रचना केली. 'सूत्रपाठा'त महानुभाव तत्त्वज्ञानाचं सार आलं आहे. या ग्रंथावर पुढं अनेक भाष्यं, महाभाष्यं लिहिली गेली.

हे विचार स्पष्ट करण्यासाठी स्वामींनी 'दृष्टान्त' सांगितले. त्यांचं संकलन केशीराजबासांनी प्रस्तुत ग्रंथात केलं आहे. या दृष्टान्तांची विषयवार अनुक्रमणिकाही त्यांनी 'लापणिक' या नावानं केली आहे. दृष्टान्तांवर त्यांनी संस्कृत भाषेत 'दृष्टान्त-स्तोत्र' नावाची १५४ श्लोकांची रचना केली आहे. शके १२११ मध्ये (इ. स. १२८९) त्यांनी श्रीचक्रधरस्वामींच्या 'मूर्ती'चे वर्णन करणारा 'मूर्तिप्रकाश' हा मराठी ग्रंथही लिहिला.

'मोकळे' दृष्टान्त

'लीळाचरित्रा'तील काही दृष्टान्तांचा 'दृष्टान्तपाठा'त समावेश झालेला नाही, तथापि हे दृष्टान्त महानुभाव संप्रदायात प्रचलित आहेत. त्यांना महानुभाव सांप्रदायिक 'मोकळे'— अजूनही ग्रंथनिबद्ध न झालेले— दृष्टान्त म्हणतात. डॉ. व. दि. कुलकर्णी यांनी हे 'मोकळे दृष्टान्त' काही वर्षांपूर्वी प्रसिद्ध केले.

'दृष्टान्तपाठा'वरील टीपग्रंथ (भाष्यग्रंथ)

ज्याप्रमाणं केशीराजबाससंकलित 'सूत्रपाठा' वर अनेक भाष्यग्रंथांची, टीपग्रंथांची निर्मिती झाली; त्याचप्रमाणं त्यांच्या 'दृष्टान्तपाठा'वरही अनेक टीपग्रंथ लिहिले गेले. या ग्रंथांत 'दृष्टान्त-हेतू', 'दृष्टान्त-स्थळ' आणि 'वचनान्वित दृष्टान्त' इ. टीपग्रंथांचा विशेषकरून उल्लेख करावयास हवा. याशिवायही 'दृष्टान्तपाठा'विषयीची अन्य सामग्री अलीकडील संशोधनात प्रकाशात येऊ लागली आहे. त्यावरून चौदाव्या शतकात व त्यानंतरच्या काळात या ग्रंथास किती महत्त्वाचं स्थान प्राप्त

झाले होते. हे सहज लक्षात येईल.

वरील ग्रंथकर्तृत्वाचा आलेख

'लीळाचरित्रा'ची रचना, दृष्टान्तपाठ व त्याची रचना, त्यानंतर अलीकडे उपलब्ध झालेले 'मोकळे दृष्टान्त', 'दृष्टान्तपाठा'वरील टीपग्रंथ किंवा भाष्यग्रंथ यांचं एकूण चित्र, आलेख वा मांडणी अशीही करता येईल—

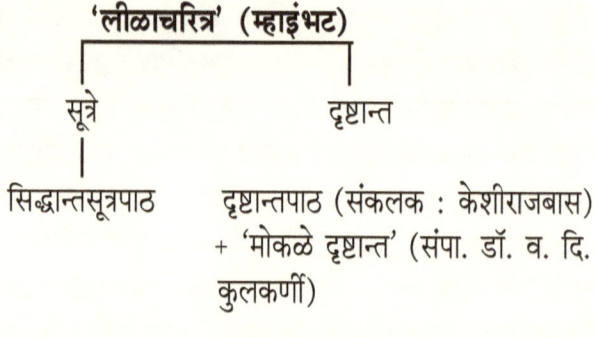

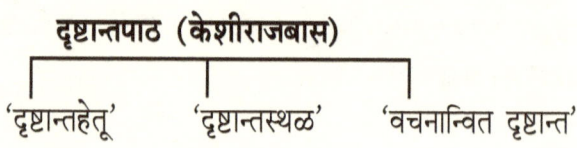

'लीळाचरित्र' (म्हाइंभट)

- सूत्रे
  - सिद्धान्तसूत्रपाठ
- दृष्टान्त
  - दृष्टान्तपाठ (संकलक : केशीराजबास) + 'मोकळे दृष्टान्त' (संपा. डॉ. व. दि. कुलकर्णी)

दृष्टान्तपाठ (केशीराजबास)

- 'दृष्टान्तहेतू'
- 'दृष्टान्तस्थळ'
- 'वचनान्वित दृष्टान्त'

हितोपदेश : दृष्टान्तनिरूपणाचा निर्मिति हेतू

महानुभाव संप्रदायाचा आणि त्या संप्रदायाचे प्रवर्तक व अवतारस्वरूप श्रीचक्रधरस्वामी यांचा एकूण दृष्टिकोनच लोकाभिमुख होता. आपले विचार स्पष्ट करण्याच्या हेतूने श्रीचक्रधरस्वामींनी दृष्टान्त सांगितले. हे विचार ज्यांना समजावून सांगायचे, तो समाज— सर्वसामान्यांना समाज— स्वामींपुढे होता. हा समाज काही बहुश्रुत पंडितांचा किंवा शास्त्रं पढलेल्या विद्वानांचा नव्हता. जनसामान्यांच्या उद्धाराच्या तळमळीतून विचारांचं प्रतिपादन आणि विचारांच्या स्पष्टीकरणार्थ दृष्टान्तांचं निवेदन— असा हा विचारांचा आणि दृष्टान्तांचा अन्योन्य संबंध आहे. सर्वसामान्यांना जे समजावून सांगायचं, ते त्यांच्या भाषेत— लोकभाषेत— समजावून सांगायला हवं. विद्वज्जड, प्रगल्भ, प्रौढ व पंडिती वळणाच्या भाषेतून हे सारं सांगता आलं नसतं, असं मुळीत नाही; पण तत्त्वप्रतिपादनामागं आणि तत्त्वविवरणामागे ही भूमिकाच मूलतः नव्हती. भूमिका होती जनसामान्यांच्या

उद्धाराची, त्यांच्या कल्याणाची आणि म्हणून लोकभाषेच्या माध्यमाइतकीच जनसामान्यांच्या अनुभवविश्वातील गोष्टींचीच निवड दृष्टान्त देण्यासाठी करणंही अपरिहार्य होतं. केवळ दृष्टांतांची नावंदेखील आपण पाहिली, तरी या गोष्टीचा व दृष्टान्त-निवेदकांच्या योजकतेचा प्रत्यय येतो. त्यामुळंच साध्या साध्या, सोप्या सोप्या कल्पनांतून व लोकपरिचित जीवनव्यवहारातील उदहारणांतून केलेलं विचारप्रतिपादन, तत्त्वविवरण सामान्य माणसाच्या डोक्यावरून जात नाही. त्याला त्याचं आकलन सहज सुलभ रीतीनं होते. तसंच पाहायचं झालं. तर पहिले तिन्ही दृष्टान्त हे एकच गहन तत्त्व सांगतात; पण त्यातील विचार दृष्टान्तनिवेदकांनी किती सोप्या पद्धतीनं स्पष्ट केला आहे. घरातील माणसाला केवळ घरातल्याच वस्तू दिसतात, घराबाहेरील माणसाला केवळ घराबाहेरील वस्तू दिसतात; तर उंबरठ्यावर असलेल्या माणसाला मात्र घरातील व घराबाहेरील सर्वच वस्तू दिवसतात. 'परावर' किंवा 'उभयदृश्य' अवताराच्या शक्तीची किती यथार्थ कल्पना या दृष्टान्तातून आपोआपच स्पष्ट होते!

'कुकडी', 'मासळी' किंवा 'कासवी', 'काकसूकर', 'हत्ती', 'गाय', 'वानरी', 'माकोडा', 'झाडियापुसिला पशू', 'तुरंगम', 'पडाळीये', 'पोहले सुने'— ही पशू पक्ष्यांची सृष्टी सर्वसामान्यांना परिचित अशीच नाही काय? चातक आणि राजहंस यांचेही दृष्टान्त 'दृष्टान्तपाठा'त नाहीत, असं नाही. पण त्यांच्याविषयीच्या कथा व रूढ संकेत सर्वसामान्य माणसाला माहीत असतातच. खाजे, तूप भात, 'जारसैले-भवरैले देहलुतैले आणि कोवळे' वाळुक, इंद्रवण, हिरडे-बेहडे, अन्न यांचे दृष्टान्तही सामान्य माणसांच्या जीवनाच्या अवती-भोवतीच घोटाळताना दिसतात; कारण ते त्या त्याच्याशीच निगडित आहेत.

'बांदकरी', 'सन्निपातला', 'दूरस्थ माता', 'डुळकैले बाळक', 'कपाल परीक्षा करणारा', 'कर्मचांडाळ', (दोन्ही) 'माळेकार', 'दीक्षितकन्या', 'कुष्टी', 'इसाळू', 'सामान्य स्त्री', 'दासी', 'पतिव्रता', 'दुबळि माता', 'सिंदेराणे', 'रीणाइत', 'द्विभार्या', 'दुर्भगा', (तिन्ही) 'वीरहीणी', 'शैयापालना', 'अहीरदेशीची म्हातारी', 'कठिया', 'कीर्तिकठिया', 'बाळवीधवा', 'लेकुरवाळी', 'माता', 'निद्रित क्षीरपान' करणारे मूल, 'शरणागत', 'फुटाणेकार', 'गुळहारी', 'चेइल' आणि 'जागसुता' इ. विषयीच्या दृष्टान्तांत मनुष्यस्वभावाचे विविध नमुनेच आढळत नाहीत काय? त्यांत मनुष्यस्वभावाच्या विविध छटा किती तरी बारकाव्यानं वर्णिल्या आहेत. स्वामींचं मनुष्यस्वभावाचे सूक्ष्म निरीक्षण या दृष्टान्तांतून किती कलात्मक रीतीनं प्रकट झालं आहे.

स्त्रीजीवनाचा विचार करता यात 'वीरही', 'आवडती', 'नावडती', 'दुर्भगा',

'पतिव्रता', 'दासी', 'दूरस्थ माता', 'दुबळी माता', 'बाळवीधवा', 'दीक्षितकन्या', 'शैयापालना' यांच्यापासून ते 'सामान्य स्त्रिया' (वेश्या) पर्यंत त्या आढळतात. पुरुषांचा विचार करता 'बांदकरी', 'शरणागत', 'रीणाइत', 'कठिया', 'कीर्तिकठिया', 'डींगरा', 'चेइला' आणि 'जागसुता', 'आतुल', 'बीहीरिल' आणि 'उंबरेयावरिल', 'वीखया', 'इसाळू', 'कर्मखंडाळ', 'कुष्टी', 'अयाचग्रासी', 'दंदीया', 'फुटाणेकार' आणि 'गुळहारी', तसेच 'माळेकार' हे सारेच पुरुष सामान्य माणसाला बरेच काही सांगून जातात. त्यांच्या गुण-दोषांतून सामान्य माणसाला व साधकाला बरंचसं शिकण्याजोगं आहे, आचरण्याजोगं आहे. 'डुळकैले बाळक'देखील येथे काही सुचवून जातं.

'रहाटघडी', 'वेव', 'खडे-खुबटे', 'पाणियाआंतुल गुंडा', 'सेवाळला खडक', 'रुभणे', 'चांदोबा', 'सुरी', 'चाटुसी', 'वटरोप', 'वट-बीज', 'जळमांडवी', 'साकर' या सर्व वस्तू सामान्य माणसाच्या नित्य परिचयातील होत. या लौकिक वस्तूंच्या साह्याने स्वामींनी पारलौकिक व आध्यात्मिक विचार किती सहजतेने मांडला आहे. या चिरपरिचित वस्तूंचा उपमान म्हणून उपयोग केल्यानंच 'उपमेया'चे स्वरूप अत्यंत कलात्मक रीतीने प्रकट झाले आहे. या उपमेयांतून तत्कालीन समाजजीवनाचे प्रतिबिंब उमटले आहे. तत्कालीन चालीरीतीचं दर्शनही त्यात घडतं. त्या वेळच्या समाजातील 'रीणाइत', 'शरणागत', 'बांदकरी', 'गुळहारी', 'फुटाणेकार', 'साळी' (पेवाचा दृष्टान्त), 'माळेकार', 'सामान्य स्त्री', 'दासी', चोर (बांदकरीयाचा दृष्टान्त) हे सर्व जण विविध व्यावसायिक व विविध सुष्ट-दुष्ट प्रवृत्तींचे लोक यांत वावरताना दिसतात. त्यांत राजाचा आणि सिंदेराण्यासारख्या मानकऱ्याचा जसा उल्लेख आढळतो, त्याचप्रमाणं 'शरणागत रंका'चासुद्धा आढळतो. त्यात समाजजीवनातले विविध स्तर कुणब्यापासून सम्राटापर्यंत प्रकट झाले आहेत. हे समाजजीवन बहपेडी व बहुरंगी आहे. त्यात किती तरी घटकांचा समुच्चय आहे.

'दृष्टान्तपाठ' : लोककथांचा बाज (आकृतिबंध)

'लोककथा' हाही एक वाङ्मयप्रकाराच मानायला हवा, असं मला वाटतं. 'कहाणी' या संज्ञेनं आपण लोककथांचा निर्देश करतो. 'कहाणी' ही जनसामान्यांच्या अनुभवविश्वाशी परिचित असते. 'कहाणी'चा आकृतिबंध अत्यंत वैशिष्ट्यपूर्ण असतो. तिचं माध्यम 'बोली' हे असतं. तिच्यामधील निवेदनाचा 'थाट' व त्यातली गतिमानता, रंजनमूल्य, संवादकौशल्य, वातावरणनिर्मिती, श्रोत्यांची उत्कंठा

व जिज्ञासा उत्तरोत्तर शेवटपर्यंत कायम टिकवण्याचं सामर्थ्य; प्रतिमासृष्टी, सूक्ष्म निरीक्षण व त्याचा केलेला चपखल उपयोग, व्यक्तिवर्णन व प्रसंगवर्णन, ज्या हेतूनं वा प्रयोजनानं ही कहाणी वा लोककथा सांगितली, ते प्रयोजन— तो विचार— ते सूत्र (तत्त्व) सांगून श्रोत्यांवर अपेक्षित परिणाम साधून केलेला शेवट... हे सारेच तिचं व्यवच्छेदकत्व व वैशिष्ट्य विशद करीत नाहीत का? ज्या जनसामान्यांचं प्रबोधन करायचं; त्या लोकांच्या जीवनाशी, त्यांच्या अनुभवविश्वाशी व मानसिकतेशी, सुख-दु:खाशी व आशा-अपेक्षांशी या कहाणीची नाळ घट्ट जुळलेली असते. लोकपरंपरा व रीतिभाती यांची पार्श्वभूमी व अधिष्ठानही तिला असते.

रसाळ, गतिमान निवेदनकौशल्य

स्वामींनी वेळोवेळी आपल्या अनुयायांना अनेक कथा सांगितल्या आहेत. अशा प्रकारच्या अनेक कथा 'लीळाचरित्रा'च्या उत्तरार्धात आढळतात. 'लीळाचरित्रा'तील अशा काही कथांनाच पुढं दृष्टान्तस्वरूप लाभल्याचं आढळतं. स्वामींचं कथानिवेदन अत्यंत कलात्मक असल्याचा प्रत्यय 'दृष्टान्तपाठ' वाचताना पदोपदी येतो. **कथनकौशल्य** हा एक लक्षणीय गुण त्यात आढळतो. काही चिरपरिचित कथाही स्वामींनी ज्या उत्कृष्ट पद्धतीने निवेदिल्या आहेत, त्यामुळे त्यांतील अनुभव अत्यंत समर्थपणे वाचकांना गोचर होतो.

'हत्ती आणि आंधळे' यांची चिरपरिचित कथा ही अशाच प्रकारची एक कथा होय. या कथेचे निवेदन करताना 'हत्तीच्या दृष्टान्ता'त त्यातील प्रसंगा-प्रसंगांची गुंफण कशी साधली जाते, ते पाहा—

"गांवा हस्ति आला.

तेथ जात्यंध हस्ती पाहो गेले.

एकें पावो देखीला.

एकें सोंड देखीली.

एकें कानु देखीला.

एकें पाठि देखीली.

एकें पूंस देखीली.

मग एकमेकां संवादति, ''आरे, तुवां हस्ती देखीला?''

पावो देखीला, तो म्हणे, ''हस्ती खांबासारीखा!''

सोंड देखीली, तो म्हणे, ''हस्ती मूसळासारीखा!''

कानु देखीला, तो म्हणे, ''हस्ती सुपासारीखा!''

पोट देखीलें, तो म्हणें, "हस्ती कोथळेयासारीखा!"

पूंस देखीलें, तो म्हणें, "हस्ती खराटेयासारीखा!"

—ऐसें एकमेकां उरोधिती!

तयांमध्ये डोळसु असे, तो म्हणे, "हस्तीचा एकु एकु अवएवु होए : परि हस्ति नव्हे. ऐसा अवएवीं युक्त तो हस्तीं!"

'परमेश्वर हा अनेक शक्तींनी युक्त आहे,' हा विचार. या दृष्टान्ताच्या शेवटी जे 'दार्ष्टान्तिक' आलं आहे, ते 'जड' वाटत नाही. ते 'दार्ष्टान्तिक' असे—

"जेयासि जे शक्ति प्रकाशली असे, ती तीए शक्तीतें परमेश्वरू म्हणे. ज्ञानीया असे, तो म्हणे, हे ईश्वराची एकि एकि शक्ति होय, परि परमेश्वरू नव्हे! ऐसा शक्तीयुक्त तो परमेश्वरू!"

'सूत्रा'त सांगितलेल्या तत्त्वाचं प्रतिपादन करण्यासाठी हत्तीच्या गोष्टीचा हा प्रपंच! पण उद्‌बोधनाचा हेतू या कथेमागं असला तरी तिच्यातील रंजनमूल्यही नष्ट झालेलं नाही. बांदेकरीयाचा दृष्टान्त, माळेकराचा दृष्टान्त, कठियाचा आणि कीर्तिकठियाचा दृष्टान्त, ब्रह्मचारी घोडेयाचा दृष्टान्त, सींदेराणेयाचा दृष्टान्त, रीणाइताचा दृष्टान्त, दंदीयाचा दृष्टान्त इ. विविध दृष्टान्तांतून स्वामींनी किती तरी कथा सांगितल्या आहेत. या कथांमध्ये लोककथांची बीजंही आढळतात.

वेधक संवादांची गुंफण

'वेधक संवाद' हे या कथनातील एक लक्षात घेण्याजोगं वैशिष्ट्य होय. या कथांतील संवादांची गुंफणही अत्यंत कलात्मक वाटते. कथेतील अनुभव गोचर करण्यासाठी स्वामींनी उपयोजिलेलं ते एक प्रभावी माध्यम होय. या संवादांतूनच तो प्रसंग, त्याच्याशी संबंध असलेल्या विविध व्यक्ती आपल्यासमोर उभ्या राहतात. स्वामींचं मानवस्वभावाचं मार्मिक सूक्ष्म निरीक्षणही त्यातून प्रकट झालं आहे.

समाजात विविध स्तरांतील, विविध स्वभावांची माणसं असतात. त्यांच्या जीवनपद्धतीही वेगवेगळ्या प्रकारच्या असतात. त्यांचं भावविश्व व विचारविश्वही वेगवेगळं असू शकते. या सर्व प्रकारच्या समाजघटकांचे यथातथ्य व रेखीव चित्रण 'दृष्टान्तपाठा'त झाल्याचे आढळतं. 'दृष्टान्तपाठा'च्या वाङ्‌मयीन वैशिष्ट्यांपैकी वास्तव व कलात्मक जीवनचित्रण हे एक लक्षणीय वैशिष्ट्य मानायला हवं. त्यातून यादवकालीन समाजाच्या स्थितिगतीचा ठसा आपल्या मनावर उमटल्याविना

राहत नाही.

या दृष्टीनं ‘दृष्टान्तपाठा’तील काही दृष्टान्तविषयांची व तत्संबद्ध व्यक्तींची निवड अत्यंत मार्मिक वाटते.

‘रुंभणेयाचा दृष्टान्त’ या दृष्टीनं अत्यंत लक्षात घेण्याजोगा आहे, असं मला वाटतं. हा दृष्टान्त असा—

कव्हणी एकु दुधाचे गुणवीसेख अन्मोदीत होते. तेथ जात्यंधु आला. तेणें पुसीलें, “हां गा, दूध तें कैसें?”

“दूध तें पांढरें!”

“पांढरें ते बळ्हेसारीखे?”

“बळ्हे ते कैसी?”

“बळ्हे ते रुंभणेयासारीखे.”

“रुंभणें तें कैसें?”

“रुंभणे तें ऐसें-” भणौनि हातु वाकुडा करूनि पाहीलें.

एकु दिसु तेणें रुंभणे कोठां देखीलें. तथा आंगणी देखीलें : हातु वाकुडा करूनि पाहीला. “दूध तें हे!” भणौनि पेवो लागला! हीरडीया फुटति. रगत नीगे.

“आरे, हे काइ करीतासि?”

“ना, दुध पीताये!”

“आरे, सांडी सांडी. हे रुंभणे! हीरडीया फुटति ना!”

“माझेनि बापें सांघितले, ‘दूख होए परि न संडी!”

यातील संवादांची रचनाच अशी आहे की, त्यांतून तो प्रसंग तर उभा राहावाच; पण त्याचबरोबर त्या जात्यंधाचे आणि त्याच्याभोवतालच्या माणसांचं चित्रही रेखाटलं जावं. जात्यंधाचं अज्ञानही त्यातून हळूहळू व्यक्त होऊ लागतं. या सर्वच प्रसंगाला विनोदाची सूक्ष्म किनार लाभली आहे, त्यामुळं तो अधिक जिवंत वाटतो. कलात्मक वाटतो. त्यातूनच साधकानं अज्ञानाचा त्याग करावयास हवा, ही गर्भित सूचनाही दिली आहे. रंजन आणि उद्‌बोधन ही दोन्ही प्रयोजनं त्यातून साधली आहेत.

या प्रसंगातील हे निवेदन श्रीचक्रधरस्वामींनी केलं आहे. ‘दार्ष्टान्तिक’ केशीबासांनी लिहिलं असलं तरी केवळ रुक्ष तात्पर्य सांगून त्यांनी आपलं काम संपवलं नाही तर कधी कधी त्यांनीही स्वामींच्याच संवादात्मक निवेदनशैलीचं

अनुकरण हुबेहूब केलं आहे. त्यामुळं 'सूत्र' आणि 'दृष्टान्त' हे स्वामींचे, तर 'दार्ष्टान्तिक' केशीबासांचे— अशी वस्तुस्थिती असूनही, 'सूत्र', 'दृष्टान्त' आणि 'दार्ष्टांतिक' यांतूनही 'दृष्टान्तपाठा'चं आणखी एक वाङ्मयीन वैशिष्ट्य प्रकट झाले आहे. ते असं रंजन आणि उद्‌बोधन/ प्रबोधन यांचा सुरेख संगम साधताना रंजनाची वा प्रबोधनाची एकमेकांवर कुरघोडी झालेली नाही किंवा प्रबोधनाच्या भारानं त्यातील रंजनमूल्य कमी झालं नाही. प्रबोधन किंवा हितोपदेश ही 'दृष्टान्तपाठा'च्या निर्मितीमागील प्रमुख प्रेरणा असूनही त्यातील सुरेख, रसाळ कथानिवेदनामुळं हा ग्रंथ विद्वज्जड झालेला नाही. यातच या ग्रंथाच्या लोकप्रियतेचं रहस्य दडलं आहे, असे मला वाटतं त्याबरोबर सूत्र, दृष्टान्त आणि 'दार्ष्टान्तिक' या सर्वांतच एकसूत्रीपणा आढळतो. 'रुंभणेयाचा दृष्टान्ता'तील हे 'दार्ष्टान्तिक' पाहा—

कव्हाणी एकु ईश्वराचे गणवीशेखु अन्मोदीत होते. कठीया बैसला होता. तेणे पुसिले,

"हां गा, परमेश्वरू तो कैसा?"

"ना, जैसा कैलास वैकुंठीचा ब्रह्मा, विष्णू, महादेवो."

"ब्रह्मा तो कैसा?"

"जैसा आयूध्येचा रामू."

"रामु तो कैसा?"

मग 'द्वीभुज', 'चतुर्भुज' भणौनि प्रतिमा दाखवी. मग तेथे तो राहे. झाडी, सडा-संमार्जन करी. पाला तोडी. तेणें अधिका नरकचि होति.

—भणौनि हेतुगर्भीत हींसा!

'दृष्टान्तपाठा'तील अनेक दृष्टान्तांतील विनोदाचं स्वरूपही लक्षात घेण्याजोगं आहे. त्याविषयी यापूर्वी थोडासा ओझरता उल्लेख केला आहे. 'हत्तीच्या दृष्टान्ता'तील जात्यंध आपापल्या कल्पनेनुसार हत्तीचं स्वरूप कसं असावं, याविषयी जे निदान करतात; त्यातून अभावितपणे प्रसंगनिष्ठ विनोदाची निर्मिती झाली आहे. 'रुंभणेयाच्या दृष्टान्ता'तही ज्या व्यक्तीचं वर्णन केलं आहे, त्याच्या अज्ञानामुळं किती घोटाळा होतो याचं मार्मिक व विनोदी वर्णन केलं आहे. 'कठिया'चे दोन्ही दृष्टान्तही या संदर्भात लक्षात घेण्याजोगे आहेत.

स्वभावनिष्ठ व प्रसंगनिष्ठ विनोदाचे अनेक मार्मिक दाखले 'दृष्टान्तपाठा'त आढळतात.

काही दृष्टान्तांतील उपहास मोठ्या मार्मिकपणानं व्यक्त झाला आहे. त्यातील

पुढील वाक्यं किती उपहासगर्भ आहेत, ते पाहा—

"— सर्व विष्णुमयं जगत् : जोन्हळे परमेश्वरू !"

"— मज म्हातारपणी काही लागैल. हीरडा, बेहडा, मीठ, वस्त्र घेयावया होइल!"

"— कठीये हो! आतां तुम्ही 'लेकुरवाळे' जालेति. आतां गावातु घर बांधा!" ...इत्यादी

'ब्रह्मविद्याशास्त्र' (महानुभाव तत्त्वज्ञान)

'दृष्टान्तपाठा'तील विविध सूत्रांत व दृष्टान्तांत स्वामींनी आपल्या शिष्यांना विविध गोष्टींसंबंधी उपदेश केला आहे. त्यांच्यासमोरील हा शिष्य मुमुक्षू आहे. त्याला जीवाचं सार्थक कसं करावं याचा ध्यास लागला आहे. त्याच्या साधनेत, अनेक अडथळे येण्याची शक्यता आहे. त्याला जोपर्यंत खरं ज्ञान (यथार्थ ज्ञान) होत नाही, तोपर्यंत तो केवळ चाचपडत राहणार. 'जीव' म्हणजे काय, प्रपंचाचं स्वरूप कसं असतं, 'देवतां'चं स्थान किती गौण असते आणि 'परमेश्वर' हाच केवळ आपल्याला मुक्ती देऊ शकतो— या सर्वच गोष्टींचं त्याला नीटसे आकलन होत नाही आणि तसे आकलन झाले नाही, तर त्याला साधना कशी करता येणार? त्याला हे ज्ञान प्राप्त होणे अत्यंत आवश्यक आहे. हे ज्ञान देऊन जीवाचे सार्थक करण्यास स्वत: परमेश्वरच कसा उत्सुक आहे, हे स्वामींनी विविध दृष्टान्तांत सांगितले आहे. या सूत्रांतून व दृष्टान्तांतून महानुभाव तत्त्वज्ञानातील विविध तत्त्वे प्रकट झाली आहेत.

'जीव', 'प्रपंच', 'देवता' आणि 'परमेश्वर' ही महानुभाव संप्रदायाची चतु:सूत्री आहे. या चार तत्त्वांचे प्रतिपादन महानुभाव तत्त्वज्ञानात मुख्यत्वेकरून केले आहे. यांपैकी प्रत्येकाविषयीचे विवेचन 'दृष्टान्तपाठा'तील विविध दृष्टान्तांत वा सूत्रांत केल्याचे आढळते. श्री. कुडव यांनी याविषयी विवरण करताना आवर्जून त्याविषयीचा तपशील न चुकता दिला आहे. प्रत्येक दृष्टान्ताचं विवरण सुटा दृष्टान्त वाचला तरी तो स्वयंपूर्ण वाटावा, ही त्यांची भावनुवादकाची भूमिका असावी, असं त्यांनी संपादिलेला हा ग्रंथ वाचताना मला सातत्यानं जाणवलं. काही वेळा या तपशिलाची पुनरुक्ती होण्याइतपत ते जाणवलं; पण त्यानंतर पुनर्विचार करता, त्यांची वर उल्लेखिलेली भूमिका व त्यामागील पंथ विचार-प्रसाराची कळकळ व तळमळही जाणवल्यावाचून राहिली नाही. हा त्यांचा पांडित्य प्रदर्शनाचा सोस नसून लोकोद्धाराचा ध्यास आहे व तो स्तुत्य आहे.

यादवकालीन लोकभाषेचं विलोभनीय स्वरूप

'दृष्टान्तपाठा'तील यादवकालीन लोकभाषा कशी आहे, आज आपण बोलतो त्या मराठी भाषेत व 'दृष्टान्तपाठा'त काही साम्यभेद आहे का, असं जिज्ञासूना वाटण्याची शक्यता आहे, असं मला जाणवल्यानं तिची काही ठळक वैशिष्ट्यं इथं हेतुत: देत आहे.

१) शब्दसंग्रह

i) तत्सम शब्द

'दृष्टान्तपाठा'त काही तत्सम शब्दही आढळतात. तत्सम शब्दांत संस्कृत शब्दांची मूळ रूपे तशीच जतन करून ठेवल्याचे आढळते—

लघुत्व, अविधि, धर्म, आचार, ईश्वर, विकार, कीर्ति, सभा, क्रिया, रति, अनुकूल, प्रतिकूल, उद्यम, रज.

'दृष्टान्तपाठा'तील भाषेत तत्सम शब्दांची संख्या तद्‌भव शब्दांपेक्षा कमी आहे. तथापि, त्यांचे (तत्सम शब्दांचे) तद्‌भव रूप बरेच बदलण्यापूर्वीची अवस्था ज्यांत आढळते, असे (तत्सम शब्दांच्या रूपांशी बरेचसे मिळते-जुळते रूप असलेले) शब्दही आढळतात. संस्कृत रूपापासून दूर जाण्याची व मराठीतील आपले तद्‌भव रूप प्राप्त करण्यापूर्वीची ही अवस्था आहे :

अध्यात्मीकु, अधिदैवीकु, आध्यात्मीकु इ.

ii) खास मराठी वळणाचे शब्द

हे 'दृष्टान्तपाठा'च्या भाषेचे एक लक्षणीय वैशिष्ट्य होय. हे शब्द यादवकालीन लोकभाषेत रुळलेले शब्द होत. त्यांतून व्यक्त होणारे 'मऱ्हाटपण' काही आगळेच आहे

ओखटे, लेंकुरवाळें, सेतडीय, कणबाबुळी, झावळेंपण, सागळ, खाराणि, आंगरखे, राणाइत, जळमांडवी, सेजिया-साइलिया, कांजी-भाजी, मोदहा, घरवात इ.

यादवकालात फार्सी भाषेचा मराठीशी संबंध आला नसल्याने 'दृष्टान्तपाठा'त फार्सी शब्द आढळत नाहीत.

२) वाक्यरचना

छोटी-छोटी अर्थपूर्ण वाक्ये हे 'दृष्टान्तपाठा'च्या भाषेचे एक लक्षणीय वैशिष्ट्य होय. त्यातील निवेदन या वैशिष्ट्यामुळेच अत्यंत प्रभावी वाटते. त्यामुळेच त्या भाषेस एक आगळे लावण्यही लाभले आहे. कहाण्यांच्या भाषेशी या भाषेचे नाते

बरेच जुळते. 'गुळहारिया'च्या दृष्टान्तातील भाषेचे हे देखणे रूप पाहा—

"कव्हणी एकु गुळहारी असे. तो गुळ करी. उसाचा रसु काढी. काहीलीए घाली. तळी अग्नि जाळी. रस काढे. चाटसी एकरूनि मळी वेगळी करी. मग आणिकी भांडांचा आणीकी भांडा घाली. द्रव असे तो बद्ध होए. मग हाती घेउनि आणिका ठाया नेयावेया योग्य होए. तैसे परमेश्वरू जीवाची मळकर्मे फेडौनि योग्य करीति!"

या संदर्भात 'वटरोपाचा दृष्टान्त'ही उल्लेखिण्याजोगा आहे. 'राहाटघडीएचा दृष्टान्ता'तील हा भाग पाहा— 'राहाटी घडी बांधली असे. ते ये जाए. भरे. रीचवे.'

विचार प्रतिपादन करताना काही ठिकाणी प्रदीर्घ वाक्यरचना केल्याचेही आढळते.

—'पुरुषे' तवंपर्यंत संनिधान करावे जैसें पैऱ्हा गेलेया वीकार-विकल्पु न बधीति तैसे असंनिधानी पुरुषें ज्ञानीयाची जवळीक तवंपर्यंत करावी, जैसें पैऱ्हां गेलेयां अज्ञान अन्यथाज्ञान बधिति :'

—'कोमळ ज्ञानीं आचारें इंद्रियधर्म पातळ होति, अपरोक्षदशे जाति म्हणौनि पुरुषें असंनिधानी धर्म जिज्ञासावा :'

— 'संनिधानस्तीता पुरुषाचेया देखोवेखी, तयातें पुसपुसों, असंनिधानस्तीत पुरुष वर्ते तरि जेचि गति तयासि होए :'

३) सुभाषितवजा वाक्ये

काही वाक्यांना सुभाषितांचे रूप प्राप्त झाले आहे. त्यामुळे या भाषेच्या 'देखणेपणा'त, सौंदर्यात भर पडली आहे—

— ज्या वृक्षाची साहिल गोड, तयाचे फळ कैसें असे?
— साकर होइजे ते नीकें : की साकर अनुभवीजे तें नीकें?
— देव माझा, मी देवाचा :
— जीवाचे जीवन परमेश्वरू :
— पुरुष जेतुला प्रयत्नु करी : तेतुलतेतुलें दैव साह्यातें करी :
— लोकींचा श्रेष्ठ तो येथीचा नष्ट : येथीला श्रेष्ठ तो लोकीचा नष्ट :
— अनुसरलियातें निरोध न बद्धति :

४) वाक्प्रचार

यादवकालीन लोकभाषेत प्रचलित असलेले किती तरी वाक्प्रचार 'दृष्टान्तपाठा'त

आहेत.

वेध संचरणे = ईश्वराची अनुभूती मिळणे
गुळ्ळा देणे = गुळणी करण्यासाठी पाणी देणे
सन्निधान देणे = सहवास देणे
खंति करणे = दु:ख वाटणे
दारवंठा राखणे = (एखाद्याचा) संसार करणे
आळि घेणे = आरोप करणे, आळ घेणे
जीवे जाणे = मरणे
स्तनपान देणे = (मुलाला) दूध पाजणे
वरिपडा होणे = वरचढ होणे, वर्चस्व गाजविणे
कुजांतर करणे = षड्यंत्र करणे, चेटुक इ. करणे
अग्निप्रवेसु करणे = सती जाणे
नरक होणे = नरकवास भोगावा लागणे
आडवांगी घालणे = अडथळा निर्माण करणे, अडवणूक करणे
घरवात करणे = संसार करणे
पाकनिष्पत्ती करणे = स्वयंपाक करणे

वर काही निवडक उदाहरणं दिली असली तरी अशी असंख्य उदाहरणं 'दृष्टान्तपाठा'त सर्वत्र विखुरली आहेत.

'दृष्टान्तपाठा'च्या विविध वैशिष्ट्यांची कल्पना यावी, या दृष्टीनं थोडासा पुनर्विचार या ग्रंथाच्या या प्रस्तावनेत करण्याचा प्रयत्न केला आहे. त्यावरून मध्ययुगीन मराठी भाषेच्या मानदंडांपैकी 'दृष्टान्तपाठ' हा ग्रंथही एक मानदंड आहे, हे कुणीही मान्य करील.

श्री. कुडव यांच्या या संपादनाच्या निमित्तानं मला हा पुनर्विचार करता आला, याबद्दल मी त्यांचं मन:पूर्वक आभार मानतो.

◆◆

आ) वारकरी संप्रदाय

विभाग पहिला : महानुभाव पंथ

विभाग पहिला - महानुभाव पंथ

: १ :

मराठी संतांचे पाश्चिमात्य भक्त

****

'विलायत' हा शब्द मी फार लहानपणी— माझ्या विद्यार्थिदशेत ऐकला होता. त्या वेळी या शब्दाभोवती एक अद्‌भुततेचं वलय असे. 'विलायत म्हणजे पाश्चिमात्य देश' नि त्यांतल्या त्यात इंग्लंड— ही कल्पना नि हे समीकरण त्या काळात मराठी माणसाच्या मनात विशेषत: रूढ होते नि आजही थोडं-फार आहे. मी महाविद्यालयात नि विद्यापीठात प्राध्यापक झालो, मराठी भाषा व वाङ्मय यांचं अध्यापन/संशोधन करू लागलो; त्या वेळी पाश्चिमात्य जगाशी आपला कधी काळी संपर्क/संबंध येईल, अशी कल्पना मी स्वप्नातही केली नव्हती. पण आयुष्यात काही सुयोग असतात, तसा हाही एक सुयोग आला खरा; आणि आला म्हणूनच मी हा लेख लिहू शकलो.

पूर्वी भारतीय भाषा आणि संस्कृती यांचा अभ्यास करणाऱ्या व त्यात रमणाऱ्या काही पाश्चिमात्य विद्वानांची नावं मला परिचित होती. त्यांत जर्मन विद्वान गटे (गोएटे) हे नाव अग्रभागी होतं. तो कालिदासाचं 'शाकुंतल' डोक्यावर घेऊन नाचला होता, अशी एक आख्यायिका प्रचलित आहे. मोल्स्वर्थनं 'मराठी भाषेचा शब्दकोश' तयार केला होता. डॉ. ग्रीयर्सननं संपूर्ण भारतीय भाषांचं सर्वेक्षण दीड-दोन दशकांपूर्वी करून 'भारतीय भाषा सर्वेक्षण' (लिंग्विस्टिक सर्व्हे ऑफ इंडिया) या ग्रंथाचे अनेक खंड प्रकाशित केले होते. त्यांत सातव्या खंडात मराठीच्या विविध बोलींचे तपशील व नमुने दिले, ते मी अभ्यासले होते. डॉ. श्री. म. पिंगे यांनी प्रा. अ. का. प्रयोळकर यांच्या मार्गदर्शनाखाली 'युरोपियानांनी केलेला मराठी भाषेचा अभ्यास व सेवा' या संशोधनपर ग्रंथांची मला कल्पना होती पण ही सारी भूतकाळातली माणसं होती. मराठी भाषेची महती गाणारे व 'क्रिस्तपुराण' यासारखा मराठीचा मानदंड मानला जाणारा ग्रंथ लिहिणारे फादर स्टिफन्स तरी मी कुठं पाहिले होते?

गेल्या दशकाच्या उत्तरार्धात औरंगाबादला मराठवाडा विद्यापीठात- आजच्या डॉ. बाबासाहेब आंबेडकर मराठवाडा विद्यापीठात- आल्यावर या भूतकाळाचं रूपान्तर वर्तमानात झालं नि आपली संस्कृती, आपली भाषा, आपलं सन्तसाहित्य यांचा नि पाश्चिमात्य जगाचा किती निकटचा संबंध आहे, याची मला कल्पना येऊ लागली. हे पाश्चिमात्य जग माझ्या अधिक निकट येऊ लागलं नि मीही त्या जगाशी अधिक एकरूप होऊ लागलो.

यात माझा सर्वप्रथम संबंध आला तो डॉ. विल्यम कॅल्व्हर्ट यांच्याशी- म्हणजेच बेल्जियम या देशाशी. तेथील कॅथॉलिक विद्यापीठाचे डॉ. कॅल्व्हर्ट हे प्राध्यापक. त्यांनी जवळपास आपलं सारं आयुष्यच सन्त नामदेवांच्या साहित्याच्या अध्ययन-संशोधनासाठी वेचलं. ते भारतात याच कामासाठी तीन-चार वेळा येऊन गेले पण माझी व त्यांची भेट काहीशी उशिरा म्हणजे, तिसऱ्या भारत-भेटीच्या वेळी झाली असावी. यापूर्वी ते भारतात वाराणशीला व अन्यत्र आले होते. डॉ. कॅल्व्हर्ट हे संत नामदेवांचा व त्यांच्या साहित्याचा अभ्यास जवळपास सतरा-अठरा वर्षं करीत होते.

संत नामदेव हे मराठवाड्यातल्या नरसी- बामणीचे. आमच्या विद्यापीठाच्या मराठी विभागात मी स्वत: व माझे संशोधक सहायक यांच्या साह्यानं जवळपास पाच-सहा हजार मराठी हस्तलिखितांचा संग्रह केला असून त्यात महानुभाव संप्रदायाची हजार-दीड हजार हस्तलिखितं आहेत. हा भारतातील कोणत्याही विद्यापीठाच्या मराठी विभागीय हस्तलिखितसंग्रहांपेक्षा सर्वांत मोठा संग्रह आहे. ही वार्ता डॉ. कॅल्व्हर्ट यांना कळताच त्यांनी औरंगाबादेला धाव घेतली आणि आल्या-आल्या मला प्रश्न विचारला, ''यांत नरसी-बामणीच्या पोथ्या कोणत्या?'' (नरसी-बामणी हे संत नामदेवांचं मराठवाड्यातल्या हिंगोली तालुक्यातील गाव.) मग त्यांच्या मायक्रोफिल्मिंगमध्ये ते रात्री उशिरापर्यंत गढून गेले. बेल्जियमला परतल्यावर त्यांनी मला पत्र पाठविलं. त्यात लिहिलं होतं, 'डॉ. पठाण, परमेश्वरानं मला तीन जन्म द्यावेत असं मला वाटतं. पहिला माझ्या मुलाबाळांसाठी, दुसरा माझ्या देशाच्या सेवेसाठी नि तिसरा जन्म तुमच्या विभागातील हस्तलिखितांचा अभ्यास करण्यासाठी!' पुन्हा काही वर्षांनंतर ते मला भेटले, तेव्हा मी त्यांना विचारलं, ''नामदेवांविषयी काही लिहिलं का नाही?''

तेव्हा त्यांनी मला एक पुस्तक भेट म्हणून दिलं. त्याचं नाव होतं. 'डू वुइ नो नामदेव?' (नामदेव आपल्याला खरोखरीच कळलेत का?)

डॉ. अिऑन रेसाईड हे लंडन विद्यापीठातील (स्कूल ऑफ ओरिएंटल

अँड आफ्रिकन स्टडीज्) 'एस्ओएस्'चे मराठीचे प्राध्यापक. महानुभाव वाङ्मय व त्याचं संशोधन हा त्यांचा विशेष आवडीचा विषय. त्यांनी महानुभाव मराठी वाङमयाची एक बृहत्सूची तयार करून ती लंडन विद्यापीठाच्या संशोधनपत्रिकेत प्रसिद्ध केली होती. ही सूची महानुभाव साहित्य संशोधक प्रमाण मानतात. डॉ. रेसाईडही मला माझ्या विभागात येऊन भेटले. ते महानुभाव पंडित हयग्रीवाचार्य यांच्या 'गद्यराज' या ग्रंथाचं संपादन करीत होते. त्यांनाही आमच्या महानुभाव हस्तलिखितांचा फार उपयोग झाला. त्यांनी 'भाऊसाहेबांची बखर' व 'मराठी कथां'चा संग्रह अनुवादून इंग्रजीत प्रसिद्ध केला. मला १९८२ मध्ये ब्रिटिश कौन्सिलची फेलोशिप मिळाली, तेव्हा आम्ही दोघांनी मिळून मराठी संतसाहित्याविषयी लंडन विद्यापीठात काम केलं.

महानुभाव मराठी साहित्य-संशोधनात आणखी मन रमलं ते डॉ. ॲन फेल्डहाऊस यांचं. त्या ॲरिझोना विद्यापीठात (अमेरिकेत) मराठीच्या प्राध्यापिका आहेत. त्यांची नि माझी महाराष्ट्रात व विदेशात जागतिक भक्तिसाहित्य परिषदांत अनेकदा भेट झाली. आमच्या विभागातील महानुभाव हस्तलिखितांचा— विशेषत: सांकेतिक 'सकळ सुंदर' लिपीतील हस्तलिखितांचा— त्यांनी फार उपयोग केला. त्यांनी प. जर्मनीत झालेल्या (बॉन विद्यापीठप्रायोजित) आंतराष्ट्रीय भक्तिसाहित्य परिषदेत महानुभाव संप्रदायाचे अवतारस्वरूप श्रीगोविंदप्रभू यांच्याविषयी शोधानिबंध वाचला होता. श्रीचक्रधररोक्त 'सिद्धान्तसूत्रपाठ' हा महानुभाव तत्त्वज्ञान विशद करणारा ग्रंथ. त्याची आमच्या संग्रहातील अत्यंत जुनी सांकेतिक लिपीतील पोथी डॉ. फेल्डहाऊस यांनी संपादून इंग्रजीत प्रसिद्ध केली आहे. डॉ. शं. गो. तुळपुळे व डॉ. फेल्डहाऊस यांनी मिळून 'डिक्शनरी ऑफ ओल्ड मराठी' हा ग्रंथही प्रकाशित केला.

चेकोस्लोव्हाकियाच्या चार्ल्स विद्यापीठात १९७२ मध्ये मला अतिथी प्राध्यापक म्हणून निमंत्रित केलं होतं. तिथं व ओरिएन्टल इन्स्टिट्यूटमध्ये मी संतसाहित्याविषयी व्याख्यानं दिली. माझे दुभाषा डॉ. माशा यांचं संशोधन 'दंडी'विषयी होतं. चेकेस्लोव्हाकियाचेच डॉ. दुशान यांनी शेख महंमद या सूफी सन्तकवीच्या साहित्याविषयी संशोधन केलं आहे. (त्यांच्या प्रबंधाचा मी एक परीक्षक होतो.)

रशियातील लेनिनग्राड विद्यापीठातील डॉ. कुझनेत्सोव्ह हेही महानुभाव वाङ्मयाचे अभ्यासक. महानुभवांचे व्याकरणग्रंथ मध्ययुगीन साहित्यात फार महत्त्वाचे मानले जातात. डॉ. कुझनेत्सोव्ह यांनी महानुभावीय मराठी व्याकरणग्रंथावर

पीएच्. डी. चं संशोधन केलं. माझ्याशी त्याविषयी चर्चा करण्यासाठी ते आमच्या मराठी विभागात आले होते कुठं रशिया, कुठं लेनिनग्राड विद्यापीठ, कुठं महानुभाव पंथ नि कुठं त्याचं व्याकरण! महानुभाव व्याकरणकारांनी प्रारंभीची मराठी व्याकरणग्रंथ, निघंटु (कोश) इ. ची रचना केली, हे किती मराठीच्या प्राध्यापकांना माहीत असेल, अशी एक पाल माझ्या मनात चुकचुकते. डॉ. कुझनेत्सोव्ह यांनी आमच्या विभागातील महानुभाव हस्तलिखितांचा अभ्यास केला. माझे स्नेही अ. भा. महानुभाव परिषदेचे अध्यक्ष महंत नागराजबाबा यांच्याशीही त्यांनी चर्चा करून टिपणं तयार केली. विषय एवढा जटिल असूनही कुझनेत्सोव्ह किती उत्साहानं हे सारं करीत होते!

अमेरिकेतील पेन्सिल्व्हानिया विद्यापीठाच्या डॉ. एलिनार झेलिएट या दलित चळवळीच्या अभ्यासक. त्यांनी एकनाथांच्या 'हिन्दु-तुर्क-संवादा'चं सम्पादन करून ते प्रसिद्ध केलं. यासाठी त्यांनी माझ्याशी चर्चाही केली होती.

सेंट ऑगस्टीनला (प. जर्मनीत) झालेल्या दुसऱ्या जागतिक भक्तिसाहित्य परिषदेत माझी पॅरिस विद्यापीठाच्या प्राच्यविद्या विभागाच्या डॉ. मादाम वॉद्‌विल् यांच्याशी भेट झाली. त्यांनी ज्ञानदेवांच्या 'हरिपाठाच्या अभंगां'चे फ्रेंच भाषेमध्ये भाषांतर केलं आहे. त्यांच्या शिष्या कॅथरीन कीन्ले याही या परिषदेत मला भेटल्या. त्यांनी या परिषदेत पंढरीच्या वारीमध्ये स्वत: केलेल्या प्रवासातल्या अनुभवांचं चित्रण केलेली एक-दीड तासाची डॉक्युमेंटरी दाखविली, ती पाहून वेगवेगळ्या देशांतले प्रतिनिधी थक्क झाले. बॉन विद्यापीठात मी तुकोबांचा गाथा नि ज्ञानेश्वरीही पाहिली होती. जर्मनीचेच डॉ. सोन्थाइमर हे तर पुण्यात अनेकदा येऊन राहिले. खंडोबाविषयीचं त्यांचं संशोधन प्रसिद्ध आहे. ते जर्मनीच्या हाइडेलूबर्ग विद्यापाठाचे प्राध्यापक. त्यांनी डॉ. तुळपुळे यांच्या सहकार्यानं 'मध्ययुगीन मराठी सन्तसाहित्याचा इतिहास' जर्मन भाषेत प्रसिद्ध केला. पोर्तुगालचे एक फादर पुण्याच्या 'स्नेहसदन'मध्येच राहत. 'कल्ट ऑफ विठाबा' नावाचा वारकरी साम्प्रदायाविषयीचा महत्त्वपूर्ण ग्रंथ लिहिला.

- असे हे आपल्या सन्तसाहित्याचे पाश्चिमात्य भक्त!

◆◆

: २ :

भेटीसि गेलिये तंव तेचि जालिये

भारतीय पुराणांमध्ये अनेक भक्तांच्या कथा वर्णिल्या आहेत. भक्त पुंडलिकाची कथा ही त्यांतील एक अत्यंत लोकप्रिय कथा आहे. पुंडलिक हा काही सर्वसामान्य भक्त नव्हता. प्रल्हाद हा जसा अनन्यसाधारण भक्त होता तसाच पुंडलिकही होता. त्याची भक्ती सकाम भक्ती नव्हती तर ती निष्काम भक्ती होती. निरपेक्ष-निरागस भक्ती होती. तो पांडुरंगाची भक्ती तर करीत होताच पण आपल्या माता-पित्यामध्येही त्याला देवत्वाची प्रचीती येत होती.

तो 'मातृदेवो भव' नि 'पितृदेवो भव' हे चरण केवळ म्हणतच नव्हता तर ते प्रत्यक्ष आचरणात आणीत होता. 'माता-पित्यांची सेवा हीच ईश्वरसेवा', या वचनावर त्याची अनन्य श्रद्धा होती. या श्रद्धेचं नि निष्ठेचं फलित असं की, दर्शनासाठी त्यानं पांडुरंगाची काकुळत करण्याऐवजी त्याच्या मातृ-पितृसेवेवर प्रसन्न होऊन प्रत्यक्ष पांडुरंगच त्याच्या भेटीला आला नि त्यानं पुंडलिकाला दर्शन दिलं. अशा वेळी एखादा दुसरा भक्त माता-पित्याची सेवा सोडून पांडुरंगाकडे धावत गेला असता पण पुंडलिकानं तसं केलं नाही. त्यानं पांडुरंगासमोर एक वीट टाकली, त्याला अंमळ तिथंच थांबायला सांगितलं नि तो पुन्हा आपल्या आई-वडिलांच्या सेवेतच मग्न झाला. पुंडलिकाची देवाला अंमळ थांबण्याची विनंती किती 'काळाची' असावी? - तब्बल अठ्ठावीस युगांची!

संत नामदेवांनी पुराणकथेचं अत्यंत नाट्यपूर्ण वर्णन केलं आहे. प्रत्यक्ष पांडुरंग त्या विटेवर उभा राहिला. युगांमागून युगं गेली पण पुंडलिक तर माता-पित्याच्या सेवेतच दंग झालेला! शेवटी पांडुरंगालाच पुंडलिकाला विनवणी करावी लागली–

युगें झाली अठ्ठावीस ।
अजुनि न म्हणशी बैस ।।

वारकरी संप्रदायाच्या भक्तीच्या वाटचालीचा प्रारंभ हा ज्या क्षणापासून सुरू झाला, तो हाच सुवर्णक्षण! महाराष्ट्राच्या सांस्कृतिक जडण-घडणीतला हा एक अग्रदूत.

महाराष्ट्रात 'वारी'चा प्रारंभ केव्हा झाला, ते नेमकेपणानं सांगता येत नसलं तरी मराठी मातीत तिचं बीज पेरलं जायला ही घटनाच कारणीभूत झाली, हे निर्विवाद. हा 'वेलु' पुढं गगनावरी कसा गेला, याची साक्ष त्यापुढची शतकं देतात. 'वारी करी तो वारकरी' या उक्तीमधली 'वारी' ही पंढरीची वारी. अशी वारी करणारांचा संप्रदाय तो 'वारकरी संप्रदाय'! या संप्रदायाचं पर्यायी नाव 'भागवतधर्म' किंवा 'भागवत संप्रदाय' हेही आहे.

संत बहिणाबाईंनी वारकरी संप्रदायाच्या इतिहासाचा जो आलेख आपल्या एका अभंगात रेखाटला आहे, तो केवळ वारकरी साम्प्रदायिकांच्या मुखीच नाही तर सर्व मराठी माणसांनाही ज्ञात आहे–

संतकृपा झाली । अिमारत फळा आली ।

ज्ञानदेवें रचिला पाया। उभारिलें देवा ।।

या प्रारंभीच्या चरणांवरून ज्ञानदेवांनी या संप्रदायाचा 'पाया रचला असावा', अशी समजूत होणं स्वाभाविक आहे. त्यामुळं वारकरी संप्रदाय व वारीची प्रथा ज्ञानदेवांपासून किंवा त्यांच्या यादवकाळात म्हणजे तेराव्या शतकात निर्माण झाली असावी, असं म्हणावं तर ज्ञानदेवांचे वडील विठ्ठलपंत हेच पांडुरंगाची भक्ती करीत असत. तेही पंढरीला पांडुरंगाच्या दर्शनाला जात असत व त्या काळात म्हणजे ज्ञानदेवपूर्व काळातही वारीची प्रथा रूढ असावी, असा एक तर्क करता येतो. त्यामुळं 'वारकरी संप्रदायाचा पाया ज्ञानदेवांनी रचला' या विधानाचा शब्दश: अर्थ घेता येत नाही. नामदेवांनी जे त्रिखंडात्मक 'ज्ञानदेवचरित्र' लिहिलं, त्यातील 'तीर्थावळी' या प्रकरणाचा विचार करता, त्या यात्रेच्या काळात ज्ञानदेव- नामदेवांना जे समाजदर्शन घडलं, त्यावरून भक्तीची प्रथा महाराष्ट्रात प्राचीन काळापासून असली तरी जनसामान्यांना धर्माची यथार्थ कल्पना नाही; त्यात सुलभता यायला हवी, त्याचं सुगमीकरण व्हायला हवं; कर्मकांडाचं प्राबल्य नाहीसं व्हायला हवं; धर्मविचार लोकभाषेत- मराठीत यायला हवा, तो सर्वसामान्यांना कळायला हवा, त्यात जातीपातीचं बंधन नसावं, स्त्री-शूद्रांना भक्तीचा अधिकार मिळायला हवा— अशा प्रकारे भक्ती ही सर्वांच्या आटोक्यात यायला हवी... तीर्थयात्रेच्या वेळी ज्ञानदेव-नामदेवांना ही गोष्ट उत्कटतेनं व तीव्रतेनं जाणवल्यामुळं त्यांनी वारकरी संप्रदायाच्या पारंपरिक रूपाचा पुनर्विचार करून त्याला नवा

उजाळा दिला. त्यात नवचैतन्य ओतलं. भक्तीचा मार्ग सर्वांना खुला केला.

पोथीपांडित्य, कर्मठता, अंधश्रद्धा, अनेकदैवतवादांमुळं होणारा जनसामान्यांचा बुद्धिभेद— यामुळं धर्मविचार त्यांच्यापर्यंत पोहोचूच शकला नाही. शिवाय, हे सारं गीर्वाणवाणी/ देववाणी म्हणजे संस्कृत भाषेत असल्यामुळं जनवाणी-लोकभाषा- मराठी भाषा- बोलणाऱ्या भाळ्याभोळ्या, तळागाळातल्या सामान्य माणसाला ते कसं कळणार? हे सारे अडसर ज्ञानोबा-नामदेवांनी नाहीसे केल्यानं मध्यंतरी कुंठित झालेला भक्तीचा प्रवाह पुन्हा नवचैतन्यानं खळखळून वाहू लागला. त्यामुळं मराठी माणसाला पुन्हा आत्मभान आलं. या अर्थानंही 'ज्ञानदेवें रचिला पाया' हा चरण लक्षात घ्यायला हवा; त्याचबरोबर 'नामदेवें रचिला पाया' हाही जोडायला हवा. कारण त्यांनीही हा पाया रचताना तितकेच कष्ट घेतले आहेत; शिवाय, कीर्तनाच्या माध्यमातून त्यांनी भक्तीचा प्रवाह नेण्याचं कार्य करून या भक्तिमार्गी वारकरी संप्रदायाचा झरा अखंड झिरपत ठेवला. या संतद्वयानं भक्ती आणि समता यांचा, प्रपंच नि परमार्थ यांचा, ज्ञानमार्ग-कर्ममार्ग यांतील एकांगीपणाचं 'हीण' काढून व त्यांना भक्तीची जोड देऊन या तिन्ही मार्गांचा समन्वय साधला. ज्ञानमार्गातील पवित्र विचार, कर्ममार्गातील पवित्र आचार आणि भक्तिमार्गातील अपार डोळस श्रद्धा या त्रिसूत्रीतून ज्ञानोबा-नामदेवांनी वारकरी संप्रदायाची नव्यानं जडण-घडण केली व त्याला उजाळा दिला.

मग हा भक्तिप्रवाह चोखोबा, गोरोबा, सावतोबा, सेनामहाराज, नरहरीमहाराज, जनाबाई, मुक्ताबाई, कान्होपात्रा, सोयराबाई, निर्मळा, भागू यांच्या अभंगवाणीच्या रूपानं जनसामान्यांच्या लोकवाणीचे, लोकसंगीताचे, लोककलांचे व लोकसंस्कृतीचे स्रोत घेऊन समाजाच्या सर्व स्तरांतून प्रकट होऊ लागला. भक्तीच्या या प्रवाहाला पुढं नाथांची (एकनाथांची), तुकोबा-निळोबा-बहिणाबाईंची अभंगवाणीही भेटली व या भक्तिसागराला एकविसाव्या शतकापर्यंत सतत भरतीच येत गेली. 'ओहोटी' हा शब्द या सागराला माहीतच नाही. भक्तीच्या या गंगोत्रीचं या युगायुगांच्या वाटचालीत वारीच्या सतत हेलावणाऱ्या विशाल जनसागरात रूपान्तर कसकसं होत गेलं याची जाण, भान नि ज्ञान कुणालाच झालं नाही; इतकी नकळत गवसणी या भक्तिसागरानं महाराष्ट्रातील लोकमानसाला घातली. महाराष्ट्राच्या लोकमानसानं हा वारीचा, भक्तीचा वसा नि वारसा शतकानुशतकं जीवापाड जपला. त्यामुळं जीवा-शिवाची भेट झाली, जन्म-मृत्यूचा 'येरझारा' संपला.

दर वर्षी 'वारी' केवळ येते नि जाते, असं मात्र होत नाही. ती वारकऱ्याला

भावी जीवन जगण्याचं नवं पाथेय नि नवी शिदोरी देते. ही शिदोरी असते उदात्त जीवनादर्शांची, आचारशुचितेची, डोळस श्रद्धेची, 'दैवी' संपत्तीची, सहजीवनाची, बंधुभावाची, ईश्वरनिष्ठेची, सदसद्विवेकाची, संयमाची, इंद्रियनिग्रहाची, नामजपाची...

खरं तर हे सारे वारकऱ्याच्या माळेतले मणी आहेत. ही माळ वारकरी केवळ गळ्यातच घालतो का? मुळीच नाही. तो तर ती आपल्या अन्तकरणात सर्वार्थांनी 'जपत' असतो. वारीच्या रूपानं त्याला जी आत्मप्रचीती येते, ती ज्ञानदेवांनी 'भेटीसी गेलीये तंव तेचि जालिये' या अमृतमय शब्दांत व्यक्त केली आहे, ती यासाठीच.

◆ ◆

: ३ :

वारी : सुलभ उपासनेचा वस्तुपाठ

❋-❋

'वारी' या शब्दात अनेकसंदर्भसूचकत्व आहे. 'वारी' म्हणजे 'जाणं'च नव्हे, तर 'वारी'त 'परत येणं' हेदेखील अभिप्रेत नाही का? कुठून जाणं कशासाठी जाणं, कुठं जाणं नि कुठं परतणं? खरं तर वारकरी आपल्या गावाहूनच जात असतात नि पुन्हा आपल्या गावीच परतत असतात. 'प्रयाण' हे या प्रवासाचं पहिलं टोक नि 'पुनरागमन' हे दुसरं; पण या दोन्ही बिंदूंत कितीतरी अनेक बिंदू मिसळून त्यातून जीवन जगण्याच्या कलेची एक नितळ, निर्मळ, पवित्र, उदात्त, 'सरळ' जीवनरेषा साकार होत असते. ती वारकऱ्यांच्या जीवनाला सुंदर, देखणा आकार देत असते. वारकरी आपल्या गावाहून जाताना जसा असतो, तसाच परतल्यानंतरही असतो का हो? मुळीच नाही. जाण्यापूर्वी त्याच्या जीवनात वेड्यावाकड्या प्रवृत्ती-अपप्रवृत्तींच्या रेषा निर्माण झाल्या असतील तर त्यांचं रूपान्तर एका सरळ रेषेत होत असतं. या वेड्यावाकड्या रेषा केवळ वारकऱ्याच्या जीवनातच निर्माण होण्याची शक्यता नसते तर तुमच्या-आमच्या, सर्वसामान्यांच्या जीवनातही निर्माण होत असतात. विविध वेळी निर्माण होणारी विशिष्ट परिस्थिती त्याला कारणीभूत होत असते. जन्मलेलं प्रत्येक बालक किती निरागस नि निष्पाप असतं पण पुढं परिस्थितीच त्याचं रूपान्तर सद्वर्तनी किंवा कुवर्तनी माणसात करीत नाही का?

खरं तर वारकरी जेव्हा तुळशीची माळ धारण करतो, त्याच वेळी तो सदाचरण नि सत्प्रवृत्ती यांच्या पालनाची जणू मनोमन प्रतिज्ञाच करीत असतो. केवळ प्रतिज्ञाच करीत नाही तर त्या उक्तीचं कृतीत रूपान्तर करण्याचाही सतत आटोकाट प्रयत्न करीत असतो; पण माणूस हा परिस्थितिशरण नि काहीसा अगतिक, असहायही असतो. काही वेळा परिस्थिती त्याला नमायला भाग पाडते. अशा वेळी वारकरी कुणाकडे धाव घेतो? त्याला कुणाचं ध्यान नि

चिन्तन करावंसं वाटतं? कुणाचा आधार घ्यावासा वाटतो? पांडुरंगाचा— म्हणजे परमेश्वराचाच ना? असा देवाचा आधार केवळ वारकऱ्यांनाच नव्हे तर सर्वधर्मीयांना घ्यावासा वाटतो. या आस्तिक श्रद्धेमुळं आत्मभान तर मिळतंच पण उदात्त जीवन जगण्याचं नवचैतन्यही लाभत असतं. हे नवचैतन्य वारकऱ्यांना पांडुरंगाच्या दर्शनानं लाभत असतं नि ते घेऊनच ते पंढरपूरहून आपापल्या गावी परतत असतात. हे आत्मबळच वारकऱ्यांना भावी जीवन उदात्तपणे जगायला मार्गदर्शक ठरत असतं. यामुळंच 'वारी' हा शब्द उच्चारताच माझ्या मनात लौकिक-पारलौकिक नि पुन्हा लौकिक— अशा त्रिविध अवस्था उमटतात. लौकिकापासून पारलौकिकापर्यंतचा प्रवास पुन्हा लौकिकातच संपत असला तरी वारकऱ्याच्या भावी पारलौकिक वाटचालीला तो प्रेरक ठरत असतो. त्यामुळं वारकऱ्याच्याच जीवनाला कलाटणी मिळत असते, असं नाही; तर तो ज्या समाजात वावरतो, त्यालाही कलाटणी मिळते, त्यालाही 'वळण' लागतं. गावागावातलं हे वळण मग राष्ट्रालाही 'वळण' लावतं.

वारी हा केवळ 'प्रवास' नाही, ती केवळ 'पदयात्रा' नाही तर तो एक विलक्षण 'सहप्रवास'ही आहे. हा 'सहप्रवास' वरकरणी आपल्याला फार फार साधासुधा वाटला, तरी तो तसा नाही. या सहप्रवासात वेगवेगळ्या जाती-पंथांचे लोक एकमेकांना समजावून घेतात. त्यामुळं त्यांच्यामध्ये एकमेकांविषयी 'सौहार्द' निर्माण होतं. सद्भावना निर्माण होते, बंधुत्व निर्माण होते. -आणि असं सौहार्द निर्माण होणं, ही आजच्या काळाची किती मोठी गरज आहे, हे मी तुम्हाला सांगायला हवंच का? ज्या वातावरणात आज आपण राहत आहोत नि तुकोबा म्हणतात त्याप्रमाणं 'रात्रंदिन आम्हा युद्धाचा प्रसंग' ही अवस्था आपल्याला भोगावी लागत आहे; त्यात 'वारी' हा वारकऱ्यांना केवढा मोठा दिलासा आहे! त्यामुळं 'सत्संग' लाभतो, सुविचार ऐकायला मिळतात. 'सहप्रवास' करताना एकमेकांची सुख-दुःखं जाणून घेता येतात. सुख-दुःखांना जात-पंथ-धर्म असतो का हो? म्हणून साऱ्या जाती-जमातींचे लोक आपली जात-पात विसरून या सहप्रवासात विठुनामाचा नि 'ज्ञानदेव-तुकारामां'चा नामघोष करीत भक्तिमय वातावरणात, श्रद्धेच्या 'रिंगणात' फेर धरीत रमून जातात. रोजचे ताण-तणाव विसरण्याचा हा केवढा रामबाण उपाय! पण हे केवळ सारे ताप विसरण्यासाठी नव्हे, तर एरवी आपण पांडुरंगाचा आठव नि त्याची सेवा करण्यासाठी जे चोवीस तास देऊ शकत नाही, त्यासाठी. वारीतला क्षण न् क्षण, तास न् तास, प्रहर न् प्रहर केवळ उपासानेसाठी नि उपासनेसाठीच असतो. (अशा वेळी या

असंख्य भक्तांची सेवा स्वीकारायला पांडुरंगाला किती सायास पडत असतील?)

वारकरी पंथाचं वैशिष्ट्य असं की, त्यानं जनसामान्यांना उपासनेचा सर्वांत सोपा मार्ग म्हणजे 'नामस्मरण' आणि 'कीर्तन' हा सांगितला. यज्ञयाग, अनुष्ठान, हठयोग असे अवघड मार्ग पुरस्कारिले नाहीत कारण हे जनसामान्यांच्या आवाक्यातले नाहीत नि असल्या अवघड, न झेपणाऱ्या, केवळ विशिष्ट पुरोहितवर्गाची सोय पाहणाऱ्या कर्मकांडांची गरजही नाही. एका अर्थानं, जनसामान्यांसाठी हे उपासनामार्ग जणू कालबाह्यच झालेले आहेत, असं वारकरी संप्रदायाला सुचवायचं असावं. हे सुचवूनच हा संप्रदाय थांबला नाही तर त्यानं प्रत्यक्ष या भक्तिमार्गाचं सुलभीकरण करून ते वारकरी संप्रदायाच्या आचारसंहितेत समाविष्टही केले. उपासनेच्या सुलभीकरणाचा हा वस्तुपाठच होता. त्यामुळं साक्षर-निरक्षर, बहुजन-अभिजन, राव-रंक, नागर-ग्रामीण हे समाजातील सारेच विविध स्तर या भक्तीच्या महाप्रवाहात सामील झाले. या महाप्रवाहाचं महानदीत— भक्तिगंगेत झालेलं रूपान्तर आज आपण पंढरीच्या वारीच्या रूपानं पाहत आहोत. जे वारीला जाऊ शकत नाहीत, त्यांनाही हे रूप सुगम भक्ती नि उपासना करण्याची प्रेरणा देत असतं. प्रपंच, व्यवसाय, विद्यार्जन व अन्य भौतिक/ऐहिक कार्य करण्यात या उपासनापद्धतीचा कोणताच अडसर येत नाही, हे तिचं एक लक्षणीय वैशिष्ट्य आहे नि 'वारी' केल्यामुळं 'येरझारा' म्हणजे जन्म-मृत्यूची 'वारी'देखील टाळता येते!

◆◆

: ४ :

वारकरी पंथाचा समतावाद

महाराष्ट्रातील विविध धर्म आणि धर्मसंप्रदाय यांनी आपल्यासमोर जी विविध उद्दिष्टं ठेवली होती, ती समजून घेणं हा 'मऱ्हाटी' संस्कृतीच्या आकलनाचा नि अध्ययनाचा एक फार फार महत्त्वाचा भाग आहे. महाराष्ट्रात एकच एक धर्म वा पंथ नाही; ही अनेक धर्मांची भूमी आहे, अनेक पंथांची भूमी आहे. या दृष्टीनं या भूमीत केवढी विविधता आहे! एकाच गावात, एकाच वस्तीत, एकाच झोपडपट्टीत नि एकाच शहरात किती वेगवेगळ्या जाती-धर्मांची नि पंथांची माणसं राहतात. शतकानुशतकं ही माणसं गुण्यागोविंदानं नांदत आहेत. काही जण काही वेळा काहीसं वितुष्ट निर्माण करण्याचा प्रयत्न करतात पण नितळ समाज-मानस कालमानानं या दऱ्या मिटवून टाकतं, या दुराव्याच्या भिंती नाहीशा करतं नि पुन्हा एकसंध समाजाची जडण-घडण करू लागतं. याला बराचसा हातभार लागतो तो आपल्या विविध धर्मांच्या वा पंथांच्या उदात्त तत्त्वज्ञानांचा, उदात्त विचारसरणींचा. या उदात्त विचारसरणी व हे उदात्त तत्त्वज्ञान आपण मुळातून समजून घ्यायला हवं. यासाठी आपल्या विविध धर्मीयांमध्ये व पंथीयांमध्ये अभिसरण होणं, ही आजच्या काळाची व आपल्या देशाची फार मोठी गरज आहे. खरं तर 'संतपीठ' ही गरज चांगल्या प्रकारे भागवू शकलं असतं पण त्याच्या कार्याच्या प्रारंभाचा खरा मुहूर्तच अजून गवसत नसावा. कुणी हे करायचं दायित्व स्वीकारलं नाही तर ते आपणच पुढाकार घेऊन स्वीकारायला हवं— या भूमिकेतून हे सदर लिहायला घेतलं आहे. खरं तर हे कार्य समाजोद्धाराची तळमळ बाळगणारे अनेक जण आपापल्या परीनं करीतही असतील; त्यातला माझा हा खारीचा वाटा.

वारकरी संप्रदाय हा महाराष्ट्रातला सर्वांत मोठा संप्रदाय. त्याच्या अनुयायांची संख्या विपुल असून ते महाराष्ट्रभर विखुरले आहेत. वाऱ्यांच्या निमित्तानं ते

एकमेकांना 'उराउरी' भेटतात. सहप्रवास करतात. सहभोजन करतात. सत्संगाचा लाभ घेतात नि विठ्ठलाच्या दर्शनानं तृप्त होऊन पुन्हा आपल्या व्यावसायिक कामाधामाला लागतात. समाजाचा एक अविभाज्य घटक म्हणून आपल्या प्रापंचिक जबाबदाऱ्याही पार पाडतात.

तसा वारकरी संप्रदाय हा ज्ञानदेव-नामदेवपूर्वकाळातही होता, याची प्रमाणं आपल्याला इतिहासकाळात आढळतात. यादवकाळातली पंढरपूरची 'चौऱ्यांशीची शिळा' याची साक्ष देते. या शिलालेखात रामदेवराव यादवांचा 'पंढरी फड-प्रमुख' असा उल्लेख आहे. पंढरपूरच्या विठ्ठल मंदिरातील पूजा-अर्चा 'आचंद्रार्क' चालावी, त्याला 'फुलेदांडे वाहावेआ' (वाहण्यासाठी) ज्या भक्तमालिकेनं दान दिलं, त्यांचा उल्लेख या शिळेत आहे. यादवपूर्वकाळातही या 'पांडुरंगपल्ली'चं महत्त्व व माहात्म्य होतं नि विठ्ठलोपासना केली जात होती, याचे कितीतरी पुरावे यादवपूर्वकाळातील शिलालेखांत व ताम्रपटांत सापडतात. त्यांचा तपशील डॉ. शं. गो. तळपुळे यांनी 'प्राचीन मराठी कोरीव लेख' या पुणे विद्यापीठानं प्रकाशित केलेल्या ग्रंथात दिला आहे. मग 'ज्ञानदेवें रचिला पाया' असं संत बहिणाबाई आपल्या वारकरी संप्रदायाच्या संदर्भातील अभंगात का म्हणतात? इथं ज्ञानदेवांचाच उल्लेख असला व पुढं 'नामा तयाचा किंकर । तेणे केला हा विस्तार।।' असा उल्लेख असला तरी संत ज्ञानदेव आणि संत नामदेव यांनी मिळून वारकरी संप्रदायात नवचैतन्य ओतण्याचं कार्य केलं, हे आपण सर्व जणच मान्य करतो. वारकरी संप्रदायाची खऱ्या अर्थानं उभारणी या काळापासून सुरू झाली.

या उभारणीला विविध जाती-जमातींच्या संतांचाही हातभार लागला. यात कोण कोण होते? यात चोखोबा होते, गोरोबा होते, सावतोबा होते, सेनामहाराज होते नि नरहरीमहाराजही होते. हे त्या काळातील वेगवेगळ्या जातींचे संत होते... पण ते याच काळात एकत्र का बरं आले? याचं कारण वारकरी संप्रदायानं स्वीकारलेला नवा मानवतावादी दृष्टिकोन. डॉ. मु. ग. पानसे हे यादवकालीन महाराष्ट्राच्या संस्कृतीचे गाढे अभ्यासक होते. त्यांनी 'यादवकालीन महाराष्ट्र' या ग्रंथात तत्कालीन समाजस्थितीचं जे चित्र रेखाटलं आहे, ते लक्षात घेता, पंथीय तत्त्वज्ञान अधिक उदार, अधिक व्यापक, अधिक मानवतावादी होणं अपरिहार्य होतं. याच्या खुणा ज्ञानदेव-नामदेवांच्या व वर उल्लेखिलेल्या संतांच्या लेखनात जशा आढळतात; त्याचप्रमाणं महानुभाव संप्रदायाच्या 'लीळाचरित्रा'सारख्या महत्त्वपूर्ण ग्रंथातही आढळतात. विषमतामूलक विचारसरणी ही समाजाचा विनाश

करणारी असून समाजाचा अमुक घटक उच्च प्रतीचा व अमुक घटक नीच प्रतीचा— असं मानणं, यात काही तार्किक सुसंगती होती का? काही घटकांनी स्वत:ला स्वयंघोषित उच्चवर्णीय ठरवून टाकलं व अन्यांना आपल्यापेक्षा कमी प्रतीचं ठरवून टाकलं.

ही गोष्ट काही घटकांवर अन्याय करणारीच नव्हती का? सामाजिक न्यायाच्या संकल्पनेला त्यामुळं तडा जात असल्यानं वारकरी संप्रदायानं आध्यात्मिक संदर्भात आम्ही सर्वांना समान लेखतो, ही भूमिका स्वीकारली. आध्यात्मिक समतेची ही भूमिका अत्यंत महत्त्वाची होती. भक्तीचा आणि मुक्तीचा अधिकार कुणालाही नाकारता येणार नाही, ही भूमिका चातुर्वर्ण्यातील विषमता अमान्य करणारी होती... म्हणजेच मानवतावादी होती नि उदारमतवादाचा पुरस्कार करणारी होती. आध्यात्मिक संदर्भातील विषमता अमान्य केली की, ओघानं सामाजिक संदर्भातील समताही प्रस्थापित व्हावी, अशी वारकरी संतांची भूमिका व धारणा होती. ही भूमिका अत्यंत व्यापक होती. तिची व्याप्ती कसकशी वाढत-वाढत गेली नि ती काही वेळा अन्य धर्मांनाही कशी सामावून घेऊ लागली होती, हे वारकरी संप्रदायात रूढ असलेल्या पुढील उक्तीवरून सहज लक्षात येईल : **'ज्ञानाचा एका । नामयाचा तुका । नि कबीराचा शेका।।'** यातील 'शेका' म्हणजे संतकवी शेख महंमद हे होत. त्यांनी विठ्ठलभक्तिपर शेकडो अभंग लिहिले. त्यांचे वारीविषयीचे व पंढरीमाहात्म्यपर अभंगही लक्षणीय व लोकप्रिय आहेत.

धर्मप्रबोधन हे जसं विशिष्ट वर्गासाठी नाही त्याचप्रमाणं धर्मप्रबोधनाचं माध्यमदेखील विशिष्ट वर्गाचं म्हणजे केवळ शास्त्रं जाणणाऱ्या संस्कृतज्ञांचं नि पंडितांचंच नसावं— ते मायबोलीचं असावं, मराठी भाषा हे असावं, ते 'देशी' असावं— ही वारकरी संतांची धर्मप्रबोधनाच्या माध्यमाची भूमिकादेखील सर्वसामान्यांच्या हिताची नि लोकाभिमुखच नव्हती का? त्यासाठी त्यांना अभिजनवर्गाचा आणि विशिष्ट प्रस्थापित वर्गाचा रोषही पत्करावा लागला, विरोधही पत्करावा लागला; पण तो न जुमानता ज्ञानदेवांपासून निळोबांपर्यंतच्या सर्व वारकरी संतांनी 'प्राकृत'मध्ये— म्हणजे मायबोली मराठीत लेखन व प्रबोधन केलं. संस्कृतज्ञ असूनही ज्ञानदेवांनी एकही ग्रंथ संस्कृत भाषेत का लिहिला नाही, याचं उत्तर इथंच कुठं तरी गवसतं. संस्कृत भाषेला त्यांचा विरोध नव्हता. संत एकनाथ ही संस्कृतज्ञ होते; पण ते 'संस्कृत ही गीर्वाणवाणी म्हणजे देवांची वाणी असेल तर मायबोली मराठी ही चोरांपासून झाली का?' असा प्रश्न विचारून रुक्मिणी

स्वयंवर, भावार्थरामायण, भागवत, भारुडं, पदं, अभंग, गवळणी, विराण्या-सौऱ्या, स्फुट आध्यात्मिक प्रकरणं— हे सारं लेखन मराठीतच का बरं करतात? अध्यात्म आणि धर्मज्ञान हे समाजातल्या सर्व घटकांच्या कल्याणासाठी असल्यानं त्याला भाषेची कुंपणं घालता येणार नाहीत, असं जणू आव्हानच वारकरी संप्रदायानं दिलं आणि तेही सात-आठ शतकांपूर्वी. त्यामुळं महाराष्ट्रात उदारमतवाद आणि मानवतावाद या विचारसरणी प्रसृत व्हायला नि समाजमानस उन्नत व्हायला केवढं साह्य झालं! समाजाची मानसिकता बदलण्याचा, समाजात 'भेदाभेद मानणं हे अमंगळ' आहे, हे समाजाला पटवून देण्याचा नि ते प्रत्यक्षात आचरणात आणण्याचा वारकरी संतांचा प्रयत्न इतिहास आणि संस्कृती या दोहोंच्या संदर्भात अत्यंत महत्त्वाचा होता. पुढच्या शतकांची पावलं समतेच्या, बंधुत्वाच्या, उदारमतवादाच्या दिशेनं कशी पडतील याची जणू पाऊलवाटच आपले वारकरी संत जडवीत-घडवीत होते. वारीच्या रूपानं आजच्या एकविसाव्या शतकातही आज एकात्मतेचं हे चैतन्यमय चित्र आपण पाहत आहोत, हे आपलं केवढं भाग्य!

◆◆

: ५ :

सामाजिक उन्नयनाचा मार्ग

आषाढीच्या वारीचे दिवस हे नेमके ग्रामीण भागातले शेतकरी, कामकरी आणि मजूर यांच्यासाठी पेरणीचे दिवस असतात, कामाचे दिवस असतात; तरीसुद्धा ते निष्ठेने वारीला जातात कारण त्यानिमित्ताने त्यांना सत्संग लाभतो. यात मोठ्या प्रमाणावर श्रद्धेचा भाग असला तरी या काळात काही चांगले संस्कार त्यांच्या मनावर बिंबतात. शिवाय वारीमध्ये जातीपातीचा भाग एरवीप्रमाणं पाळला जात नाही. या काळात सर्व जण एकत्र राहतात आणि सहभोजन घेतात. यामुळे त्यांना थोड्या प्रमाणात का होईना वेगळी दृष्टी लाभते, असं मला वाटतं.

वारीची परंपरा संत नामदेवांनी सुरू केली ती लोकसहभागाचं महत्त्वाचं साधन म्हणून. या परंपरेतून नंतरच्या काळात गावोगावी 'फडप्रमुख' तयार झाले. या फडप्रमुखांकडे एक प्रकारची मानसिक सत्ता असते. त्यांच्याकडे गावकरी आदर्श म्हणून पाहतात. आताच्या काळात तर काही शिक्षकांकडेही आदर्श म्हणून पाहता येत नाही. या फडप्रमुखांमुळे ग्रामीण भागातले लोक व्यसनांपासून, दुर्वर्तनापासून परावृत्त होतात. त्यांचं प्रबोधन होतं.

पूर्वी आपल्याकडे अनेक देवतावाद होता. त्यामुळं जनसामान्यांचा बुद्धिभेद आणि बुद्धिभ्रम होत असे म्हणून ज्ञानदेव-नामदेव यांनी आपल्या संप्रदायाच्या वारीवर जाणीवपूर्वक लक्ष केंद्रित केलं. नवससायास, कर्मकांड, व्रतवैकल्यं यांच्यापासून जनसामान्यांना आपल्या परीनं परावृत्त करण्याचा प्रयत्न केला. पंढरपूरचा विठ्ठल हा एकच देव मानून एकेश्वरवादाची संकल्पना रूढ करण्याचा प्रयत्न केला. या माध्यमातून सुलभ भक्तिमार्ग सांगण्याचा प्रयत्न केला. एकेश्वरवादाची संकल्पना फक्त इस्लाममध्ये आहे.

वारीला जाणाऱ्याच्या मनात कुठं तरी सत्त्वाची जाणीव असते. ती महत्त्वाची असते. आपल्यावर कुणी तरी मायेची पाखर घालतं, ही भावना लोकांना सुखावून

जाते. वारीहून आलेली माणसं तना-मनानं बदललेली असतात. त्यांच्या आचार-विचारांमध्ये परिवर्तन झालेलं असतं.

अलीकडच्या काळात तर ग्रामीण भागाबरोबरच शहरी भागातील लोकही वारीला मोठ्या प्रमाणावर जाऊ लागले आहेत. तरुणांचाही सहभाग वाढतो आहे. त्यात परंपरांचं पालन करणं, हा एक भाग असतो. माळ धारण केली की, आपल्यावर तिच्या पावित्र्यावर रक्षण करण्याची जबाबदारी येते. बाकीची कामं सोडून जाणं, हे शेतकरी-मजूर यांना खरं तर परवडणारं नसतं; पण तरीही ते जातात. त्या त्यागात मुक्तीच्या संकल्पनेचा विचार येतो. आपल्याला पुण्य मिळेल, अशी अपेक्षा असते. उद्दिष्ट काही असो पण त्यातून मानसिक उन्नयन Sublimation घडतं. त्यामुळं वारीचा मानसशास्त्रीय दृष्टीनंही विचार केला पाहिजे, असं मला वाटतं.

वारीत कीर्तन असतं, प्रवचन असतं; संतसाहित्यातले मुळातले चांगले विचार ऐकवले जातात. ते सर्व वारकरी अतिशय शिस्तीत शांतपणे बसून ऐकत असतात. खरं तर त्यातलं काही त्यांच्या डोक्यावरूनही जाण्याची शक्यता असते पण वारकरी ते आपल्या परीनं समजावून घेण्याचा, त्याच्याशी समरस होण्याचा प्रयत्न करतो. मला वाटतं, हा भाग समाजाच्या उन्नतीच्या दृष्टीनं अत्यंत महत्त्वाचा आहे. जीवन जगण्याची चांगली तत्त्वं समजावून देण्याचा, एकमेकांचा धर्म समजावून घेण्याचा वारीच्या निमित्तानं प्रयत्न घडतो.

वारीची परंपरा महत्त्वाची आहे ती याचसाठी.

❖❖

: ६ :

आम्हा नित्य दिवाळी

दिवाळी म्हणजे दीपोत्सव - दीपांचा उत्सव. वर्षभरातला अत्यंत आनंदाचा सण. दीपांचा उत्सव म्हणजे प्रकाशाचा उत्सव. या उत्सवात अंधकार नाहीसा होतो नि प्रकाशाने जग उजळतं. लक्षणेनं याचा अर्थ सांगायचा तर अज्ञान नाहीसं होतं (अज्ञानाचा अंधकार नाहीसा होतो नि ज्ञानाच्या प्रकाशानं जीवन उजळतं.). संतांच्या आयुष्यात— म्हणजे संतांच्या पारमार्थिक आयुष्यात 'साक्षात्कार' हा सर्वोच्च आनंदाचा क्षण असतो. त्यांच्या आयुष्यातली जणू ही दिवाळीच असते.

संतांच्या पारमार्थिक वाटचालीत तीन अवस्था असतात, असं संतसाहित्याचे भाष्यकार नि आधुनिक युगातले संत डॉ. रा. द. रानडे यांनी सांगितलं आहे. साधनेच्या या त्रिविध अवस्था कोणत्या? तुकोबांच्या साधनेतही या त्रिविध अवस्था आढळतात. तुकोबांच्या नव्हे, तर सर्वच संतांच्या पारमार्थिक वाटचालीत या अवस्था आढळतात. डॉ. रानडे ज्या तीन अवस्थांचं विवरण 'मिस्टिसिझम

इन महाराष्ट्र' यासारख्या ग्रंथात केलं आहे, त्यांचा प्रथम उल्लेख करतो व त्यानंतर तुकोबांच्या पारमार्थिक वाटचालीत, त्यांच्या अभंगांच्या माध्यमातून त्या कशा प्रकट झाल्या आहेत, याचं विवरण करीन.

पहिल्या अवस्थेत साधकाला या ऐहिक जीवनाविषयी उदासीनता वाटते, म्हणजेच विरक्तीचा भाव त्याच्या मनात निर्माण होतो. विश्वाच्या मागं असलेलं चिरंतन सत्य म्हणजेच परमात्मा आहे, याची उत्कट जाणीव त्याला होते. परमात्म्याची ओढ त्याला लागते. त्याची प्राप्ती आपल्या जीवनाचं खरं उद्दिष्ट आहे नि ते साध्य करण्यासाठीच आपण आपलं आयुष्य वेचलं पाहिजे, असा ध्यास त्याच्या मनाला लागतो. त्याच्याशी मीलन हाच सणासुदीसारखा परमानंदाचा सर्वोच्च आनंदाचा क्षण होय, असं त्याला वाटू लागतं. भक्त परमेश्वराला शरण गेल्याची ही अवस्था आहे. तुकोबांच्या अनेक अभंगांत ती प्रकटली आहे, त्या संदर्भात वानगीदाखल त्यांचा एकच अभंग इथं उद्धृत करतो. ते म्हणतात,

तुजलागी माझा जीव झाला पिसा ।
अवलोकिती दिशा पांडुरंगा ।।
सांडिला व्यवहार, माया लोकाचार ।
छंद निरंतर हाचि मनीं ।।
आइकिलें कानीं तें रूप लोचन ।
देखावया सीण करिताती ।।
प्राण हा विकल होय कासावीस ।
जीवनेंविण मत्स्य तयापरी ।।
तुका म्हणे आतां कोण तो उपाव?
करूं तुझे आव आंतुडें तो ।।

पण केवळ भक्ती करून व देवाचा ध्यास घेऊन, या ऐहिक जगाविषयीची व संसाराविषयीची विरक्तीचा भाव अंगीकारून आणि एका अर्थानं जगाचा त्याग करूनदेखील देव पावतो का? जीवात्म्याचं परमात्म्याशी मीलन होण्याचा व ब्रह्मानंद किंवा परमानंदाचा दिवाळसणासारखा आनंद अनुभवण्याचा योग भक्ताच्या, साधकाच्या, संताच्या आयुष्यात लगेच येतो का? मुळीच नाही! साधकाला आणखी एका सत्त्वपरीक्षेतून जावं लागतं. ही त्याच्या साधनेतील वा उपासनेतील दुसरी अवस्था असत, असं डॉ. रा. द. रानडे म्हणतात. या अवस्थेत साधकाची आपलं साध्य— म्हणजे परमात्म्याचं मीलन— गाठण्याची उत्कटता अधिक तीव्र होते. त्याच्या जीवाची उलघाल होते. आपण प्रपंचाचा त्याग तर केला,

तरीही आपलं उद्दिष्ट का साध्य होत नाही, याविषयीची पराकोटीची तळमळ त्याच्या जीवाला लागून राहते. आपण देवाची इतकी भक्ती केली, ऐहिक जीवनाविषयीची कोणतीही आसक्ती बाळगली नाही, केवळ परमेश्वराचाच ध्यास घेतला; तरीही त्याचं दर्शन का होत नाही, जीवात्म्याचं परमात्म्याशी मीलन का बरं होत नाही? आपण देवाविषयी जो अनन्य श्रद्धाभाव बाळगला, त्यात काही उणीव तर राहिली नाही? अशा एक ना दोन— असे संशयाचे अनेक कल्लोळ त्याच्या मनात निर्माण होतात.

साधकाच्या मनात हा जो संघर्ष निर्माण होतो, त्याला डॉ. रा. द. रानडे यांनी 'आत्म्याची काळोखी रात्र' असं म्हटलं आहे नि या अवस्थेला त्यांनी दिलेली ही उपमा अत्यंत सार्थ आहे. या अवस्थेत साधकाच्या/ भक्ताच्या मनात जणू गडद अंधकाराच दाटलेला असतो व तो त्या अंधारात चाचपडत असतो. प्रकाशाचे किरण वा कवडसे कुठं दिसतात का, हे शोधत असतो; पण ते दिसतच नाहीत. आपल्या साधनेत वा उपासनेत तर काही उणीव राहिली नाही ना, या प्रश्नाच्या चक्रव्यूहात त्याचं मन गरगरत असतं. या दुसऱ्या साधकावस्थेचं वर्णन तुकोबा या शब्दांत करतात-

रात्रंदिन आम्हां युद्धाचा प्रसंग ।
अन्तर्बाह्य जग आणि मन ।।
जीवाही अगोज पडती आघात ।
येऊनिया नित्य नित्य वारू ।।
तुका म्हणे तुझ्या नामाचिया बळें ।
अवघियांचे काळे केलें तोंड ।।

हीच उलघाल त्यांनी आणखी एका अभंगात व्यक्त केली आहे -

ओस झाल्या दिशा मज भिंगुळवाणें ।
जीवलग तें नेणे मज कोणी ।।
भय वाटे देखे श्वापदांचे भार ।।
नव्हे मज धीर पांडुरंगा ।।
अंधकारापुढें न चालवे वाट ।
लागतील खुंट कांटे अंगा ।।
एकला निःसंग फांकती मारग ।
भितों नव्हे लाग चालावया ।
तुका म्हणे वाट दावूनि सद्गुरु ।

राहिला हा दुरू पांडुरंग ।।

या सत्त्वपरीक्षेतून साधक/भक्त/उपासक पार पडला नि त्याच्या अनन्य श्रद्धेची प्रचीती परमेश्वराला आली की, जीवा-शिवाची भेट होते नि हा परमोच्च आनंदाचा— ब्रह्मानंदाचा क्षण जणू दिवाळीतल्या आनंदासारखा वाटला तरी त्याहून किती तरी पटींनी मोठा असतो. दिवाळीच्या आनंदाला तीन-चार दिवसांची सीमा किंवा मर्यादा असते, पण भक्तांच्या/ साधकांच्या/ संतांच्या पारमार्थिक आयुष्यातील साक्षात्काराच्या परमानंदाची ही दिवाळी 'नित्य' असते; ती कधी ओसरतच नाही. ही 'नित्य दिवाळी' म्हणजे भक्ताच्या/ साधकाच्या/ संतांच्या पारमार्थिक वाटचालीतील सर्वोच्च तिसरी— म्हणजे साक्षात्काराची— अवस्था असते. खरं तर ही अवस्था नेमकेपणानं शब्दबद्ध करता येत नाही; पण तरीही त्या 'नित्य दिवाळी'च्या आनंदाचे हे निर्गुण क्षण या शब्दांत सगुण-साकार करण्याचा, अभिव्यक्त करण्याचा समर्थ प्रयत्न तुकोबांनी या शब्दांत केला आहे—

आजि आनंदु रे । एकी परमानंदु रे ।
जया श्रुति 'नेति । नेति' म्हणती ।
गोविंदु रे ।।
विठोबाचीं वेडी । आम्हां आनंदु सदा ।
गाऊं नाचो वाहूं टाळी । रंजवूं गोविंदा ।।
सदा सण सात । आम्हा नित्य दिवाळी ।
आनंदे निर्भर । आमचा कैवारी बळी ।।
तुका म्हणे नाहीं । जन्म-मरणाचा धाक ।
संत सनकादिक । हें तों आमुचें कौतुक।।

साक्षात्काराच्या या अनुभूतीचं, परमानंदाचं वर्णन तुकोबांनी आणखी अनेक अभंगांत, अनेक परींनी केलं आहे. त्या सर्व अभंगांची संख्याही विपुल आहे, पण विस्तारभयास्तव त्यांचे आणखी एक-दोनच अभंग इथं उद्धृत करतो. त्यावरून त्यांची ही 'दिवाळी' कशी आगळीवेगळी आहे, याची प्रचीती सहज येईल. साक्षात्कार झाल्यानंतर भक्ताला काय जाणवतं, ते तुकोबा किती प्रत्ययकारी शब्दांत व्यक्त करतात, ते पाहा-

शुभ झाल्या दिशा । अवघाचि काळ ।
अशुभ मंगळ । मंगळाचें ।।
हातीचिया दीपें । दुरावली निशी ।

न देखिजे कैसी । आहे तेहीं ।।
सुखदुःखाहूनि । नाहीं विपरीत ।
देखीले ओघात । हित फळें ।।
तुका म्हणे आता । आम्हांसी 'हे' भले ।
अवघेंचि झाले जीवजंत ।।

संत वा महापुरुष अंधकाराची तुलना अज्ञानाशी नि आत्मज्ञानाची तुलना प्रकाशाशीच अनेकदा करतात, असं संतसाहित्य वाचताना नेहमी जाणवतं. या संदर्भातील तुकोबांच्या अनेक अभंगांचा आठव इथं होतो, पण आणखी केवळ दोनच अभंग उद्धृत करून हा लेख संपवितो

साक्षात्कारोत्तर आत्मज्ञानाची अनुभूती अविद्येचा अंधकार कशी नाहीशी करते, ते पाहा. ही संतांची 'नित्य दिवाळी'च नसते का?

धवळलें जगदाकार । आंधार तो निरसला ।
लपों जातां नाहीं ठाव । प्रगट पाहे पसारा ।।
खारियाचा दिवस आला । वाढी बोला न पुरे ।
तुका म्हणे जीवेंसाठीं । पडिली मिठी धुरेसी ।।

– आणि आत्मज्ञानाचा/ साक्षात्काराचा हा प्रकाश कसा असतो? आपल्या ऐहिक जगात हिरा नि त्याचा डोळे दिपविणारा प्रकाश आत्यंतिक सुख देणारा आहे. एक चंद्राचा प्रकाशही आपल्याला किती सुखावतो; मग कोट्यवधी चंद्रांचा प्रकाश पडला, तर त्याचं वर्णन तरी करता येईल का? यासाठी अपूर्व प्रकाशाची नि तो पाहिल्यावर होणाऱ्या आनंदाची— परमानंदाची अनुभूती विशद करण्यासाठी तुकोबांनी हिरा नि कोटि चंद्रांच्या पौर्णिमेची प्रतिमा योजिली आहे. ते म्हणतात—

हिरा शोभला कोंदणी । जडित माणकांच्या खाणी ।
तैसा दिसे नारायण । मुख सुखाचें मंडण ।
कोटिचंद्र-लीळा । पूर्णिमेची पूर्ण कळा ।
तुका म्हणे दृष्टि धाये । परतोनि माघारी ते न ये ।।

संतांची 'दिवाळी' ही अशी अपरूप असते, 'जगावेगळी' असते!

◆◆

: ७ :

नामदेवे रचिला पाया

वारकरी संप्रदायाच्या संदर्भात 'ज्ञानदेवे रचिला पाया' ही उक्ती जशी खरी आहे, तशीच 'नामदेवे रचिला पाया' ही उक्तीही त्याच अर्थानं खरी आहे. महाराष्ट्रात वारकरी कीर्तनपरंपरेचा पाया नामदेव यांनी रचला, याबद्दल दुमत होण्याचंही काही कारण नाही. नामदेवांच्या संतत्वाचा एक लक्षणीय पदर 'वारकरी पंथप्रसारक' हाही आहे. पंथप्रसारकाची त्यांची भूमिका उत्कटत्वानं प्रत्ययाला येते. ज्या लोकसंस्कृतीतून त्यांच्या तना-मनाची जडण-घडण झाली, तिच्या अनेक पैलूंचं दर्शन घडतं. जी लोकभाषा ते सकाळ-संध्याकाळ बोलत होते, तिच्यामध्ये दडलेल्या सामर्थ्याची जाणीव होते. भक्तिप्रसारमाध्यमाच्या कालसापेक्ष परिवर्तनाची चाहूल लागते.

महाराष्ट्रात यादवकाळात हे जे परिवर्तन झालं, प्रबोधनाच्या माध्यमानं जे जनरूप घेतलं; त्याच्या निर्मितिप्रेरणा नामदेवांच्या व्यक्तिमत्त्वात, कवित्वात नि संतत्वात निश्चितपणे आढळतात. पारंपरिक नारदीय कीर्तनपरंपरा प्रचलित असताना वेगळ्या वारकरी कीर्तनपरंपरेची निर्मिती करण्याची गरज नामदेवांना का भासली

असावी, हा तुम्हाला नि मला अन्तर्मुख करणारा प्रश्न आहे.

भक्ती हा नामदेवांचा स्थायिभाव आहे. आपल्यासमोर नामदेव अवतरतात ते एक अनन्य भक्त म्हणूनच. नामदेवांनी जी साधना केली, तिचे अनेक पदर त्यांच्या अभंगवाणीतून उलगडले आहेत. त्यांच्या साधनेतील विविध अवस्थाही त्यांत प्रतिबिम्बित झाल्या आहेत. हा प्रवास साधकापासून सुरू होतो नि साक्षात्कारी संतात त्याची परिणती होते. बालवयापासूनची नामदेवांची भक्तीची ओढ जशी आपल्याला ज्ञात आहे; त्याचप्रमाणं त्यांच्या गृहस्थाश्रमातही ती कमी झालेली नाही, उत्तरोत्तर वाढतच गेली आहे, हे त्यांच्या कुटुंबीयांच्या अभंगांवरून आपल्या सहज लक्षात येतं. जी भक्ती नामदेवांनी स्वान्त; सुखाय केली नि तिचं साक्षात्कारातलं फलितही अनुभवलं, तीच भक्ती जनसामान्यांनीही करावी नि आपल्या घरादाराची वाट चोखाळावी, असं नामदेवांना वाटणं स्वाभाविक होतं. 'जगाच्या कल्याणा' ज्या 'संतांच्या विभूती' होऊन गेल्या; त्यांत यादवकाळात, महाराष्ट्राच्या प्रबोधनाच्या आदिकाळात श्रीचक्रधरस्वामी, नामदेव, ज्ञानदेव हे अग्रभागी होते. जनजीवनाचा अनुभव त्यांनी आपलं जीवन जगताना जसा घेतला होता, त्याचप्रमाणं ज्ञानदेवांबरोबर तीर्थयात्रा करतानाही घेतला होता. त्यामुळं लोकमानसाची, त्यातल्या विविध स्पंदनांची, चढ-उतारांची, भावभावनांच्या आरोहावरोहांची त्यांना यथार्थ कल्पना होती कारण ते अनुभव त्यांनी स्वत:ही घेतले होते आणि ज्ञानदेवांबरोबर भ्रमण करताना त्यांचा पुन:प्रत्यय त्यांना आला होता. अभिजनांपेक्षा बहुजनांच्या जीवनानुभूतींशी त्यांच्या जीवनानुभूती समांतरच नव्हे तर संलग्नही होत्या. त्यामुळं त्यांच्यामध्ये भक्तीच्या प्रेरणा निर्माण करणं किती अपरिहार्य नि आवश्यक आहे, याची तीव्रता नामदेवांना विशेषेकरून जाणवली असणं अगदी स्वाभाविकच आहे. या तीव्रतेतून त्यांच्या लेखणीला आणि वाणीलाही काही प्रेरणा मिळाल्या. त्यातून त्यांच्या अभंगांनी रूप घेतलं नि त्यांच्या कीर्तनांनीही. वारकरी कीर्तन-परंपरेची गंगोत्री या प्रेरणेतच आहे.

जनमानसाचं पूर्ण आकलन नामदेवांना झालं असल्यानं त्याला भक्तिप्रवण करण्यासाठी काय काय करायला हवं, याचाही विचार नामदेवांनी जाणीवपूर्वक निश्चितपणे केला असावा; त्याशिवाय त्यांना या माध्यमाची अत्यंत प्रभावीपणानं, समर्थपणानं जडण-घडण करता आलीच नसती. अभिजनांनी त्या माध्यमाचा उपयोग कसा केला होता व त्याला कोणतं रूप प्राप्त झालं होतं, त्याचं चित्र नामदेवांसमोर होतंच. नामदेवांना हे माध्यम अधिकाधिक लोकाभिमुख करायचं होतं. त्यासाठी कोणकोणती अन्य साधनं उपयुक्त होतील, याचीही त्यांना निश्चितच

जाणीव होती. लोकांना जे सांगायचं, ते त्यांच्याच भाषेत सांगायला हवं; ‘गीर्वाणवाणी’त सांगून चालणार नाही, याची जाणीव जशी श्रीचक्रधरस्वामी नि ज्ञानदेवांना होती, तशीच ती नामदेवांनाही होती. ते स्वत: संस्कृतज्ञ नव्हते तर ‘प्राकृत’तज्ज्ञ होते, लोकवाणी बोलणारे होते. यादवकालीन मराठी भाषेत त्यांनी लेखन केलं असं म्हणण्यापेक्षा ‘यादवकालीन मराठी बोलभाषेत त्यांनी लेखन केलं’ असं म्हणायला मला अधिक आवडेल. यादवकालीन बोलीची वैशिष्ट्यं जशी ‘लीळाचरित्रा’त नि ज्ञानदेवांच्या अभंगांत आढळतात तशीच ती नामदेवांच्या अभंगांतही आढळतात. यासंबंधी मी ‘नामदेव-ज्ञानदेवांची भाषा’ या लेखात तपशीलवार विचार केला आहे.

जनसामान्यांशी संवाद साधण्याचं यादवकालीन मराठी बोलभाषेचं हे अस्सल ‘देशीकार माध्यम’ नामदेवांच्या कीर्तनांच्या यशस्वितेचा एक महत्त्वपूर्ण आधारस्तंभ होय. त्यांच्या व श्रोत्यांच्या हृदयसंवादासाठी ते अत्यंत उपकारक ठरलं. भक्ती ही केवळ अभिजनांसाठी नाही तर बहुजनांसाठीही आहे, हे भान व आश्वासन मराठी माणसाला या कीर्तनातून मिळालं. त्याचप्रमाणं भक्तीला वर्णा-वर्णांचे बांध नाहीत, जाती-जातींचे बांध नाहीत, हेही आश्वासन त्यातून मिळालं. संतांना जात नसते, हे खरं असलं तरी तेव्हा शिंपी समाजातले नामदेव, माळी समाजातले सावतामहाराज, नाभिक समाजातले सेनामहाराज, महार समाजातले चोखोबा नि सोयराबाई, कुंभार समाजातले गोरोबा, सोनार समाजातले नरहरीमहाराज भक्ती करू लागतात नि अभंग गाऊ लागतात; त्या वेळी समाजातल्या त्या-त्या स्तरांना जसा दिलासा नि आत्मविश्वास वाटू लागतो, तसाच तो अन्य स्तरांनाही वाटू लागतो. हे समाजाचं मानसशास्त्र आहे. नामदेवांच्या कीर्तनाचं अपूर्व स्वागत यादवकालीन महाराष्ट्रात का झालं असावं, याचं एक मर्म इथं उलगडतं.

अभिव्यक्तीचा एक प्रश्न इथं संपला असला तरी इतर अनेक प्रश्न नामदेवांसमोर होतेच. त्यांना समाजाला भक्तिप्रवण करायचं होतं पण भक्ती म्हटली की, अध्यात्म आलं आणि ओघानंच तत्त्वज्ञानही. नामदेव तत्त्ववेत्ते नसले तरी त्यांची भक्ती डोळस होती. तिला ज्ञानाचं अधिष्ठान होतं. हे आत्मज्ञान नामदेवांनी स्वानुभवानंच प्राप्त केलं होतं. त्यामुळं त्यांच्या भावानुभवाला विचारानुभवाची जोड अगदी स्वाभाविकपणेच लाभत गेली होती. पण हा विचारानुभव तत्त्वजड व क्लिष्ट झाला की, समाजातली सर्वसामान्य माणसं भक्तीपासून नि परमार्थापासून दूर-दूर जातात. तशी ती जाऊ नयेत, यासाठी त्यांना जो उपदेश करायचा नि जे आत्मज्ञान द्यायचं; ते रंजनाच्या माध्यमातून दिलं तर अधिक परिणामकारक होईल, याचा विचारही नामदेवांसारख्या लोकाभिमुख पंथप्रसारकानं कसा केला

नसेल? लोकसंस्कृतीचं सूत्र सापडलं की मग लोकगीत, लोककथा, लोकनृत्य, लोकसंगीत, लोकविधी, लोकसमजुती ही सारी शृंखलाच हाती लागते कारण या सर्वांनी तर लोकसंस्कृतीची निर्मिती झाली. जनलोकांना लोकसंस्कृतीची ही सारी अंगं परिचित असल्यानं त्यांचाच उपयोग करून आपल्या भक्तिविचाराचा प्रसार अत्यंत समर्थपणे नि प्रभावीपणे करता येईल, याची खूणगाठ महाराष्ट्रातल्या या आद्य कीर्तनकारानं बांधली नि आपलं हे लोकसंवादमाध्यम त्यानुसार जडविलं- घडविलं. लोकमानस हे कथेत रमतं, हे लक्षात घेऊन त्यांनी अनेक पौराणिक नि संतचरित्रात्मक आख्यानं लिहिली. त्यांतून उदात्त जीवनमूल्यांचे संस्कार समाजावर केले. रंजन आणि उद्बोधन-प्रबोधन यांची वीण त्यांच्या कीर्तनांतून अत्यंत कुशलतेनं विणली गेली नि त्यांतून नामदेवांनी वारकरी कीर्तनपरंपरेचा पाया रचला. ही परंपरा एकविसाव्या शतकात जातानाही किती भक्कम नि लोकप्रिय आहे, हे पाहिल्यावर नामदेवांच्या द्रष्टेपणाचा प्रत्यय आल्याविना राहत नाही.

जाता-जाता मनात एक विचारही डोकावत असतो, तोही सांगावासा वाटतो. नामदेवांनी आपल्या भक्तिविचाराचा प्रसार जसा महाराष्ट्रात केला तसाच पंजाबातही केला; मराठीत केला तसाच मराठीमिश्रित दक्खिनी हिन्दीतही केला. तिथंही 'कीर्तन' हेच त्यांचं प्रसारमाध्यम होतं. हिन्दी भक्तिकवितेच्या आदिकालातील त्यांचं योगदान सर्वच जण मान्य करतात; मग त्यांना 'आद्य मराठी कीर्तनकार' म्हणून संबोधत असतानाच 'आद्य हिन्दी कीर्तनकार' असंही संबोधिता येणार नाही का?

◆◆

: ८ :

एक तरी अभंग अनुभवावा । नामयाचा ।।

वारकरी संप्रदायात एक उक्ती प्रख्यात आहे—

'ज्ञानाचा एका । नामयाचा तुका । आणि कबीराचा शेका ।।'

याचा अर्थ असा की, संत ज्ञानदेवांच्या नि संत एकनाथांच्या विचारांत, तत्त्वज्ञानात नि लेखनात व कार्यात जसं साम्य आढळतं; तसंच संत नामदेव नि संत तुकाराम यांच्या जीवनात, लेखनात नि कार्यात आढळतं. तसंच संत कबीर नि संत शेख महंमद यांच्या बाबतीतही म्हणता येतं. ज्ञानदेवांनी गीतेच्या आधारे जे अद्वैतमत प्रतिपादिलं, त्याच प्रकारचं अद्वैतमत- प्रतिपादन नाथांनीही भागवताच्या एकादश स्कंधावर टीका लिहिताना केलं. त्यांचं हे भाष्य 'नाथभागवत' या नावानं प्रसिद्ध आहे.

संतकवयित्री बहिणाबाई यांनी वारकरी संप्रदायाच्या संतपरंपरेचा अत्यंत रेखीव आलेख या अत्यंत लोकप्रिय अभंगात फार संक्षेपात पण मार्मिकपणे रेखाटला आहे. तो अभंग असा—

संतकृपा झाली । इमारत फळा आली ।
ज्ञानदेवें रचिला पाया । उभारिलें देवालया ।।
नामा तयाचा किंकर । तेणे केला हा विस्तार ।
जनार्दनी एकनाथ । स्तम्भ दिला भागवत ।।
भजन करा सावकाश । तुका झालासे कळस ।।

यातील सर्वच संतांचं वारकरी संप्रदायाच्या प्रसाराच्या कार्यात मोठं योगदान आहे. वारकरी संप्रदाय हा ज्ञानदेवांच्या पूर्वी म्हणजे यादवपूर्वकाळातही होता पण त्यात नवसंजीवनी ओतण्याचं कार्य ज्ञानदेव-नामदेवांनी केलं. हे कार्य पायाभूत नि मूलभूत स्वरूपाचं होतं कारण या काळातच वारकरी संप्रदायाचा सर्वार्थांनी 'कायापालट' झाला, तो समाजाच्या तळागाळापर्यंत पोहोचला. समाजातील सर्व

स्तरांतल्या सर्व जाती-जमातींच्या लोकांपर्यंत त्याची शिकवण पोहोचली. वारकरी संप्रदायाचं तत्त्वज्ञान, त्याचा आचारधर्म, त्याची शिकवण खऱ्या अर्थानं जनसामान्यांपर्यंत पोहोचलीच नव्हती. ज्ञानदेव-नामदेवांनी त्यात जे परिवर्तन घडविलं, त्यामुळं समाजातल्या सर्व घटकांपर्यंत ती शिकवण पोहोचली. केवळ पोहोचलीच नाही तर सर्व समाजघटकांनी तिला प्रचंड प्रतिसादही दिला.

हे सर्व अचानक घडलं नाही. स्वत: नामदेव हे तर शिंपी समाजातले होते आणि 'ज्ञानदेवांची प्रभावळ' म्हणून आपण ज्या यादवकालीन संतांचा उल्लेख करतो— त्यात कोण कोण होते? त्यांत गोरोबा (कुंभार) होते, चोखोबा (महार) होते, सावतोबा (माळी) होते, नरहरीमहाराज (सोनार) व सेनामहाराज (नाभिक)-ही होते. त्यांत मुक्ताबाई, जनाबाई, सोयराबाई, निर्मळा, कान्होपात्रा यांसारख्या वेगवेगळ्या जातींच्या संतकवयित्रीही होत्या. त्यांना जे 'आत्मभान' आलं त्यामागं ज्ञानदेव-नामदेवांचीच प्रेरणा होती की नाही? संतांच्या जातींचा उल्लेख करणं प्रस्तुत नसतं. ही सर्वच 'ईश्वरानिष्ठांची मांदियाळी' आहे पण या भक्तिमार्गात जातीपातींचा अडसर होऊ नयेत म्हणून आपल्या शिंपी जातीचा उल्लेखही करून तिचा अडसर भक्ती करताना व साधना करताना मुळीच येत नाही, हा विचार संत नामदेवांनी आपल्या वाणीनं नि लेखणीनं व उक्तीनं नि कृतीनं पटवून दिला. या संदर्भातला हा एक वस्तुपाठच मानायला हवा.

एका हिन्दी पदात तर नामदेवांनी आपल्या जातीचा, व्यवसायाचा दाखला देऊन त्याचा पारमार्थिक रूपकात्मक अर्थही सांगितला आहे—

मेरे मन गजु, जिव्हा मेरी काती ।
मपि मपि काटउ, जम की फाँसी ।।
कहा करउ जाती, कहा करउ पाती ?
राम को नाम, जपऊ दिन-राती ।।
रांगनी रांगऊ, सीवनी सिवऊ ।
रामनामबिनु धरीअ न जिवऊ ।।
भगति करउ, हरिके गुन गावउ ।
आठ पहर, अपना खसम घिआवउ ।।
सुइने सुई, रूपे का धागा ।
नामे का चितु, हरि सऊ लागा ।।

सुलभ नि सुगम भक्तीचा विचार मराठी लोकमानसात रुजविण्याचा पहिला प्रयत्न संत नामदेवांनी केला पण तसं करण्यापूर्वी त्यांनी हा आपला विचार

आपल्या आचरणात आणला. 'आधी केले, मग सांगितले' या संत-न्यायानं नि संतांच्या परिपाठाप्रमाणं. भक्तीचा अधिकार हा सर्वांचाच जन्मसिद्ध अधिकार आहे, हे आध्यात्मिक लोकशाहीचं केन्द्रीभूत मूलतत्त्व नामदेवांनी जनमानसावर अत्यंत प्रभावीपणे बिंबवलं आणि त्यासाठी जनसंवादासाठी तितकंच प्रभावी असं कीर्तनाचं माध्यमही त्यांनी निवडलं. वारकरी संप्रदायाचे आद्य कीर्तनकार संत नामदेव हेच आहेत. त्यांनी पेरलेलं वारकरी कीर्तनपरंपरेचं यादवकालीन बीज आज एका मोहरलेल्या गुलमोहराप्रमाणं एकविसाव्या शतकातही महाराष्ट्राच्या भावभूमीवर केशरी फुलांचा सडा शिंपडीत आहे.

भक्तीत जटिलता नसावी ती प्रपंच करता-करतादेखील करता येते. त्यासाठी जप-तप, व्रत-वैकल्यं, होमहवन, तीर्थयात्रा, कर्मकांड करण्याची काहीही आवश्यकता नाही, हा सामान्य प्रापंचिकाला केवढा मोठा दिलासा नामदेवांनी दिला! ते म्हणतात—

> न पढावे वेद । नको शास्त्रबोध ।
> नामाचे प्रबंध । पाठ करा ।।
> न साधवे योग । न साधवे वैराग्य ।
> साधा भक्तिभाग्य । संतसंगे ।।
> येर क्रियाकर्म । करितां हो कली ।
> माजी कोण बळी । तरले सांगा ।
> नामा म्हणे 'गुज' । सांगितले संतीं ।
> यापरती 'विश्रांती' । आणिक नाही !

नामदेवांची ही जगावेगळी 'विश्रांती' म्हणजेच मन:शांती होय. या मन:शांतीचा प्रवास विश्वशांतीपर्यंत— याचा अपूर्व आलेख नामयाच्या अमृतवाणीत आहे. त्यांनी ज्ञानेश्वरीच्या संदर्भात 'एक तरी ओवी अनुभवावी' असं म्हटलंय तेच त्यांच्या अभंगाच्या संदर्भात 'एक तरी अभंग अनुभवावा' असं नामयाची अभंगवाणी वाचताना म्हणावंसं वाटतं.

◆◆

: ९ :
'श्रीगुरुग्रंथसाहेबा'वरील 'मऱ्हाटी' संस्कार
(संत नामदेवांच्या 'मुखबानी'ची भाषिक वैशिष्ट्यं)

✳✳

आपल्या मराठी संतांनी 'दक्खिनी' (हिन्दी) तही विपुल रचना केली आहे. यादवकालीन मराठी संतकवींमध्ये नाथ, महानुभाव, वारकरी इ. संप्रदायांतील संतकवींचा यामध्ये प्रामुख्यानं उल्लेख करायला हवा. यादवकाळानंतर बहमनी, शिव आणि पेशवेकालातही मराठी संतकवींनी दक्खिनी हिन्दीत लेखन केलं असून त्याविषयी मी संक्षेपानं 'मराठी सन्तों की हिन्दी वाणी' (प्रका. महाराष्ट्र राष्ट्रभाषा सभा, पुणे) या ग्रंथात सोदाहरण परिचायक विवेचन केलं आहे. हा ग्रंथ गेल्या शतकाच्या साठोत्तरीतील कालखंडात प्रसिद्ध झाला होता. या ग्रंथापूर्वी आचार्य विनयमोहन शर्मा यांनी 'मराठी संतों की हिन्दी को देन' हा ग्रंथ प्रकाशित केला होता तथापि मराठी संतकवींची ही रचना 'दक्खिनी' हिन्दीतील आहे, याकडे त्यांनी लक्ष वेधायला हवं तसं वेधलं नव्हतं. 'दक्खिनी'ची दोन रूपं आहेत: दक्खिनी हिन्दी आणि दक्खिनी उर्दू. या दोन्ही रूपांतील मराठी भाषेचा प्रभाव लक्षणीय आहे. 'दक्खिनी'विषयीचा एक स्वतंत्र ग्रंथ डॉ. श्रीधरराव कुलकर्णी यांनी लिहिला असून तो राज्य मराठी भाषा विकास संस्थेनं काही वर्षांपूर्वी प्रकाशित केला आहे. त्यांची दखल महाराष्ट्रातील अभ्यासक-संशोधकांनी घ्यायला हवी तशी आजवर घेतलेली नाही. (खरं तर जवळपास घेतलीच नाही.)

वारकरी संप्रदायाच्या यादवकालीन संतकवींपैकी संत नामदेवांनी सर्वप्रथम 'दक्खिनी' हिन्दीत लेखन केलं. ते जसे महाराष्ट्रातील 'आद्य मराठी कीर्तनकार' होते, त्याचप्रमाणं 'आद्य वारकरी साम्प्रदायिक दक्खिनी संतकवी'ही होते. त्यांनी हे लेखन केलं नसतं तर हिन्दी वाङ्मयाच्या इतिहासाचा प्रारंभ एका शतकानंतर झाला असता.

सन्त नामदेवांची दक्खिनी हिन्दीमधील पदरचना दोन प्रकारची आहे :
१) मुखबानी आणि २) अन्य दक्खिनी पदरचना

संत नामदेव उत्तर भारतातही गेले होते. त्यांचं वास्तव्य प्रामुख्यानं पंजाबमध्ये होतं. तिथंही त्यांनी भक्तिमार्गाचा प्रसार केला. उत्तर भारतात नामदेवांची काही मंदिरं असून त्यांची समाधी घुमान इथं आहे. महाराष्ट्राप्रमाणंच पंजाबातही 'संतकवी' म्हणून त्यांना मोठी मान्यता होती व आजही तिचा प्रत्यय आल्याविना राहत नाही. विशेष म्हणजे, शीखधर्मीयांमध्ये संत नामदेव हे एक आदरणीय नाव आहे. संत नामदेवांची हिन्दी 'पदावली' डॉ. राजनारायण मौर्य यांनी संपादिली, त्यालाही बरीच दशकं उलटून गेली. ही पदावली पुणे विद्यापीठानं प्रकाशित केली होती. तत्पूर्वी, नामदेव समाजाच्यावतीनंही त्यांचा एक (दक्खिनी) हिन्दी पदसंग्रह प्रकाशित झाला होता. संत नामदेवांच्या हिन्दी साहित्याची वाटचाल अशी काहीशी आहे.

'श्रीगुरुग्रंथसाहेब' हा शीखांचा धर्मग्रंथ म्हणजे शीख धर्मीयांना मान्य असलेल्या अनेक हिन्दी संतकवींच्या पदरचनांचा संग्रह आहे. जयदेव, त्रिलोचन, रामानंद, सैन, कबीर, रोहिदास, पीपा, परमानंद आदी सोळा संतकवींच्या कविता त्यात समाविष्ट करण्यात आल्या आहेत. या पूज्य ग्रंथात नामदेवांचीही एकसष्ट पदे आहेत. नामदेवांची 'ग्रंथसाहेबा'तील ही रचना 'मुखबानी' म्हणून ओळखली जाते. नामदेवांसारख्या एका प्रमुख मराठी संतकवीच्या हिन्दी 'मुखबानी'च्या भाषिक वैशिष्ट्यांचा परिचय या लेखात प्रथमच करून दिला जात आहे.

'मुखबानी'चे स्वरूप

नामदेवांच्या या एकसष्ट हिंदी पदांची चर्चा श्री. शं. पु. जोशी [१], आचार्य विनयमोहन[२], राजनारायण मौर्य[३] यांनी आणि इतर विद्वानांनी केली आहे. नामदेवांचं महाराष्ट्रीयत्व मान्य करूनही नामदेवांच्या या हिंदी पदांत जे 'मऱ्हाटपण' आढळतं, ते न स्वीकारण्याची प्रवृत्ती काही विद्वानांत आढळते. वस्तुत: असं असण्याचं काहीच कारण नाही.

संत नामदेवांच्या या हिंदी पदांचा सूक्ष्म भाषिक अभ्यास केल्यास, त्या पदांवर मराठीची छाया कितपत आढळते, ते सहज स्पष्ट होईल. नामदेवांच्या हिंदी पदांच्या निमित्तानं या लेखात ग्रंथसाहेबावरील मराठी संस्काराचा प्रामुख्यानं भाषिक विचार करावयाचा आहे. यासाठी 'श्रीगुरुग्रंथसाहेब'ची, खालसा गुरुमत प्रेस, अमृतसर यांनी संवत् १७६३ मध्ये प्रसिद्ध केलेली पोथी अभ्यासार्थ उपयोजिली आहे. मात्र 'गुरुग्रंथसाहेब' या ग्रंथात नामदेवांची हिंदी पदं एकापाठोपाठ एक अशी क्रमानं किंवा विशिष्ट विभागात समाविष्ट केलेली नाहीत. ती संपूर्ण ग्रंथात विखुरलेली आहेत. 'ग्रंथसाहेबा'त[५] नामदेवांची पदं कोठे आहेत, हे पुढील तक्त्यावरून लक्षात येईल.

पदसंख्या	पृष्ठ	पदसंख्या	पृष्ठ

१	३४५	३४ ते ३६	९९०
२-६	४८५	३७	११०३
७-८	५२५	३८ ते ४८	११६४
९ ते ११	६५५-५६	४९	११६८
१२ ते १६	६९१-९२	५० ते ५२	११९५
१७ ते १९	७१८	५३ ते ५५	१२५१
२० ते २३	८५७	५६-५७	१२९१
२४ ते २९	८७२	५८	१३१७
३० ते ३३	९७२	५९ ते ६१	१३४९

आचार्य विनयमोहन शर्मा[४] यांनी खालसा गुरुमत प्रेसची आवृत्तीच अभ्यासार्थ उपयोजिली आहे व त्यांनी या आवृत्तीतील नामदेवांची ६१ पदं वेगळी काढून ती आपल्या ग्रंथाच्या एका विभागात संकलित केली आहेत. या ग्रंथातील नामदेवांच्या पदांत व 'पंजाबातील नामदेव' या पुस्तकात संगृहित केलेल्या नामदेवकृत पदांत क्रम आणि भाषिक रूपं यांच्याबाबतीत बरंच साम्य आढळतं. आचार्य शर्मा यांनी खालसा प्रेसच्या आवृत्तीतील पदांचा क्रम, त्यांची भाषिक रूपं व त्यांचे लेखन इ. जसंच्या तसं, मुळाबरहुकूम स्वीकारलं आहे. यास्तव या लेखातही आचार्य शर्मा यांनी संकलित केलेल्या पदांतील रूपं व क्रम मी स्वीकारला आहे. उदाहरणापुढं प्रथम पदाचा क्रमांक दिला असून, त्यानंतर त्या पदातील चरणाचा क्रमांक दिला आहे. मात्र, पदातील चरणाचा क्रमांक देताना पदाच्या प्रारंभी असलेला रागाविषयीचा चरण गृहीत धरलेला नाही.

शब्दसंग्रह

नामदेवांची ही हिंदी पदं वाचताना पहिला व महत्त्वाचा ठसा आपल्या मनावर उमटतो, तो या पदांतील मराठी शब्दांचा. हे मराठी शब्द हिंदी पदांत कधी मूळ स्वरूपात, तर कधी अपभ्रष्ट स्वरूपात वावरतात. त्यांच्या रूपांत पालट होत नाही, असं नाही. तथापि, त्यांचा तोंडवळा मराठी माणसाच्या नजरेस चट्कन भरतो. यांपैकी काही शब्द पुढं देत आहे :

परपंचु (२-६), निरंतरि (२-१०), बीठल्लु (३-३, ३), काइ (<काय, ३-२), पहिले (३-५, ७), नैवेदु (३-६), सरब (< सर्व; ३-९), सहसा (७-७), नदर (< अ. नजद्‌ ७-८), भाउ (< भाव, ७-९), जादव (१२-९), सगल (< सगळे, १३-९; १४-१०; ११; २३-५, ७), पहिल (१५-१), सगले (<

सगळे, १५-३), बिरदु (< ब्रीद, १६-१), माछली-मछुली (< मासळी; १७-१; १४-९), कुंभार (१९-२), बाणी (< वाणी, १९-४), बामन (१९-४), अंधुला (२०-१, २६-४), थन (२६-६), विखै (२६-९), धऊले (२९-४), मसीत (< म. मशीद, < अ. मस्जिद्, २९-९, १०), कांबळी (३४-२), सरनागति (३५-५), असथावर (< स्थावर; ३६-३); जादवराइआ (< जाधवराव, यादवराव; ४३-३), जादव (१२-९), तालाबेली (< तळमळ; २६-१), कुटुंबपराइण (४४-२), बिखु (४५-६), बेस्वा (< वेसवा, ४५-७), कापरु (< कापड, ४५-७), सगलकी (सगळ्यांची, ५५-५), बपुडा (५६-३), बपुडे (५६-७), मंडलिक (५६-८), निसाणि (< म. निशाणी, फा. निशान्, ५६-१६), पैज (५६-६), सरबे ठायी (< सर्व ठायी, ५९-३), सबदु (< शब्द, ६०-३), होड (५४-१), इतुकरि (१३-९), सीवनि (४-५), रांगनि (४-५), भरपूरि (९-७) देहि (< देई, ७-१), छीपेके (< शिंप्याच्या, ६-५), आलसीआ (२३-३), जनु (< जणु, ९-९), काती (< कातर, कात्री, ४-१, ६०-२), सरबे (< सर्व, सर्वे, ६०-५), इत्यादी.

या यादीत नदर, मसीत, निसाणी इ. मूळ अरबी-फार्सी या भाषांमधून भारतीय भाषांत आलेले काही शब्दही दिले आहेत. मूळ अरबी-फार्सी शब्दांच्या मराठी तद्भव रूपांशी ते जुळतात म्हणून ते इथं मुद्दाम दिले आहेत.

नामदेवांच्या उपरिनिर्दिष्ट पदांचा शब्दार्थ व भावार्थ सांगताना स्वत: श्री. शं. पु. जोशी यांनी किती तरी मराठी शब्द दिले आहेत तथापि हिंदी पदांतील या मराठी शब्दसंपत्तीचा मात्र एतद्विषयक चर्चा करताना त्यांनी निर्देश केला नाही, या गोष्टीचं मोठं आश्चर्य वाटतं. श्री. शं. पु. जोशी यांनी केवळ षष्ठी विभक्तीच्या प्रत्ययाचा व ल-प्रत्ययान्त भूतकालवाचक क्रियापदांच्या रूपांचा विचार करून जो एकतर्फी निर्णय घेतला आहे,[७] त्यामुळे या प्रश्नाचं त्यांनी सर्वांगीण विवेचन केलेलं नाही, असं खेदानं म्हणावं लागतं. आ. विनयमोहन शर्मा [८] म्हणतात—

"नामदेवकी हिंदी भाषा के मराठी रूपोंके जो उदाहरण उपस्थित किये हैं, उन्हें देखकर हिंदी साहित्य-प्रेमियोंको केवल कुतूहल ही होगा, क्योंकि उन्हें उनमें कही भी अहिन्दीपन नहीं जान पडेगा।" आ. शर्मा यांनी या ठिकाणी किती अतिव्याप्त विधान केलं आहे, याची प्रचीती जादव, कापरु, ठायी, जनु, सगले, बिरदु, पैज, होड, बपुडा, सीवनि, कांबळी यांसारखी मराठमोळ्या वळणाची अपभ्रष्ट वा तत्सम रूपं पाहिल्यास सहज येईल. तेव्हा या शब्दांवर हिन्दीत्व लादण्याचा आ. शर्मा यांचा प्रयत्न केवळ निराधारच नाही तर फोल आहे, यात शंका नाही.

बिठ्ठल, बिठलु आणि बिठुला

'श्रीगुरुग्रंथसाहेबा'तील शब्दसंग्रहाचा विचार करताना नामदेवांच्या हिंदी पदांतील विठ्ठलविषयक शब्दांचाही विचार करणं आवश्यक आहे. विठ्ठल हे वस्तुतः महाराष्ट्रातील वारकरी संप्रदायाचे दैवत तथापि 'गुरुग्रंथसाहेबा'त विठ्ठलनामाचा गजर जागोजाग आढळतो. बिठ्ठल, बिठुलु, बिठला ही विठ्ठल या संज्ञेची अपभ्रष्ट रूपं 'ग्रंथसाहेबा'त ठिकठिकाणी आढळतात. केवळ नामदेवांच्या हिंदी पदांतच ती आढळतात असं नाही तर त्रिलोचन, कबीर व नानक यांच्या पदांतही ती आढळतात. तथापि, 'गुरुग्रंथसाहेबा'ला विठ्ठलनामाचा पहिला स्पर्श नामदेवांच्या पावन वाणीमुळंच झाला, याची साक्ष आजही इतिहास देत आहे. ग्रंथसाहेबावर मराठीची छाया नाही, असं आवर्जून सांगणारे श्री. शं. पु. जोशी यांनी याबाबतीत तरी 'मराठीने हिंदीस दिलेले' हे ऋण मान्य केलं आहे, हे पाहून धन्यता वाटते! ते म्हणतात[१०]—

"संत नामदेव व भक्त त्रिलोचन हे समकालीन तर होतेच पण त्रिलोचन हा उत्तरेकडील भक्त नामदेवांच्या सहवासात दीर्घकाळ असल्यामुळे त्यानेही या शब्दांचा उपयोग केल्याचे आढळून येते.

नामदेवांचे दुसरे समकालीन संत जयदेव हे होत. ग्रंथसाहेबातील जयदेवांच्या दोन पदांत 'विठ्ठल' हा शब्द असलेला दिसत नाही. महाराष्ट्राच्या बाहेर जाऊन भागवतधर्मीय भक्तिमार्ग, पंढरपूरचा वारकरी पंथ आणि श्रीविठ्ठल हे दैवत यांची माहिती उत्तरेकडील लोकांना देणारे नामदेव हे पहिलेच संत होते. नामदेवांच्या पूर्वी उत्तरेकडे जाऊन पंढरपूरस्थित श्रीविठ्ठल व वारकरी संप्रदाय यांचा महिमा कोणीही दुसऱ्या संताने आपल्या काव्यात व भाषणात वर्णित केल्याचे इतिहासात नमूद नाही."

शर्मा यांनीही आपल्या ग्रंथात 'विठ्ठल' या संज्ञेविषयी चर्चा केली आहे[११] तथापि त्या अनुषंगाने नामदेवांच्या हिंदी पदांतील बिठ्ठल, बिठलु, बिठुला या संज्ञांचा जो विचार करावयास हवा होता, तो मात्र त्यांनी केला नाही. यामागील उद्देश स्पष्ट आहे. तथापि, त्यामुळं वरील निष्कर्ष काढण्यात कुठल्याही प्रकारचा व्यत्यय येत नाही.

व्याकरणविशेष

या हिंदी पदांत मराठी व्याकरणातील अनेकविध वैशिष्ट्यं आढळतात. विभक्तिप्रत्ययांची रूपं, सर्वनामांची रूपं, शब्दयोगी अव्ययं इ. व्याकरणाच्या अंगोपांगांच्या आधारे या वैशिष्ट्यांचं स्वरूप लक्षात येईल.

विभक्ती

प्रथमा : प्रथमेची उकारान्त नामं ही यादवकालीन मराठी भाषेची एक प्रमुख प्रवृत्ती मानली जाते. ही प्रवृत्ती नामदेवांच्या हिंदी पदांत फार व्यापक प्रमाणात आढळते.

उदा.— गोबिंदु (२-३), परपंचु (२-६), पदारथु (२-७) , भरमु (२-७) इसनानु (३-१), बासु (३-५), दुधु (३-६,७), बीठलु (३-७, ८), संसारु (३-८, ६-३), सापु (५-१), विखु (५-१), धिआनु (५-३), बगु (५-२), मनु (५-४), भोजनु (५-५), उपदेसु (६-५), जनमु (६-५), पदु (७-३), निरबानु (७-३), परमलीउ (८-१), मारगु (८-५), कंचनु (११-७), रतनु (११-८), भ्रमु (११-९), नादु (१४-२, ११), नामु (१४-३), रूपु (१४-३), हींगु (१९-४), सिंगु (१९-४), ईसरू (५६-५), पुरखोतमु (५९-८), इत्यादी.

गमतीची गोष्ट अशी की, नामदेवांनी प्रथमेचा हा उकार संज्ञांबरोबरच अबिगतु (५९-७), सुधु (< शुद्ध, ५-४) आणि सभु (२-३) यांसारख्या विशेषणांना व भरमतु (५९-५) आणि कहिअतु (५७-७) यांसारख्या क्रियापदांच्या रूपांनाही लावला आहे! उकारान्त नामांप्रमाणंच बीठलो (८-७) यासारखी ओकारान्त नामेही या पदात क्वचित आढळतात.

या उकारबाहुल्याविषयी आ. शर्मा [१२] म्हणतात, ''यह प्राचीन मराठीकीही विशेषता नहीं हैं। यह 'पूर्वी हिंदी' (अवधी तथा पश्चिमी हिन्दी) की भी प्रवृत्ती है।'' तथापि उकारबाहुल्य हे पूर्वी आणि पश्चिमी हिंदीत आढळत असले, तरी नामदेवांच्या हिंदी पदांत ते त्यांनी पूर्वी आणि पश्चिमी हिंदीपासून मुळीच घेतलेले नाही. यादवकालीन मराठीची— नामदेवांच्या मातृभाषेची— ती एक मूलभूत प्रवृत्ती असताना त्यांनी ती एखाद्या परप्रान्तातील भाषेतून उचलण्याचं प्रयोजनच दिसत नाही.

तृतीया : तृतीयेचे इ (<इं), ए, एं, सीऊ (शीं) हे तीन प्रत्यय नामदेवांच्या हिंदी पदांत आढळतात. ते त्यांनी केवळ मराठी शब्दांसाठीच उपयोजिले नसून हिंदी शब्दांसाठीही उपयोजिले आहेत. उदा. गुरुपरसादी (= गुरुप्रसादाने ४४-६), मखि (=मुखाने, २३-४), नादि (= नादाने), सुलताने (४७-२), नामे (२९-१), हरिसिऊ (३१-१०), मोसिऊ (५४-१), तोसिऊ (५४-२), जगजीवनसीऊ (२२-३), परनारीसिऊ (५४-१), इत्यादी.

तृतीयेच्या इ-इं, ए-एं या मराठी प्रत्ययांचा विचार न करता शर्मा [१३] यांनी केवळ 'सिऊ' हा प्रत्यय खडी बोलीतील 'से' वा मारवाडी (राजस्थानी) 'सू' या

प्रत्ययापासून व्युत्पादिण्याचा प्रयत्न केला आहे व 'सिउ-सीउ' ही हिंदी रूपंच होत, असा आग्रह (की दुराग्रह?) धरला आहे. मराठी 'शी' या प्रत्ययाचे 'सिउ-सीउ' या प्रत्ययाशी आढळणारं साम्य व या दोन प्रत्ययांनी 'शी' या प्रत्ययाप्रमाणंच केलेलं तृतीया विभक्तीचं कार्य पाहता, नामदेवांनी या प्रत्ययांची उसनवारी हिंदीपासून किंवा राजस्थानीपासून केली असावी, असं म्हणणं कितपत संयुक्तिक ठरेल? मूळ मराठीत तत्सदृश प्रत्यय असताना अशी उसनवारी करण्याचं प्रयोजनच कुठं उरतं? श्री. जोशी यांनी मात्र तृतीयेच्या या सर्वच प्रत्ययांबाबत मौन धारण केलं आहे!

चतुर्थी : या विभक्तीच्या मराठी प्रत्ययांची फारच थोडी उदाहरणं नामदेवांच्या हिंदी पदांत आढळतात : 'कोइला' (कुणाला ५७-५) आणि 'हंसुला' (१४-६) या शब्दांतील 'ला' प्रत्यय आणि देवा (=देवास, ९-२) यासारखी काही रूपं अभ्यसनीय आहेत. या प्रत्ययाविषयी अन्यत्र विवेचन आढळत नाही.

षष्ठी : 'चे' हा षष्ठी विभक्तीचा मराठी प्रत्यय 'नामेचे' (८-७, २०-८) यासारख्या रूपात आढळतो. चा-ची-चे या मराठी प्रत्ययाचं मूळ संस्कृतच्या 'स्य' किंवा 'त्यत्' या प्रत्ययांत आढळतं, ही गोष्ट निर्विवाद आहे. याविषयी विवेचन करताना श्री. शं. पु. जोशी[१४] म्हणतात, "चौदाव्या व पंधराव्या शतकांतील पुष्कळ संतांनी व कवींनी चा-ची-चे हे षष्ठीचे प्रत्यय वापरलेले आहेत. प्राचीन राजस्थानी भाषेतही हा 'चा' प्रत्यय आढळतो. नामदेवांच्या हिंदी काव्यात 'चा, ची, चे' हे षष्ठींचे प्रत्यय आहेत म्हणून या काव्यावर मराठीची छाप आहे— हे म्हणणे फोल आहे."

नामदेवांनी 'नामेचे' यासारख्या शब्दात वापरलेला षष्ठीचा 'चे' हा प्रत्यय त्यांनी समकालीन संतांपासून किंवा राजस्थानीसारख्या परप्रांतातील भाषेपासून घेतला असावा, हे म्हणणे विसंगत व अनैतिहासिक वाटतं. नामदेवांसारख्या मराठी संतकवीच्या काव्यातील षष्ठीचा हा प्रत्यय मूलतःच मराठी आहे,[१५] ती उसनवारी नव्हे व अन्य भाषिकांचे अनुकरणही नव्हे, हे उघड आहे. या प्रत्ययाची काही अन्य उदाहरणं पाहिल्यास या विधानास अधिक पुष्टी मिळेल ताचे (< त्याचे, १५-२), तुमचे (१५-८), ताचा (< त्याचा, ५३-१७), तांची (< त्यांची, ५६-१५), इत्यादी.

सप्तमी : सप्तमीचे मराठी इ-इं हे प्रत्यय नामदेवांच्या हिंदी पदांत पदोपदी आढळतात. त्याबद्दल श्री. जोशी व आ. शर्मा यांनी विवेचन का केलं नाही,

ते कळत नाही. या प्रत्ययाची उदाहरणं अशी : अंतरि (२-१०, २२-२, ६१-२), थानथनंतरि (३-९), घरि (६-५, ३१-४), ठाई (१०-८), मनीं (१४-७), मनि (१४-९), बैकुंठि (१८-६), अंतरिबाहरि (३०-१०), घटि-घटि (३६-३, ६१-२), घरी (५६-१४), सरबे ठायीं (५९-३), देही (४९-३), महाजिदी (४९-६), अमारगि (४५-५) इत्यादी.

संबोधन : या विभक्तीच्या मराठी प्रत्ययाविषयीही उपरिनिर्दिष्ट विद्वानांनी मौन धारण केलं आहे. मना (६-४), रामा (६-२), दगरा (< दगडा, ५-८), केसवा (४९-१), ही रूपं लक्षात घेण्याजोगी नाहीत काय?

सामान्यरूप : सामान्यरूप करण्याची मराठी व्याकरणाची पद्धती नामदेवांनी आपल्या हिंदी पदांत काही ठिकाणी उपयोजिल्याचं दिसतं. उदा.— संतामधे (१९-८), अकासामधे (३०-१), नामेका (४-१०, ५-७, ३४-५), नामेके (१-१०, १०-११, २१-११), नामेचे (२०-८), नामेको (५८-३), नामेकी (२५-६, ४७-६), नामेमधे (१९-९) इ. देवलमधे (१९-५), जंगलमधे (१९-६) यांसारख्या शब्दांत मात्र क्वचित सामान्यरूप झाल्याचं आढळत नाही.

सर्वनामं

नामदेवांच्या हिंदी पदांत पुढील मराठी सर्वनामं आली आहेत :

जे (६-१), ते (६-१, २५-३, ४), कवणु (८-३), ताच (५३-१७), ताचे (१५-२), जांचै (< ज्याचे, ज्यांचे, ५६-२, ३, ४, ६ते१४), जांचै, (ज्यांचे ५६-१२), तांची (< त्याची, त्यांची, ५६-१५), तुमचे (१५-८), आपन (५४-३) इत्यादी.

शब्दयोगी अव्यय

मधे, सहित, बिना, पहि (पेक्षां), माझै (<माजी) या मराठी शब्दांचं आधिक्य नामदेवांच्या हिन्दी पदांत आढळतं. उदा.— गोकुलमधे (१९-५), देवलमधे (१९-५), जंगलमधे (१९-६), संतामधे (१९-८), नामेमधे (१९-९), अकासामधे (३१-१), रामबिना (३६-१), तोपहि (<तुझ्यापेक्षा, १०-२), करमसहित (२३-६), जलमाझै (८-५), इत्यादी.

क्रियापदांची व काळाची रूपं

नामदेवांच्या हिंदी पदांवरील मराठीचे संस्कार पडताळण्यासाठी या रूपांचा फार उपयोग होतो. विशेषत: भूतकाळाची ही सर्वच रूपं लक्षात घेतल्यास, नामदेवांना मराठी क्रियापदांचा व क्रियापदांची रूपं साधण्याच्या मराठी व्याकरणपद्धतीचा विसर कसा पडला नाही, हे स्पष्टपणे दिसतं.

१) भूतकाळ :

तारिअले (१-१, ४; ३५-४)

तारीले (१-२, २५-१)

आनीले (३-१, ४; ३०-१,५)

भराइले (३-१)

परोइले (३-४)

रीघाईले (३-६)

लाहिले (५-७)

(जनमु) दैला (६-५)

भेटुला (६-६)

चेतीअले (६-२)

समाइलो (९-२)

भेटिले (९-२)

पूछिले (१०-१)

आला (१५-९)

लागीले (१६-३)

छांडीअले (३०-७)

पऊढीअले (३०-९)

बेधीअले (३०-३)

भराइले (३०-५)

उबारीअले (३५-३)

बजाइला (४७-१६)

आइला (४७-१६)

बाधिला (४७-१)

सेवीले (५६-१)

पूरिअले (५६-२)

राचीले (५६-५)
भाखिले (५६-५)
कोतिला (५७-३)
पिछवारला (५७-८)
बोधिअले (५९-३)
काटीले (३०-१)
भरमीअले (३०-१)
राखीअले (३०-२; ६,८)
मांडीअले (३०-४)
लागिला (६०-४)
भैइला (६०-५, ६)
समाइला (६०-७)

गुरुमुखी लिपीत 'य' ह वर्ण नसल्यानं त्या ठिकाणी 'अ' या वर्णाचा उपयोग केल्याचं वरील यादीवरून दिसून येईल. नामदेवांच्या पदांतील वर निर्देशिलेल्या उदाहरणांत मराठी क्रियापदांची भूतकालाची रूपं आढळतात. इतकंच नव्हे तर 'पूछिले', 'बजाइला', 'समाइला' यांसारख्या रूपांत मूळ हिंदी 'पूछना', 'बजाना', 'समाना' या क्रियांना मराठीच्या भूतकाळाच्या रूपांप्रमाणे 'ला' हा प्रत्यय लागल्याचं दिसतं. भूतकाळाचा हा 'ल' प्रत्यय आणि ला-ली-ले- प्रत्ययान्त रूप काही अन्य भारतीय भाषांतही आढळतात. 'पीईला, राहिला' अशी भूतकाळवाचक रूपं नरसी मेहता यानेही उपयोगात आणली असल्याचं आढळून येतं. बिहारमधील प्रसिद्ध कवी विद्यापती उपाध्याय (काल : पंधरावं शतक) यांनीही ला-ली-ले या भूतकाळवाचक प्रत्ययांचा उपयोग केलेला आहे, हे श्री. शं. पु. जोशी [१६] यांनी निदर्शनास आणलं आहे. असं असलं, तरी नामदेवांच्या पदांतील भूतकाळवाचक क्रियापदांतील ला-ली-ले हे प्रत्यय मराठीचे नाहीत, असं कसं म्हणता येईल? पूछिले, बजाइला, समाइला ही मूळ हिंदी क्रियापदांची 'ल' प्रत्ययान्त रूपं एक वेळ सोडून दिली तरी तारीले, आनीले, लाहिले, भेटुला, चेतीअले, बा (बां) धिला, सेवीले, मांडीअले, आला, लागिला, बोधिअले, कोपिला ही खास मराठी क्रियापदांची भूतकाळवाचक रूपं नाहीत, असं म्हणणं म्हणजे मराठीवर केवळ अन्याय करण्यासारखे आहे. आ. शर्मा [१७] आणि श्री. जोशी [१८] यांनी या मराठी रूपांचं 'मराठपण' अमान्य केले आहे. त्याचप्रमाणे येथे भाषेच्या 'मालकी'चा प्रश्न निर्माण करून श्री. जोशी यांनी

त्याहीपुढील टप्पा गाठला आहे!

ते म्हणतात, "चा-ची-चे आणि ला-ली-ले हे प्रत्यय म्हणजे केवळ मराठी भाषेची मालकी, छाया अथवा छाप दर्शविणारे आहेत, असं म्हणणं अदूरदर्शीपणाचंच होईल." मूळ मराठी क्रियापदांना व त्यांच्या भूतकाळवाचक रूपांना 'मराठी' म्हणण्यात अदूरदर्शीपणा तो कसला? नामदेवांनी मराठी क्रियापदांची ही भूतकाळवाचक रूपं राजस्थानी, बिहारी किंवा तत्सम अन्य प्रांतीय भाषांतून घेतली, असं यातून कोणाला सूचित करावयाचं असेल तर तो नामदेवांवर केला जाणारा मोठा अन्यायच ठरेल. नामदेवांचं महाराष्ट्रीयत्वच मुळात अमान्य केलं असतं तर तसा तर्क कदाचित सकृत्दर्शनी खराही वाटला असता पण त्यांचे महाराष्ट्रीयत्व मान्य करून त्यांच्या भाषेत आढळणारी मराठीची भाषिक वैशिष्ट्यं अमान्य करणे मुळीच युक्तिसंगत ठरणार नाही.

"आनिले भराइले, परोइले, पांखिले ही रूपं मराठी भाषेच्याच मालकीची आहेत, असे म्हणता येत नाही," असे संदिग्ध विधान श्री. जोशी यांनी केलं आहे, तेही वरील निकष लावल्यास कसं फोल आहे हे सहज लक्षात येतं. शर्मा यांनी कबीराची बढौलै, होईगैलै, रमौलै, रंगौलै, गैलै ही रूपं उदधृत करून श्री. जोशी यांच्याप्रमाणंच निर्णय घेतला असला तरी वरील विवेचन लक्षात घेतल्यास तो सयुक्तिक नाही, हे सहज पटेल.

२) वर्तमानकाळ :

वर्तमानकाळाच्या 'ता'- 'ति'-प्रत्ययान्त रूपांची 'सोहति', 'लसति' इ. हिंदीतील उदाहरणं देऊन शर्मा [११] यांनी नामदेवांच्या पदांतील 'ता'- 'ती' ही क्रियापदांतील वर्तमानकालवाचक रूपं हिंदी असावीत, असं सूचित केलं आहे. नामदेवांच्या पदांत या प्रत्ययांनी साधलेली पुढील रूपं आढळतात :

दिसंता (९-३)
बजंता (९-४)
नाचंती (१५-३)
नचंती (१५-५)
बसता (= बसतो, २३-४)
लागती (२६-१)
चोखता (२६-६)
भनति (< म्हणती ४२-१०, ५२-७)

गाडी चालती (५२-१)

हांकती (५२-२, ३)

यांपैकी दिसंता (= दिसतो), लागती, भनति, चोखता (चोखतो), चालती, हांकती, बसता ही सर्वच उदाहरणं मूळ मराठीतूनच आली आहेत. दिसणं, लागणं, चोखणं, चालणं, हाकणं, बसणे ही त्यांची मूळ रूपं (क्रियापदं) होत. यांपैकी ('हांकना'सारखी हिंदी-मराठीत सारखी वाटणारी क्रियापदं वगळूनही) बहुतेक क्रियापदं मराठीत आहेत.

हे झाले ता-प्रत्ययान्त क्रियापदांच्या वर्तमानकाळवाचक रूपांसंबंधी. याशिवाय मराठी 'सी' (शी : द्वि. पु. ए. व.) प्रत्ययांनी साधलेली क्रियापदांची रूपंदेखील नामदेवांच्या पदांत किती तरी आढळतात : भावसी (६-१), राखसी (६-२), उच्चरसि, पूजसि (३८-८), तुटसी (४४-७) इत्यादी.

तसंच याच काळाची मराठी ई-ए आणि क्वचित ऐ-प्रत्ययान्त रूपंही नामदेवांच्या पदांत आहेत. परिहारी (१६-३), पहिरी (=नेसते; ४५-७), देहि (२०-६), होइ (७-४, ६१-१०), टेके (२५-२), धावै (४८-८), मागै (=मागतो), घालै (घालतो, ४५-१) इत्यादी.

भविष्यकाळ :

या काळाच्या धिआऊ (=स्तवीन, ध्यान करीन, ४-८), देऊ (७-११), तरसि (=तरशील, २३-८), देहउ (२८-४), लेहऊ (२८-३), भेटल (४१-६) या रूपांत मराठी रूपाचं प्रतिबिंब उमटलं आहे. याशिवाय न उच्चारसि (३८-३), न पूजसि (३८-८), न तुटसि यांसारखे नकारदर्शक प्रयोगही अभ्यसनीय आहेत. मराठी तत्सम प्रयोगांशी ते बव्हंशी जुळतात.

वरील विवेचनात शक्यतो मूळ पदांचं सविस्तर व समप्रमाण भाषिक अध्ययन करण्याचा प्रयत्न केला आहे. त्यावरून "ग्रंथसाहेबातील संत नामदेव यांच्या, काव्यकृतीवर मराठीचा छाप अथवा छाया आहे, असा एक जो सर्वसाधारण समज महाराष्ट्रात झाला आहे, तो सर्वथैव चुकीचा आहे," [२०] यांसारख्या एतद्विषयक मतांचे वैयर्थ्य लक्षात येईल, असं वाटतं.

समारोप

नामदेवांच्या 'मुखबानी'च्या या भाषाभ्यासावरून त्यांच्या हिंदी रचनेचं मराठी वळण स्पष्ट होतं. पंजाबातील नामदेव आणि पंढरीचे नामदेव या दोन वेगळ्या व्यक्ती

नसून ते एकच आहेत, हे ठरविण्यास या भाषिक अभ्यासाचं साह्य होईल, असं वाटतं.

◆◆

संदर्भटीपा -

१) पंजाबातील नामदेव, श्री. शं. पु. जोशी, १९४०, पृ. १२ ते १७

२) हिन्दी को मराठी सन्तोंकी देन, आ. विनयमोहन शर्मा, १९५७

३) राष्ट्रवाणी : वर्ष १५, अंक १०, पृ. ३५७-३६०

४) हिन्दी को मराठी संतों की देन, आ. विनयमोहन शर्मा

५) सर्व हिन्द सिक्ख मिशन, अमृतसर (नागरी संस्करण)

६) हिन्दी को मराठी संतोंकी देन, पृ. २३९-२६४

७) पंजाबातील नामदेव, पृ. ७६-७७

८) हिन्दीको मराठी सन्तोंकी देन, पृ. २४

९) पंजाबातील नामदेव, पृ. ७८

१०) हिन्दी को मराठी सन्तोंकी देन, पृ. ७० ते ७३

११) हिन्दी को मराठी सन्तोंकी देन, पृ. २५

१२) हिंदी को मराठी संतोंकी देन, पृ. २६

१३) पंजाबातील नामदेव, पृ. ७६

१४) हा प्रत्यय यादवकालीन मराठीतही आढळतो. यासंबंधी डॉ. शं. गो. तुळपुळे यांनी 'यादवकालीन मराठी भाषा' या ग्रंथात सप्रमाण विवेचन केलं आहे (पाहा- पृ. १८३-८४). षष्ठीच्या 'चा' या प्रत्ययाची यादवकाळातील उदाहरणं अशी : आत्मबोधाचिया (ज्ञा. ६-२८), इंद्रियाचेया (ज्ञा. ६-६२), इंद्रियांचा (ज्ञा. १०३), शुकाचेनि (ज्ञा. ६७६), द्रोणाचिये (ज्ञा. २-३९), दिठीचा (ज्ञा. ६-११५), विषयांचिया (उद्धवगीता २६३)

१५) पंजाबातील नामदेव, पृ. ७७

१६) हिन्दी को मराठी संतोंकी देन, पृ. २

१७) पंजाबातील नामदेव, पृ. ७७

१८) हिंदी को मराठी संतोंकी देन, पृ. २६

१९) पंजाबातील नामदेव, पृ. ७४

◆◆

: १० :

नामदेवी संशोधन : आणखी काही आयाम

महाराष्ट्रातील विविध विद्यापीठांत अनेक अध्यासनं स्थापन झाली आहेत. त्यांच्या नियोजनबद्ध विकासासाठी काय करायला हवं, याविषयी मी एका लेखात सविस्तर विवेचन केलं आहे तथापि हा लेख अद्यापि प्रकाशित व्हावयाचा आहे. यातील अनेक अध्यासनांशी माझा परोक्ष-अपरोक्ष संबंध आहे पण पुण्याच्या संत नामदेव अध्यासनाच्या स्थापनेपासून माझा संबंध होता व पहिल्या समितीचा मी सदस्य होतो. या अध्यासनाच्या प्रगतीतही अनेक गतिरोधक आले. त्यांपैकी लालफितीचा गतिरोधक खूपच त्रस्त करणारा होता. ही अडथळ्यांची शर्यत पार पाडीत पाडीत डॉ. अशोक कामत यांनी या अध्यासनाची धुरा सांभाळली. त्यांनी आपल्या परीने खूप परिश्रम घेऊन या अध्यासनाचं एका संशोधनपीठात रूपान्तर केलं. आता ही धुरा सांभाळण्याचं काम व दायित्व डॉ. वीणा मनचंदा यांच्याकडे आलं आहे. या अध्यासनाला आणखी चांगला आकार यावा, पूर्वीसारखंच भरीव कार्य या अध्यासनाला करता यावं व नवनवीन आयामांचा वेध त्यानं घ्यावा, अशी त्यांची तर इच्छा आहेच पण आपल्यासारख्या सर्व सन्त-साहित्याभ्यासकांची, साम्प्रदायिकांची व जनसामान्यांचीही इच्छा-अपेक्षा असणं स्वाभाविक आहे. कारण नामदेव अध्यासनानंच आजवर केलेल्या कार्यानं या अपेक्षा निर्माण केल्या आहेत गेल्या अर्धशतकात मी स्वत:देखील संत नामदेवांचं जीवन, त्यांचं मराठी-हिन्दी साहित्य, त्यांचं महाराष्ट्रातील व पंजाबातील कार्य इ. अनेक अध्ययनक्षेत्रांविषयी सातत्यानं चिंतन आणि काही प्रमाणात लेखन केलं आहे. या दृष्टीनं 'नामदेवी संशोधना'च्या आणखी काही लक्षणीय व महत्त्वपूर्ण आयामांचा विचार करून त्यांपैकी काही संशोधन- प्रकल्प नियोजनबद्ध आखणी करून हाती घेता येतील.

१) संहिता-संपादन (अ) मराठी

यापूर्वी नामदेवांच्या साहित्याच्या संपादनाचे शासकीय व अशासकीय/साम्प्रदायिक प्रयत्न झाले आहेत. त्यांचा, विविध हस्तलिखितसंग्रहांतील अभंगांच्या बाडांतील नामदेवांच्या अभंगांचा, त्याचप्रमाणं मौखिक परंपरेतून आजवर प्रवाहित झालेल्या त्यांच्या साहित्याचा उपयोग करून संत नामदेवांच्या साहित्याचा एक प्रमाण-गाथा सम्पादित करण्याच्या प्रकल्पाला अध्यासनानं अग्रक्रम द्यायला हवा. त्यासाठी आवश्यक तर काही योजना विद्यापीठ अनुदान मंडळ, विद्यापीठ, म. रा. साहित्य संस्कृती मंडळ, महाराष्ट्र शासनाचा सांस्कृतिक कार्य विभाग किंवा महाराष्ट्र राज्याचे मुख्यमंत्री (मराठी भाषा विभागाची धुराही तेच आज सांभाळीत आहेत) यांच्याकडे सादर करता येतील व अर्थसाह्याची तरतूद करता येईल.

अशा प्रकारचं प्रमाण संहिता-संपादन ही वाटते तितकी साधी बाब नाही, याची मला पूर्ण कल्पना आहे. कारण संत नामदेव हे यादवकालीन संतकवी आहेत व तेराव्या-चौदाव्या शतकातील अभंगांची बाडं मिळविणं, हे फार परिश्रमाचं व कष्टप्रद कार्य आहे. त्यातून सुलभ मार्ग हा की, महाराष्ट्रातील विविध हस्तलिखित-संग्रहांतील बाडांचा धांडोळा घेणं. त्यामुळं हे कार्य बरंचसं सुकर होईल. पाठसंहिता-निश्चितीचा अनुभव असलेले संशोधक, त्याचप्रमाणं ऐतिहासिक भाषाविज्ञानाची जाण असलेल्या संशोधन सहायकांची यासाठी नियुक्ती करणं आवश्यक आहे. यापूर्वीच्या संपादनात काही त्रुटी आहेत काय, याचा विचार करून त्या या सम्पादनात राहणार नाहीत, याचीही दक्षता या संदर्भात घ्यावी लागेल. परभणी-हिंगोलीजवळील नरसी-बामणी व कराडजवळील नरसी या दोन्ही गावांच्या पंचक्रोशीतही नामदेवांच्या अभंगांचा शोध घ्यायला हवा.

संहिता-संपादनाच्या दोन प्रमुख पद्धती आहेत :

१) विविध हस्तलिखितांच्या आधारे भाषावैज्ञानिक निकषांच्या व जुन्यातील जुन्या मध्ययुगीन हस्तलिखितांच्या आधारे प्रत्येक शब्दाची पडताळणी करून, अर्थ-संदर्भ लक्षात घेऊन संहितासिद्धी करणे- किंवा

२) सर्वांत जुनी कालोल्लिखित पोथी प्रमाणप्रत म्हणून स्वीकारून तळटीपांत पाठभेद (अन्य प्रतींचे) देणं.

संत नामदेवांच्या अभंगांची बाडं उपलब्ध होतील, त्या वेळी वरीलपैकी जी संपादनपद्धती योग्य वाटते, ती स्वीकारून ही संहितानिश्चिती करता येईल. यासंबंधी मी चार-पाच दशकांपूर्वी १९६१-६२ च्या सुमारास 'प्रतिष्ठान'मध्ये याच नावाचा एक लेख लिहिला होता.

२) संहिता-संपादन (आ) हिन्दी

संत नामदेवांच्या मराठी अभंगांत हिन्दी अभंग/पदं न मिसळता वरील सामग्रीच्या व पद्धतींच्या आधारे नामदेवांच्या हिन्दी अभंगांची/ पदांची संहिता-निश्चिती करता येईल. या सम्पादनाचेही मराठी व हिन्दी असे दोन विभाग करता येतील आणि एकाचं विवेचन मराठीतून तर दुसऱ्याचं हिन्दीतून करता येईल.

३) 'हस्तलिखित नामदेव'

नामदेवांच्या साहित्याची हस्तलिखितं कुठं कुठं विखुरली आहेत— त्यांची सूची करून तो स्वतंत्र ग्रंथ प्रस्तावनेसह, छायाप्रतीसह (फोटोकॉपीज्) व विवेचक प्रस्तावनेसह प्रसिद्ध करावा. यासाठी भा. इ. सं. मंडळ (पुणे), समर्थ वाग्देवता मंदिर (धुळे), राजवाडे (धुळे), जयकर ग्रंथालय: पुणे विद्यापीठ, घुमान (पंजाब) येथील गुरुद्वारा इ. तील हस्तलिखितसंग्रहातील सामग्रीचा उपयोग करता येईल. तंजावरच्या सरस्वती महाल ग्रंथालयातील हस्तलिखितंही महत्त्वाची आहेत.

४) नामदेव घराण्यातील हस्तलिखितांचे संकलन

ही हस्तलिखितं आता नष्ट होण्याच्या मार्गावर असण्याची शक्यता आहे. यासाठी त्यांच्या सीडीज् तयार करून मूळ पोथ्यांचं लॅमिनेशन करण्यासाठी केन्द्र शासनाच्या मानवसंसाधन विभागाकडे अनुदान मागता येईल.

५) संत नामदेवविषयक लेखनाची/ ग्रंथांची सूची तयार करणं.

६) संत नामदेव व समकालीन संत यांच्या साहित्याविषयीचा संशोधन-प्रकल्प हाती घ्यावा.

७) महाराष्ट्रातील व बृहन्महाराष्ट्रातील संतांवर नामदेवांचा कितपत प्रभाव पडला, याविषयीचा संशोधन-प्रकल्प (मराठी व हिन्दी) हाती घ्यावा.

८) नामदेवांनी उपयोजिलेल्या आकृतिबंधांची चिकित्सा

९) संत नामदेवांच्या साहित्याचा लोकतत्त्वीय अभ्यास

१०) संत नामदेवांच्या (मराठी-हिन्दी) साहित्याचा भाषावैज्ञानिक अभ्यास— या संशोधन-प्रकल्पान्तर्गत तुलनात्मक भाषाध्ययनही करता येईल.

११) ज्ञानदेव आणि नामदेव यांच्या परस्परसंबंधांचा पुनर्विचार करणं गरजेचं आहे. या प्रकल्पात आजवर झालेल्या विचारांचं समीक्षण करून काही नव्यानं संशोधन-प्रकल्प घेता येईल.

१२) नामदेवसाहित्याचं एकविसाव्या शतकातील संदर्भमूल्य–

याविषयी मराठी-हिन्दी संशोधकांचं राष्ट्रीय चर्चासत्र घेऊन काही नवे निष्कर्ष हाती येतात का, याविषयी विचारविनिमय करून या शोधनिबंधांचा संग्रह

प्रकाशित करता येईल.

१३) संत नामदेव व शीख धर्म

या संशोधन-प्रकल्पान्तर्गत संत नामदेव आणि शीख धर्म यांच्या अन्योन्य संबंधांचा पुनर्विचार करता येईल. 'शीख धर्माला नामदेवांचं योगदान' या विषयासंबंधीही या प्रकल्पान्तर्गत चर्चा करता येईल.

१४) संत नामदेवांच्या अभंगातील ग्रामीण बोलीची वैशिष्ट्यं

उच्चारप्रक्रिया, रूपविचार, शब्दसिद्धी, शब्दसंग्रह, अर्थप्रक्रिया, वाक्प्रचार, वाक्यरचना यांच्या संदर्भात नामदेवांच्या अभंगवाणीचा विचार या प्रकल्पात अभिप्रेत आहे.

१५) संत नामदेव व गुरू नानकदेव

या दोन्ही संतांच्या जीवनाचा, कार्याचा व काव्याचा तुलनात्मक अभ्यास केल्यास संत नामदेव शीखधर्मीयांशीच का समरस झाले, याचा शोध घेता येईल.

१६) नामदेवांच्या अभंगांची वाङ्मयीन महात्मता

वाङ्मयीन मूल्यांच्या निकषावर या संदर्भात विचार करता येईल.

१७) समाजप्रबोधनकार सन्त नामदेव

या विषयासंबंधी अजूनही सूक्ष्म अध्ययन झाल्याचं आढळत नाही. हे अध्ययन केल्यामुळं नामदेवांच्या व्यक्तिमत्त्वाच्या वेगळ्या पैलूंवर प्रकाश पडेल.

◆◆

: ११ :
सन्त कान्होपात्रा यांची अभंगवाणी : एक पुनर्चिन्तन

पार्श्वभूमी

वारकरी संप्रदाय हा ज्ञानदेव-नामदेवांच्या काळापासूनच निर्माण झाला, असं सर्वसाधारण लोकांना वाटणं स्वाभाविक आहे. त्याचं मुख्य कारण संत बहिणाबाई यांचा

'सन्तकृपा झाली । इमारत फळा आली ।'

हा अभंग होय—

संत बहिणाबाईंच्या या अभंगांत त्यांनी महाराष्ट्रातील वारकरी संप्रदायाच्या उभारणीचं, विस्ताराचं आणि तुकोबांच्या काळात त्यांच्या अभंगवाणीनं व कीर्तनानं धर्मप्रबोधन व समाजप्रबोधन यांचा; त्याचप्रमाणं वारकरी संप्रदायाच्या या मंदिराचा कळस कसा बांधला/ गाठला, याचंदेखील चित्र साकारलं आहे.

खरं तर ज्ञानदेवांनी या संप्रदायाचा पाया रचला नाही कारण ज्ञानदेवांचे वडील विठ्ठलपंत हे विठ्ठलभक्त असून वारकरी होते. वारकरी संप्रदायाचा उद्‌गम तर भक्त पुंडलिकाच्या काळापासूनच झाला. वैष्णव हे विष्णूची भक्ती करीत होते. पुंडलिकाच्या काळात या विठ्ठलभक्तीचं रूपान्तर महाराष्ट्रातील वारकरी संप्रदायाच्या उद्‌गमात झालं होतं. याचा अर्थच हा की, हा संप्रदाय ज्ञानदेवपूर्वकाळापासून होता पण यादवकालीन काळातील महाराष्ट्रात धर्म व भक्तिसंप्रदाय यांच्या मूलभूत कल्पनाच रुजल्या नाहीत, असं ज्ञानदेव-नामदेवांना जाणवलं. चातुर्वर्ण्यव्यवस्थेचं

जे बंद माजलं होतं, त्यामुळं समाज अंधश्रद्धा, कर्मकांडांचं प्राबल्य, अनेकद्वैदैवतवाद, चातुर्वर्ण्यव्यवस्थेमुळं निर्माण झालेली विषमता व स्त्री-शूद्रांवर होणारा अन्याय यांच्या बजबजपुरीतून बाहेर काढणं आणि त्यांना ऐहिक व पारमार्थिक कल्याणाचा खरा मार्ग समजावून सांगणं फार गरजेचं आहे, असं ज्ञानदेव नामदेवांना वाटलं व त्यांनी वारकरी संप्रदायाचं 'पुनर्व्यवस्थापन' केलं. त्याविषयी या ग्रंथात यापूर्वी विवेचन केलंच आहे.

वारकरी संप्रदायात नवचैतन्य

ज्ञानदेव-नामदेवांनी मिळून जी तीर्थयात्रा केली, तिचं वर्णन नामदेवांनी लिहिलेल्या 'आदि, तीर्थावळी व समाधी' या ज्ञानदेवांच्या त्रिखंडात्मक चरित्रातील 'तीर्थावळी' या प्रकरणात वर्णिलं आहे. अशा गर्तेत असलेल्या समाजाला त्यातून वर काढून त्याचा उद्धार करण्यासाठी ज्ञानदेव-नामदेवांनी वारकरी संप्रदायाच्या तत्त्वज्ञानाचा, आचारधर्माचा व भक्तिमार्गाचा पुनर्विचार करून त्यात नवचैतन्य ओतलं. नामस्मरण व संकीर्तन यांचा सोपा मार्ग समाजाला दाखविला आणि सर्व जाती-जमातींच्या लोकांना, पुरुषांना नि स्त्रियांनाही भक्तीचा अधिकार असून समाजात कुणीही उच्च वा नीच नाही— हा समतावादी नवसंदेश दिला. त्यामुळं 'ज्ञानदेवांच्या प्रभावळी'त विविध जाती-जमातींचे लोक व संत आले. पुरुषांप्रमाणं स्त्रियाही आल्या. संत कवींप्रमाणं संतकवयित्रीही निर्माण झाल्या. सेनामहाराज, चोखा मेळा, गोरा कुंभार, सावता माळी आदी. संतकवी व मुक्ताबाई, जनाबाई, कान्होपात्रा, सोयराबाई, निर्मळा या संत कवयित्री यांचा या संदर्भात आवर्जून उल्लेख करायला हवा. त्यांच्या अभंगवाणीचा, त्या अभंगवाणीतून प्रकट झालेल्या ग्रामीण स्त्रीच्या भावविश्वाचा विचार करायला हवा. त्यातून प्रकटलेल्या ग्रामीण बोलींचा नि ग्रामजीवनातील प्रतिमासृष्टीचाही विचार करायला हवा. ज्या स्त्रीला समाजातील तथाकथित धर्ममार्तंडांनी साधं माणूस म्हणून जगण्याचा अधिकार नाकारला आणि त्याच्या पुढचं पाऊल म्हणजे आत्मोद्धाराचा व भक्तीचाही अधिकार नाकारला; ती स्त्री यादवकाळातच पुन्हा आपलं आत्मभान जागृत करून, व्यथा-वेदना व सामाजिक-धार्मिक अन्याय अभंगवाणीत व लोकगीतांत तसंच लोकसंगीताच्या माध्यमातून आपलं आत्मभान कसं सावरते, हे महाराष्ट्राच्या मध्ययुगाच्या प्रारंभीचं स्वरूप आपल्या काळजाचा ठाव घेणारं आहे. त्यात स्फुट-अस्फुट स्फुंदन आहे, दुखणाऱ्या जखमेची ठसठस आहे, तसंच आता हे सारं सहन करण्यापलीकडचं आहे याचा इशारा आहे आणि त्यातच त्याविरुद्ध

विद्रोह करून हे सारं चित्र बदलण्याची जिद्द आहे व त्या विद्रोहाची सूक्ष्म बीजंही आहेत. याचा वस्तुपाठ म्हणून आपण संत कान्होपात्रा यांच्या अभंगवाणीचं पुनर्चिन्तन व पुनर्विचार करायला हवा, असं मला वाटतं. संत कान्होपात्रा यांच्याविषयी व त्यांच्या अभंगवाणीविषयी मी आजवर वेळोवेळी विचार केला व तो मला पुन्हा का करावासा वाटतो, याचं उत्तर तुम्हाला संत कान्होपात्रा आपल्या अभंगवाणीतूनच देतील. त्यातून त्यांच्या भावविश्वावर व विचारविश्वावर, त्यांच्या ऐहिक व पारलौकिक जीवनाच्या अजून मला न जाणवलेल्या आयामांवर प्रकाश टाकता आला तर मला जो आनंद वाटणार आहे, त्याचा वाटा मला तुम्हालाही द्यायचा आहे.

मंगळवेढा - समाजपरिवर्तनाचं एक केन्द्र

संत कान्होपात्रा यांचा काळ हा यादवकाळाचा शेवट व बहमनीकाळाचा प्रारंभ असा असावा, असा त्यांच्या चरित्रातील घटनांच्या आधारे तर्क करावा लागतो कारण बिदरच्या बादशहाचा उल्लेख त्यांच्या लौकिक जीवनाच्या संदर्भात येतो. यादवकाळ इ. स. १२०० ते १३५० असा अभ्यासक मानतात व बहमनी काळ हा इ. स. १३५० ते इ. स. १६०० असा मानतात. कान्होपात्रा यांच्या जीवनचरित्रात (शक १३९० किंवा इ. स. १४६८) या बहमनीकाळाचा व त्याच्या विकासाच्या पहिल्या-दुसऱ्या शतकाचा उल्लेख केला जातो. तेराव्या-चौदाव्या आधीच्या बाराव्या शतकात वीरशैव धर्माचे महात्मा बसवेश्वर याच मंगळवेढ्यात होऊन गेले. त्यांनी चातुर्वर्ण्यव्यवस्था आणि शूद्रवर्ण व स्त्रीवर्ग यांच्यावर होणारा अन्याय नाकारला. त्यानंतर चोखोबा, सोयराबाई व त्यांचं सारं कुटुंब तेराव्या शतकात मंगळवेढ्यालाच होतं, ही वस्तुस्थिती व इतिहास आपण समजून घेतला की म. बसवेश्वर— चोखा मेळा-कान्होपात्रा यांचं अन्याय व (सामाजिक-धार्मिक) विषमता नाकारण्याचंच साहस यात एक तार्किक सुसंगती आपल्याला जाणवू लागते. या दोन्ही-तिन्ही घटकांत मंगळवेढ्यात जे घडत होतं, त्याच्या दूरगामी परिणामांचा व प्रभावांचा अन्वयार्थ आपल्याला सहज लागू शकतो त्यातील सुसंगतीही आपल्याला निश्चितपणे जाणवते. मंगळवेढा हेही महाराष्ट्रातीलच नव्हे तर कर्नाटकातील धार्मिक व सामाजिक प्रबोधनाचं एक महत्त्वाचं केन्द्र कसं होतं, याची कल्पना येऊ लागते. बाराव्या शतकाच्या उत्तरार्धातच ज्ञानदेव-नामदेवांनी वारकरी संप्रदायात नवचैन्य का ओतलं, याची पार्श्वभूमी कळल्यास मंगळवेढ्याचं हे केन्द्र भावी महाराष्ट्रमहोदयाला ऊर्जा देत आहे, हेही जाणवू लागतं.

जीवनानुभवातून प्रकटलेली भावकविता

संत कान्होपात्रा या शामा नावाच्या नायकिणीच्या कन्या. विठ्ठलभक्तीत त्यांचं मन रमत असे. भजन करीत-करीत त्या पंढरपुराला गेल्यावर बिदरच्या बादशहाचं धरणं आलं आणि त्यांनी आपल्या आयुष्याची समाप्ती विठ्ठलाच्या चरणीच केली, एवढेच त्यांचे लौकिक चरित्र आपल्याला उपलब्ध होतं.

त्यांच्या लेखनात मात्र त्यांच्या लौकिक आणि पारलौकिक चरित्राचं मोठे हृद्य प्रतिबिंब उमटलं आहे. खरं तर ही रचना फारच थोडी आहे, अत्यल्प आहे. आज तरी केवळ तेवीस अभंगच त्यांच्या नावावर उपलब्ध होतात. हे अर्धसत्य असावं, असं मला वाटतं. महाराष्ट्राच्या खेडोपाड्यांत विखुरलेली अभंगांची बाडं धांडोळून कान्होपात्र्यांच्या आणखी काही रचना उपलब्ध होतात काय, याचा शोध घ्यायला हवा. त्याचप्रमाणं मौखिक परंपरेतही अशा काही रचना दडल्या आहेत काय, याची माहिती घ्यायला हवी. वारकऱ्यांच्या फडात पारंपरिक अभंग म्हणणाऱ्या फडकरी मंडळींजवळ असे काही दुर्मिळ अप्रकाशित अभंग मिळतात काय किंवा अशा अभंगांची त्यांना काही माहिती आहे काय, याविषयीदेखील संशोधन करायला हवं. तथापि, जोवर हे अन्य साहित्य उपलब्ध होत नाही तोवर कान्होपात्रा यांच्या उपलब्ध साहित्याच्या आधारेच त्यांच्या भक्तिकवितेचं स्वरूप न्याहाळणं अपरिहार्य ठरतं.

सोलापूरला विद्यापीठ स्थापन होऊन इतकी वर्षं झाली. या विद्यापीठानं आजवर याविषयीचा संशोधन प्रकल्प का हाती घेतला नाही? संत कान्होपात्रांच्या भक्तिकवितेत त्यांच्या लौकिक चरित्राविषयीचे फारसे तपशील उपलब्ध होत नसले तरी जे अल्पस्वल्प तपशील उपलब्ध होतात, ते महत्त्वपूर्ण आहेत. सर्वांत महत्त्वपूर्ण उल्लेख आहे तो त्यांच्या शूद्र जातीचा. तेराव्या शतकापासून सतरा-अठराव्या शतकांपर्यंतच्या मध्ययुगीन महाराष्ट्रात जातीपातीचे व वर्णव्यवस्थेचे जे वर्चस्व होते, ते मध्ययुगीन संत-कवितेत अत्यंत स्पष्टपणे उमटलं आहे. चोखोबांचे आत्मपर अभंग आणि तुकोबांचा 'यातिशूद्र' हा आत्मचरित्रपर अभंग याची उत्कृष्ट उदाहरणे होत. जे शूद्र जातीचे आहेत, त्यांना भक्ती वा मुक्ती प्राप्त करण्याचा अधिकार नाही, ही तत्कालीन धर्ममार्तंडांनी प्रस्थापित केलेली विचारसरणी या साऱ्या शतकांतील मध्ययुगीन संतकवितेत सतत डोकावत असताना दिसते. त्यांच्या अभंगांत किमान तीन ठिकाणी तरी आपल्या शूद्र यातीचे पुढील उल्लेख आढळतात, ते असे—

१) आला अपवाद यातीसंबंध लौकिक पाही ।
सावळे डोळसे, करुणा येऊ दे काही ।।
२) याती शुद्ध नाही भाव ।
३) मी तो आहे यातिहीन ।
न कळे काही आचरण ।।
मज अधिकार नाही ।
भेटी देई विठाबाई ।।

आपल्याला ज्या जातीत जन्म घ्यावा लागला ती शूद्र याती, आपल्याला स्वीकारावी लागलेली गणिकावृत्ती, त्यामुळं ओघानंच करावं लागलेले अपवित्र आचरण आणि या साऱ्यांची परिणती म्हणूनच आलेलं हीनत्व— यांची फार मोठी खंत कान्होपात्रा यांना तीव्रतेनं वाटते आहे. ही खंत त्यांच्या अभंगांच्या शब्दाशब्दांतून ओसंडते आहे.

पतितोद्धारक परमात्मा

-पण त्यांना जशी ही खंत वाटते, त्याचप्रमाणं एक दिलासाही वाटतो. तो दिलासा आहे— परमेश्वरानं केलेल्या पतितोद्धाराचा :

विठु दीनांचा दयाळ । वागवी दासांची कळकळ ।
देव कृपावंत मोठा । उणें पडो नेदी तोटा ।।
देव भक्तांचा अभिमानी । वाहे चिंता सकळ मनीं ।
देव भावाचा भुकेला । कान्होपात्रे आनंद झाला ।।

एका अभंगांत संत कान्होपात्रा यांनी परमात्म्यानं भक्तांचा उद्धार कसा केला, याचे दाखले दिले आहेत. योग-याग-तप-शुद्धाचरण यांची 'जोड' नसतानाही केवळ नामाची सांगड असली तरी आपण भवसागर तरून जाऊ, असा त्यांना आत्मविश्वास वाटतो. परमेश्वरानं पूर्वीदेखील गणिकांचा उद्धार केला आहे, या घटनेचाही त्यांना फार मोठा दिलासा वाटतो. आता मात्र आपण ही नाममालाच आयुष्यभर धारण करणार आहोत, याचा त्यांना मोठा आनंद वाटतो, आधार वाटतो. या अभंगात त्या म्हणतात—

ज्यांचे घेता मुखी नाम । धाकी पडे काळ यम ।
ऐशी नामाची थोरी । उद्धारिले दुराचारी ।।
नष्ट गणिका अजामाळ । वाल्मिकी झाला तो सोज्वळ ।
ऐशी नाममाळा । कान्होपात्रा ल्याली गळा ।।

भक्तांचा उद्धार

परमेश्वर दुर्जनांप्रमाणेच भक्तांचाही उद्धार कसा करतो, याचं वर्णन करताना कान्होपात्रा म्हणतात—

अंबऋषीसाठी । जन्म घातले जगजेठी ।
वागवी भक्तांचा आभार । ऋणी झाला निरंतर ।
अर्जुनाचे रथी बैसे । त्याचे घोडे धूतसे ।।

पतितोद्धारक परमात्म्याप्रमाणंच आपल्या साधनेत कान्होपात्रा यांना ज्ञानदेवांसारख्या संतश्रेष्ठांचाही मोठा आधार वाटतो. ज्ञानदेवांची नि त्यांची प्रत्यक्ष भेट होणं शक्यच नव्हतं; पण ज्ञानदेवांच्या समाधीचं त्यांनी जे दर्शन घेतलं, त्यातूनच ज्ञानदेवांची नि त्यांची परोक्ष गाठ-भेट झाली आहे. ज्ञानदेवांच्या भावंडांबद्दलही त्यांच्या मनात अपार आदर आहे. ज्ञानदेवांच्या माहात्म्याची त्यांना पुरेपूर जाण आहे, त्यामुळंच ज्ञानदेवांच्या समाधीच्या रूपानं झालेली ज्ञानदेवांची भेट ही आपल्या पारमार्थिक जीवनाच्या वाटचालीतील एक मोठी प्रेरक घटना होय, याचा सार्थ अभिमान कान्होपात्रा यांना वाटतो. त्या म्हणतात—

शिव तो निवृत्ति, विष्णु ज्ञानदेव पाही ।
सोपान तो ब्रह्म्या, मूळ माया मुक्ताई ।।
धन्य, धन्य, धन्य, धन्य निवृत्तिराया ।
धन्य ज्ञानदेव, सोपान सखया ।।
प्रत्यक्ष पैठणीं भटां दाविली प्रचिती ।
रेडियाचे मुखें वदविली वेदश्रुती ।।
चौदाशे वरुषांचे तृप्ती तीर रहिवासी ।
गर्व हरविला, चालविले भिंतीशी ।।
धन्य कान्हुपात्रा, आजि झाली भाग्याची ।
भेटी झाली ज्ञानदेवाची म्हणुनिया ।।

परमात्म्यानं केलेला पतितोद्धार नि संतांच्या साधनेनं झालेला त्यांचा उद्धार— या दोहोंचा संत कान्होपात्रांच्या मनावर फार मोठा प्रभाव पडला आहे. आपण हीन यातीचे असलो आणि आपलं पूर्वायुष्य कुकर्मांच्या गर्तेत रुतले असले तरी परमात्म्याच्या करुणेनं व अनुकंपेनं आपला 'कायापालट' होईल, असा त्यांना विश्वास वाटतो. त्यांनी आपला उद्धार व्हावा म्हणून आपल्या 'जीवींचा जिवलग' कृष्णाईची– कान्हाईची करुणा अनेक अभंगांत भाकली आहे. त्यांच्या या अभंगात त्यांचा ही शरणागती आणि त्यांनी केलेली काकुळत त्यांच्या

शब्दा-शब्दांतून, अक्षरा-अक्षरांतून व्यक्त झाली आहे—

जीवींचे जीवलगे, माझे कृष्णाई कान्हाई ।
सावळे डोळसे, करुणा येऊ दे काही ।।
आला अपवाद, याती - संबंध लौकिक पाही ।
सांवळे डोळसे, करुणा येऊ दे कांही ।।
दीनोध्दार ऐसे वेद-शास्त्रे गर्जती पाही ।
सांवळे डोळसे, करुणा येऊ दे कांही ।।
शरण कान्होपात्रा तुजला वेळोवेळां पाही ।
सावळे डोळसे, करुणा येऊ दे कांही ।।

'अगा रखुमाईच्या कांता । कान्होपात्रा शरण आता' असं म्हणून त्या विठ्ठलाला विनवणी करत आहेत. नामदेवांप्रमाणंच 'पतित तू पावना । म्हणविसी नारायणा ।। तरी सांभाळी वचन । ब्रीद वागविसी जाण ।।' असंच त्याही म्हणत आहेत... आणि असं म्हणून त्या परमात्म्याला आपल्या ब्रीदाच्या रक्षणाची जाणीव करून देत आहेत. हा त्यांचा भक्तिभाव परमात्म्याविषयीच्या जवळिकीत परिवर्तित झाला आहे. हा पतितपावन नारायण त्यांना आता मातेसमान नि पित्यासमान वाटतो. त्याचं रूपान्तर 'जीवींच्या जिवलगा'त कृष्णाचं कान्हाई-विठाबाईत होतं.

भावभक्तीची स्पंदनं

स्त्रीसुलभ भावभक्तीच्या कल्लोळांची स्पंदनं कान्होपात्रांच्या किती तरी अभंगांत जागोजाग उमटली आहेत. कधी कधी कन्येनं केलेल्या काकुळतीचं रूप त्यांची ही शरणागती घेते... नि भक्त-परमात्मसंबंधाला कन्या-मातासंबंधाचे मोठे हृद्य, मनोरम, प्रत्ययकारी रूप नि नातं प्राप्त होतं. मातेच्या वात्सल्याप्रमाणंच पित्याचं वात्सल्यही त्या परमात्म्याकडून अपेक्षित आहे.

'माझा आहे भोळा बाप । घेतो ताप हरोनी ।'

यासारख्या ओळींतून हा भाव व्यक्त झाला आहे. आपले हे 'मायबाप' जेथे आहेत, ती पंढरीच मग त्यांनी माहेरासारखी वाटू लागली तर त्यात नवल कसले?-

माझे माहेर पंढरी । सुखें नांदू भीमातीरीं ।
येथे आहे मायबाप । हरे ताप दरुशनें ।।

निवारिली तळमळ चिंता । गेली व्यथा अंतरींची ।
कैशी विटेवरी शोभली । पाहुनि कान्होपात्रा घाली ।।

आध्यात्मिक साधकावस्था

कान्होपात्रा यांच्या भक्तिकवितेत त्यांच्या विविध साधकावस्थांचे उत्कट दर्शन घडतं. पूर्वायुष्याबद्दलचा अनुताप, परमात्म्याची लागलेली ओढ, त्याच्या भक्तवत्सलतेबद्दल वाटणारा आत्मविश्वास, त्यामुळं त्यांनी केलेला लौकिक जीवनाचा त्याग नि परमार्थसाधनेचा स्वीकार, परमेश्वराची भाकलेली करुणा आणि त्याच्या मीलनानं-साक्षात्कारानं झालेलं अपूर्व समाधान हा सुडौल देखणा आलेख त्यांच्या या विविध साधकावस्थांतून अत्यंत समर्थपणे प्रकटला आहे. त्यांच्या या साधनेचं फलित त्यांनी मोठ्या समाधानानं, आत्यंतिक तृप्तीनं या अभंगात शब्दबद्ध केलं आहे :

कनवाळू कृपाळू, तू माय माऊली ।
धावुनिया भेटली विठाबाई ।।
निवारिलीं विघ्ने, दुरिते पळाली ।
जोडुनियां कर, विठाई विनविली ।।
शरण कान्होपात्रा चरणीं निमाली ।
धावोनियां भेटली विठाबाई ।।

संत कान्होपात्रा यांची ही भक्तिकविता अशी भावगर्भ नि भावसंपन्न आहे. खऱ्या अर्थानं ती भावकविताच आहे. तिच्यामध्ये स्त्रीसुलभ भाव-भावनांच्या माध्यमातून लौकिक नि पारलौकिक यांचा अनुबंध अत्यंत हळुवारपणे प्रकटला आहे. या भाव-भावनांची कोमल स्पंदनं आपल्या हृदयातही भक्तिभावनेची स्पंदनं निर्माण करतात. त्यांच्या व्यक्तित्वातून विभूतिमत्वात होणारं हे रूपान्तर अत्यंत मनोरम आहे, हृद्य आहे नि प्रेरणादायीदेखील.

योगदान

आज पुन्हा संत कान्होपात्रा यांच्या अभंगावाणीचा विचार करताना मला असं जाणवतं की, आपण संत कान्होपात्रा यांच्या योगदानाचा नीट विचारच केला नाही. या अभंगवाणीत काय काय नाही? तिच्यात दलित व ग्रामीण स्त्रीची व्यथा आहे, समाजात चातुर्वर्ण्यव्यस्थेमुळं निर्माण झालेली वेदना आहे. या वेदनेतच एक असं दुखरं मन आहे, जे स्फुंदत-फुंदत आहे. हे मन कुणाचा

आधार नि आसरा समकालीन समाजात शोधणार? एक ग्रामीण स्त्री— त्यातही दलित स्त्री नि त्यांतही जगण्यासाठी जवळ असलेली स्वत:च्या हक्काची जी संपत्ती— तिचा देह— त्याचा 'विकरा' असहायपणे करण्यास भाग पडलेली! हेही तिला हा समाजच करायला लावतो नि पुन्हा 'हीन' म्हणून दूरही लोटतो. मग ती केवळ एकुलता एक भक्कम आधार शोधते— तोही पुंडलिकाचा, चोखोबांचा, सोयराबाईंचा, निर्मळेचा उद्धार करणाऱ्या पांडुरंगाचा.

...पण ही तिची वेदना, व्यथा नि तिची ही अगतिकता केवळ प्रवाहपतितासारखी राहत नाही; तर त्यातून सूचन होतं ते हे सर्व पालटण्याचं, अन्याय नि विषमता यांच्याविरुद्ध समाजाकडे नि परमेश्वराकडे दाद मागण्याचं आणि हे व्यक्त करण्याचं तिच्याजवळ जे साधन आहे— ते तिच्या अभंगवाणीचं.

आज संत कान्होपात्रा आपल्यामध्ये नाहीत पण त्यांची अभंगवाणी मात्र आपलं अन्त:करण हेलावून टाकत आहे. चौदाव्या शतकातली ही स्पंदनं एकविसाव्या शतकातही तशीच पडसादत आहेत.

◆◆

: १२ :
संस्कृति-संक्रमणकालीन संत जनार्दनस्वामी

मध्ययुगीन मराठी वाङ्मयात काही महत्त्वाच्या पोकळ्या आहेत, त्या भरून काढण्यासाठी संशोधन होणं आवश्यक होतं. एका अर्थानं ही मध्ययुगीन मराठी वाङ्मयेतिहासातील दुर्लक्षित स्थानं होती. सन्त जनार्दनस्वामी व त्यांचं अभंगवाङ्मय हेही अशाच प्रकारचं एक महत्त्वाचं स्थान आहे. हा विषय यासाठी महत्त्वाचा आहे की, त्यामुळं यादवकाळ नि बहमनीकाळ यांना एकमेकांशी जोडणारा जो संस्कृति-संक्रमणाचा कालखंड आहे, त्याचा उलगडा या संशोधनकेंद्रबिंदूवर लक्ष केंद्रित केल्यानंतर काही प्रमाणात का होईना, होतो. जनार्दनस्वामी यांचं जीवनकार्य व लेखन हा या संक्रमणकाळातला एक फार महत्त्वाचा दुवा आहे.

रामदेवराव यादवांच्या पराभवानंतर महाराष्ट्र ज्या दिङमूढ अवस्थेत होता, त्या अवस्थेची दोन महत्त्वाची आव्हानं महाराष्ट्रसमोर होती. यादवकाळात ज्ञानदेव-नामदेव यांच्यासमोर काही आव्हानं नव्हती, असं नाही. मात्र, ती स्वधर्मापुरती वा आपल्या धर्मातील पंथोपपंथांविषयीची होती. ज्ञानमार्ग, कर्ममार्ग व भक्तिमार्ग यांच्यातल्या एकारलेपणाचं निवारण करून जनसामान्यांच्या आटोक्यातला भक्तिमार्ग सुलभ रीतीनं प्रतिपादून स्वधर्माची यथार्थ कल्पना देणं व मतामतांच्या धुक्यातून वाट काढत आत्मज्ञानाच्या भास्कराचं दर्शन घडविणं, हे या सन्तद्वयावरचं दायित्व होतं. ते दायित्व या दोन्ही सन्तांनी किती कुशलतेनं पार पाडलं, याची कल्पना तुम्हा-आम्हा सर्वांना आहेच.

यानंतरचा काळ हा नवी आव्हानं देणारा होता. त्यामुळं मराठी मन दिङमूढ होणं स्वाभाविक होतं. ही दिङमूढ अवस्था फार काळ तशीच राहिली

★ डॉ. कुमुद गोसावी यांच्या 'किल्लेदार संत जनार्दनस्वामी' या ग्रंथाची प्रस्तावना. या ग्रंथाचे प्रकाशन दौलताबादच्या किल्ल्यातच झाले.

संस्कृति-संक्रमणकालीन संत जनार्दनस्वामी / १११

असती तर कदाचित मध्ययुगीन मराठी वाङ्मयात 'अंधारयुग'ही निर्माण होऊ शकलं असतं. या वेळचं आव्हान हे केवळ स्वधर्मरक्षण नव्हतं तर त्याबरोबर जी परधर्माची राजवट आली होती- तिच्याशी संघर्ष करायचा की समन्वय साधायचा, हेही त्याच्या जोडीला आलेलं एक महत्त्वाचं आव्हान होतं. देवगिरीचा किंवा दौलताबादचा किल्ला हे त्यातलं एक केंद्र होतं.

रामदेवराव यादवांचं राज्य जाऊन इस्लामधर्मीय राज्यकर्त्यांची बहमनी राजवट सुरू झाली होती. इस्लामी राज्यकर्त्यांबरोबरच सूफी सन्तही महाराष्ट्रात आले होते. या एका अर्थानं परकीय राज्यकर्त्यांची/ संतांची मानसिकता व मराठी संतांची मानसिकता यांत समन्वय झाला नसता तर त्यातून संघर्ष निर्माण होऊन यादवकालोत्तर महाराष्ट्राच्या राजकीय, सामाजिक व सांस्कृतिक इतिहासाला एक फार वेगळं वळण लागलं असतं. महाराष्ट्रात वर उल्लेखिलेलं अंधारयुग अवतरलं असतं. पण बहमनीकालीन राज्यकर्ते, सूफी सन्त आणि महाराष्ट्रातील सन्त यांनी या संक्रमणकाळाचं भविष्याचं भान व अवधान फार दक्षतापूर्वक ठेवल्यामुळं संघर्ष न होता समन्वय निर्माण झाला. याचं नीट आकलन करून घ्यायचं असेल तर तत्कालीन मराठी सन्तांप्रमाणंच सूफी सन्तांचं लेखन व त्यांचं कार्य यांचंही काळजीपूर्वक परिशीलन करून घ्यायला हवं. मध्ययुगीन मराठी सन्तसाहित्यातील हा आयाम लक्षात घेतल्याशिवाय हिन्दू व इस्लाम या दोन्ही धर्मांतील सन्तांनी मराठी माणसाच्या ऐहिक व पारलौकिक उन्नतीसाठी केलेल्या कार्याची कल्पना येणार नाही. त्यांच्या कार्याबद्दल व लेखनाबद्दल आपण आस्थेवाईकपणे अध्ययन करायला हवं. यासाठी या दोन्ही धर्मांतील सन्तांनी एकात्मतेसाठी जे कार्य व लेखन केलं, त्याचा पूर्वग्रहविरहित अभ्यास करायला हवा.

अशा प्रकारचा अभ्यास झालाच नाही का? झाला नाही, असं मुळीच म्हणता येणार नाही. या संदर्भात सेतु माधवराव पगडी, प्रा. न. र. फाटक, बा. सी. बेंद्रे, प्रा. अ. का. प्रियोळकर, डॉ. रा. चिं. ढेरे, डॉ. ब्रह्मानंद देशपांडे यांनी केलेल्या महत्त्वाच्या कार्याचा व विचारांचा निर्देश अवश्य करायला हवा. डॉ. अलीम वकील यांनी सूफी संप्रदायाविषयी लेखन केलं असलं तरी त्यांनी महाराष्ट्रातील सूफी परंपरेचा सूक्ष्म व सविस्तर विचार केल्याचं मला आढळलं नाही. हा अभ्यास करण्यासाठी महाराष्ट्रातील विविध धर्मसंप्रदाय व त्यांचे सूफी परंपरेशी असलेले संबंध, त्याचप्रमाणं हे संप्रदाय व महाराष्ट्रातील सूफी परंपरा यांचा एकमेकांवर पडलेला प्रभाव आणि त्यांतून मऱ्हाटी लोकसंस्कृतीचं ओवलं गेलेलं एकात्मतेचं सूत्र नीट समजावून घ्यायला हवं. यासाठी महाराष्ट्रीय धर्मसंप्रदायांचं

तत्त्वज्ञान व सूफी संप्रदायाचं 'तसव्वुफ'चं तत्त्वज्ञान यांचा तुलनात्मक अभ्यास करणंही अगत्याचं आहे. मध्ययुगीन मराठी भाषा, 'तसव्वुफ'ची फार्सी भाषा, त्याचप्रमाणं महाराष्ट्रातील मराठी भाषिक व सूफी सन्तांची दक्खिनी रचना यांची कल्पना असणंही आवश्यक आहे.

वर उल्लेखिलेल्या ख्यातनाम संशोधकांपैकी सेतु माधवराव पगडी व डॉ. अलीम वकील हे दोन संशोधक वगळता अन्य मान्यवरांचा फार्सी भाषेचा व 'तसव्वुफ'च्या तत्त्वज्ञानाचा कितपत अभ्यास आहे, याची मला कल्पना नाही; पण त्यांच्या लेखनावरून तो नसावा, असं वाटतं. असं झाल्यामुळं मध्ययुगीन सन्तसाहित्याच्या संशोधन-अध्ययनात फार मोठी पोकळी निर्माण झाली. ती काही अंशी तरी भरून काढता यावी यासाठी मी साहित्य अकादमीच्या ज्येष्ठ गौरववृत्तीसाठी एक संशोधन-प्रकल्प घेऊन तो अकादमीला वर्ष-दीड वर्षापूर्वी सादरही केला आहे. तो प्रकाशित झाल्यावर मध्ययुगीन मराठी सन्तसाहित्यावर व त्यातील कूटस्थळांवर फार महत्त्वाचा प्रकाश पडेल.

इथं हा सर्व तपशील यासाठी सांगितला की, त्यामुळं एकनाथकालीन व एकनाथपूर्वकालीन सन्तसाहित्यातील संक्रमणावस्थेचं आकलन होण्यासाठी चांद बोधले, जनार्दनस्वामी, संत एकनाथ, 'नाथ पंचका'तले जनीजनार्दनांसारखे संत व त्यांच्या वाङ्मयीन-सांस्कृतिक कार्याचा बारकाईनं अभ्यास करणं आवश्यक आहे. त्यासाठी दादासाहेब बापट यांचं जनार्दनस्वामी चरित्र, डॉ. सौ. कुमुद गोसावी यांची 'किल्लेदार संत जनार्दनस्वामी' व 'म्हणे जनार्दन' ही पुस्तकं उपयुक्त आहेत. हे सन्त बहमनीकाळातील आहेत व 'बहमनी' हा शब्द 'ब्राह्मण' या शब्दापासून सिद्ध झाला आहे. यांतले काही शहा वा त्यांचे पूर्वज पूर्वाश्रमीचे हिन्दू असल्यानं त्यांनी इस्लाम धर्माचा नव्यानं स्वीकार केल्यानं दोन भिन्न धर्मीय संस्कृतींमध्ये बहमनीकाळात संघर्ष न होता समन्वय झाला. हे बहमनी राज्यकर्ते या मातीतलेच होते. त्यामुळं त्यांनी समन्वयाची, सलोख्याची व एकात्मतेची भूमिका स्वीकारली. शेख महमंद (काद्री शाखेचे सूफी सन्त व चांद बोधले यांचे शिष्य) 'दुचेष्मा' का लिहितात व सन्त एकनाथ 'दरवेश', 'फकीर' किंवा 'हिन्दू-तुर्क-संवाद' का लिहितात— या प्रश्नांचं उत्तर वरील पार्श्वभूमीत सहज सापडेल. माझा वरील ग्रंथ प्रकाशित झाल्यावर हे चित्र अधिक स्पष्ट होईल, असा मला विश्वास वाटतो.

डॉ. कुमुद गोसावी यांनी जनार्दनस्वामींचं हे चित्र स्वामींच्या आयुष्यातील काही महत्त्वाच्या घटनांच्या आधारे रेखाटलं आहे. त्यांतील ललित्याचा विचार

करता या कलाकृतीला 'चरित्र' म्हणावं, 'चरितकथा' म्हणावं की 'छोटेखानी ऐतिहासिक कादंबरी' म्हणावं— असा प्रश्न वाचकांच्या मनात येणं स्वाभाविक आहे. 'चरित्र' म्हटलं तर ते पूर्णतया ऐतिहासिक वास्तवाच्या आधारावरच उभं राहायला हवं; पण मग तो केवळ इतिहासच होईल. इतिहास आणि कल्पना या दोहोंच्या समन्वयातून 'चरितकथा' आणि 'ऐतिहासिक कादंबरी' या दोन्ही प्रकारच्या कलाकृतींची निर्मिती होते. या लेखनाचं स्वरूप पाहता त्यात ते 'चरितकथा' या आकृतिबंधाशी अधिक जवळीक साधणारं आहे, असं आपल्या लक्षात येतं. त्याला जनार्दनस्वामींच्या चरित्राची ऐतिहासिक सत्याची बैठक लाभली आहे; त्याचप्रमाणं त्यातील प्रसंगवर्णन, संवादलेखन, स्वभावचित्रण ही ललित कलाकृतींची वैशिष्ट्यंही आढळतात. ऐतिहासिक कादंबरीचा 'कॅनव्हास' यापेक्षा बराच विस्तृत असतो. त्यात अनेक व्यक्तींचं स्वभावचित्रण असतं. घटनांची व प्रसंगांची एक मोठी शृंखलाच तिच्यात गुंफलेली असते नि तिच्यातूनच कथानकाची वीण विणली जात असते. या रचनेच्या आकार-प्रकारावरूनही ही ऐतिहासिक कादंबरी किंवा लघु ऐतिहासिक कादंबरी आहे, असं म्हणता येणार नाही. चरितकथेच्या आकृतिबंधाशी या रचनेचं फार जवळचं नातं आहे. अशा चरितकथेतही लेखकाला ऐतिहासिक कादंबरीच्या लेखकाप्रमाणं त्याच्या कल्पनेनुसार स्वातंत्र्य घेता येतं. या कृतीत लालित्य यावं, यासाठी तो हे स्वातंत्र्य घेत असतो आणि तसं स्वातंत्र्य लेखिकेनं घेतलं आहे. अशा प्रकारच्या लेखनात लेखक त्याला अभिप्रेत असलेलं ऐतिहासिक वास्तव त्याच्या कल्पनेच्या साह्यानं पुनर्बंधित करीत असतो. हे लेखन म्हणजे पूर्णतया इतिहासही नसतो नि पूर्णतया कल्पनाही नसते. त्याच्या प्रतिभेच्या साह्यानं तो इतिहासातल्या एका मर्यादित भागाचं चित्र आपल्या कल्पनेतून रेखाटत असतो. हे चित्र जेव्हा एखाद्या महत्त्वाच्या ऐतिहासिक प्रसंगावर किंवा घटनेवर आधारलेलं असतं, त्या वेळी ती 'पानिपतची बखर' होते व इतिहासकालीन व्यक्तीच्या जीवनावर आधारलेली असते, त्या वेळी ती 'चरितकथा' होते.

ही रचना वाचून माझ्या मनात जे विचार आले, ते काहीशा विस्तारानं मी या प्रस्तावनेत मांडले आहेत. या रचनेच्या आकलनात वा आस्वादात ते साह्यभूत ठरतील, असा विश्वास वाटतो.

या चरितकथेत जनार्दनस्वामी ज्या सदगुरूंकडे जातात, ते काद्री शाखेचे सूफी संत चांद बोधले हे आहेत, असं शेख महंमद या संतकवींनी आपल्या 'योगसंग्राम' या ग्रंथाच्या पंधराव्या प्रसंगाच्या मंगलाचरणात या शब्दांत सांगितलं आहे. त्यावरून जनार्दनस्वामी व शेख महंमद हे गुरुबंधू आहेत, हे लक्षात येतं.

हा ग्रंथ प्रसिद्ध इतिहाससंशोधक श्री. वा. सी. बेंद्रे, तसेच श्रीगोंदा येथील वीरचंद दलिचंद देसाई यांनी संपादून प्रसिद्ध केला आहे. शेख महंमद यांची वर उल्लेखिलेली माहिती अशी—

'ॐ नमो श्रीनिर्विकाराय नम: ॥ श्री गणेशाय नम: ॥

ॐ नमोजी **चांग बोधले** । त्यांनी **जाणोपंता** अंगिकारिलें ।

जाणोबानें एका उपदेशिलें । दास्यत्वगुणे ॥ ॥१५×१॥

डॉ. ढेरे यांनीही चांद बोधले यांच्याविषयी लिहिलं आहे. 'मुसलमान सूफी संतांचं मराठी साहित्य' (प्रका. य. श. साहित्य-संस्कृती मंडळ) या माझ्या ग्रंथात मी याविषयी तपशीलवार व साधार लिहिलं आहे. संत एकनाथांना श्रीदत्तानं मलंगवेषात दर्शन का दिलं, याचा उलगडाही त्यामुळं होईल.

प्रस्तुत ग्रंथातील जनार्दनस्वामींची ही चरितकथा प्रारंभापासून अखेरपर्यंत आपली उत्कंठा वाढवीत राहते. त्यातून जनार्दनस्वामींच्या चरित्राचा व ते ज्या काळात होते, त्या बहमनीकाळाचा आलेख आपल्या मनात उत्कटपणे रेखाटला जातो, हे या लेखनाचं नि लेखिकेचं आश्वासक यश आहे, असं मी मानतो.

◆◆

आ) वारकरी संप्रदाय

विभाग दुसरा - तुकोबा

(१) 'अ-भंग' तुकोबा

(२) तुकोबांचा 'आत्मशोध'

(३) ऐसे कैसे झाले भोंदू?

(४) आलेख : तुकोबांच्या भक्ति-वाटचालीचा

(५) जिथं होतो कवित्वाला परतत्त्वाचा स्पर्श

(६) तुकोबांचं समाजप्रबोधन

(७) तुकोबांची हिंदी पदरचना

(८) श्री तुकोबाराय : एक द्रष्टे संतत्व

(९) उरलो उपकारापुरता

(१०) धन्य आम्ही तुका देखियेला!

विभाग दुसरा

: १ :

'अ-भंग' तुकोबा

'तुका झालासे कळस' संत बहिणाबाईंच्या लोकप्रिय अभंगातील बिरुद मिरविणारी संत श्रीतुकोबाराय यांची अभंगवाणी हे अस्सल 'देशीकार लेणं' असून हे लेणं खऱ्या अर्थानं महाराष्ट्राचं भूषण आहे. तुकोबांचे अभंग हे केवळ पोथ्यांत व बाडांत न राहता ते महाराष्ट्रातील आबाल-वृद्धांच्या मुखी शतकानुशतकं रुळले. शतकांची बंधनं वा मर्यादा/सीमारेषा त्यांनी पुसून टाकल्या. हे अभंग खऱ्या अर्थानं 'अ-भंग' राहिले व म्हणूनच ते अमरही झाले.

अशी कोणती संजीवनी या अभंगात आहे; याचा जसजसा आपण शोध घेऊ लागतो, तसतशी त्यांची वेगवेगळी रूपं आपल्याला दिसू लागतात. एखाद्या हिऱ्याला वेगवेगळे असंख्य पैलू असावेत व त्यातील प्रत्येक पैलूला आपलं स्वत:चं एक देखणेपण असावं, तेज असावं— तसं तुकोबांच्या गाथेचं रूप आहे.

या अभंगांत तुकोबा कधी स्वत:शी बोलतात, कधी विठोबाशी बोलतात, तर कधी जनलोकांशी हृदयसंवाद करतात- त्यांना मार्गदर्शन नि उपदेश करतात, तर कधी समाजातील दुर्जनांवर प्रखर प्रहार करतात. कधी आपल्या साधनेतील त्रिविध अवस्थांचं वर्णन करतात, तर कधी परमार्थमार्गावर कसं चालावं, याविषयी

विवरण व मार्गदर्शन करून तुम्हा-आम्हाला त्या वाटेवर चालण्यास प्रवृत्त करतात.

तुकोबांच्या अभंगांत भावना नि विचार यांचा सुंदर संगम झाला आहे. त्यांनी सुलभ भक्तिमार्गाचा पुरस्कार केला नि जटिल कर्मकांडांना विरोध केला. त्यांवर ते सात्त्विक संतापानं तुटून पडले. त्यांनी पुरस्कारिलेल्या सुलभ भक्तिमार्गाला जसं उत्कृट भावनेचं अधिष्ठान आहे, त्याचप्रमाणं त्यांनी पुरस्कारिलेल्या तत्त्वज्ञानाला विवेकाचं अधिष्ठान आहे. उत्कट भक्तिभावना नि विवेकयुक्त तत्त्वचिंतनामुळे वारकरी संप्रदायाला अधिक लोकाभिमुखता व प्रगल्भता लाभली. या लोकाभिमुखतेची नि प्रल्भतेची बीजं यादवकाळात ज्ञानदेव-नामदेवांनी पेरली होती नि त्या काळात ती चांगलीच रुजली होती. ही वेल त्या काळात अंकुरली होती व नाथांच्या काळात ती डवरली होती. तुकोबारायांच्या (शिव) काळात तर ती त्यांच्या अभंगवाणीच्या रूपानं बहरून-मोहरून गेली होती. तिचा विस्तार होऊन ती 'गगनावरी' जाऊ लागली होती.

या वेलीला जी सुंदर, टपोरी, भक्तिरसानं डवरलेली फुलं आली, ती फुलं म्हणजेच तुकोबारायांचे हे अभंग होत.

फुलं जशी विविध आकारांची, विविध रंगांची व विविध रूपांची असतात; त्याचप्रमाणं तुकोबांच्या अभंगांतही विविध आकृतिबंध व विविध काव्यरूपं आढळतात. कधी ती भारुडांचं रूप घेतात, कधी हरिकथेचं नि आख्यानांचं रूप घेतात; कधी बालक्रीडेचं रूप घेतात तर कधी हमामा - चेंडूफळी नि फुगडीचं. कधी स्वमनाला तर कधी जनमानसाला हितोपदेश करणाऱ्या रचनेचं. कधी कबीरासारख्या 'सधुक्कडी बानी'तील हिंदी पदांचं— 'साख्या'चं, तर कधी 'दोह्यां'चं. ही सारी रूपं आपल्या आकलनाच्या कवेत नि कक्षेत सामावणं, ही काहीशी अशक्यप्राय गोष्ट होती पण 'आकाशाएवढ्या' तुकोबांना गवसणी घालण्याचा एक विनम्र प्रयत्न मी या पुस्तकांत केला आहे. तो संतसाहित्याचे अभ्यासक/संशोधक व साम्प्रदायिक यांनी तुकोबारायांच्या या जन्म-चतुःशताब्दी वर्षाच्या पार्श्वभूमीवर गोड मानून घ्यावा, हीच 'भाकणूक.'

◆◆

: २ :
तुकोबांचा 'आत्मशोध'

आत्मशोध हे सर्वच संतांच्या व महापुरुषांच्या साधनेचं, उपासनेचं वा भक्तीचं उद्दिष्ट होतं. हा आत्मशोध या संतांनी वा महापुरुषांनी कसा घेतला, त्या पाउलखुणा शोधणंदेखील अत्यंत अवघड कार्य आहे; कारण प्रत्येक संताची, महापुरुषाची, साधकाची ही शोधप्रक्रिया एकसारखीच होती, असं म्हणणं फार साहसाचं वा धाडसाचं ठरेल. यासाठी प्रत्येक सन्ताच्या, महापुरुषाच्या वा साधकाच्या या शोधप्रक्रियेचा मागोवा घ्यायला हवा. त्यातील मजल-दर-मजल वाटचालीतील सारे टप्पे सारखेच असतील, असं नाही; कारण प्रत्येक संताची वा महापुरुषाची लौकिक जीवनातील पार्श्वभूमी वेगवेगळी असू शकते— असं म्हणण्यापेक्षा 'असते', असंच म्हणायला मला अधिक उचित वाटेल. त्यातून त्या-त्या संताची वा महापुरुषाची स्वतंत्र अशी मानसिकता निर्माण होते. या पार्श्वभूमीतील पर्यावरणही आपल्याला या संताच्या/ महापुरुषाच्या साधनेचं वस्तुनिष्ठ आकलन करण्यास साह्यभूत ठरतं. ती विशिष्ट पार्श्वभूमीच त्या संताची/ महापुरुषाची विशिष्ट मानसिकता निर्माण करण्यास कारणीभूत वा प्रेरक ठरत असते. ज्ञानदेवांना लाभलेली पार्श्वभूमी हीच नामदेवांनाही लाभली होती का? तीच जनाबाईला लाभली होती का? तीच बसवेश्वरांना वा महावीरांना लाभली होती का? गोरोबा, चोखोबा, सेनामहाराज, सावतोबा, मुक्ताबाई, सोयराबाई, निर्मळा, महदंबा यांना लाभलेली लौकिक जीवनाची पार्श्वभूमी काळाच्या दृष्टीनं स्थूल मानानं सारखीच— म्हणजे यादवकालीनच— असली, तरी त्यातील प्रत्येक पार्श्वभूमीचं एक स्वतंत्र अस्तित्व आहे. हे यासाठी मान्य करायला हवं की, तिच्यामुळं त्या-त्या संताची/ महापुरुषाची आत्मशोधाची वाटचाल अगदी स्वतंत्र व व्यवच्छेदक अशीच झाली आहे. म्हणूनच चोखोबा हे गोरोबांपेक्षा वेगळे आहेत. सेनामहाराज हे सावतोबांपेक्षा वेगळे आहेत. मुक्ताबाई या महदंबेपेक्षा वेगळ्या आहे. ज्ञानदेव

हे नामदेवांपेक्षा वेगळे आहेत. तुकोबा हेदेखील समर्थांपेक्षा वेगळे आहेत. या प्रत्येक संताची/ महापुरुषाची लौकिक वा ऐहिक जीवनाची पार्श्वभूमी ही अशी वेगळी व व्यवच्छेदक असल्यानं यातील प्रत्येक संताचं/ महापुरुषाचं व्यक्तित्व विभूतिमत्वात रूपान्तरित होत असताना वाटचालीतील पाऊलखुणा व टप्पेदेखील वेगवेगळे असतात. त्यातून ही वाटचाल करताना त्या संताच्या/ महापुरुषाच्या साधनेतील हे टप्पे आपल्यालाही निश्चितपणे मार्गदर्शन करू शकतात.

या दृष्टीनं तुकोबांना लाभलेलं लौकिक जीवन, त्या जीवनाची विशिष्ट अशी पार्श्वभूमी नि त्या पार्श्वभूमीचं पर्यावरण निश्चितपणे तुकोबा या पर-मार्गाकडे वा परमार्थमार्गाकडे कसे वळले वा त्यांना तिकडे का वळावंसं वाटलं, या प्रश्नांचा उकल-उलगडा करतं नि त्याचं उत्तर देतं. काही संतांची मूळ मानसिकताच विरक्तिप्रवण असेल तर या आत्मशोधाच्या पाऊलखुणा आपल्याला सहज व फारसा प्रयास न घेता जाणवू शकतात. पण तुकोबांसारख्या संतांची ही वाटचाल तशीच का झाली किंवा तिनं तसंच रूप का बरं घेतलं असावं, हे जाणून घेणं तितकंसं सहज-सोपं आहे, असं मला वाटत नाही. 'हा आत्मशोध घ्यावा, असं तुकोबांना मुळात वाटलंच का?' हा त्यातील कळीचा प्रश्न आहे. समर्थांना तसं का वाटलं, याचं उत्तर वेगळं आहे व तुकोबांना तसं का वाटलं, याचं उत्तर वेगळं आहे. ऐहिक जीवनविषयक विरक्ती किंवा उपरती हे उत्तर चुकीचं नसलं, तरी ते फार स्थूल आहे; या विशिष्ट मानसिकतेचं सूक्ष्म विश्लेषण करणारं नाही, हे तुम्हीही मान्य कराल.

समर्थांनी बोहल्यापासून निघून जाणं, शिवथर घळीत चिंतन करणं नि तुकोबांना भामनाथाच्या डोंगरावर जाऊन वृक्षवल्लींच्या सान्निध्यात बसावंसं वाटणं नि निसर्गाच्या नीरव शांततेतील एकान्ताचा वास रुचू लागणं— या दोन्ही घटनांमागील संदर्भ, पार्श्वभूमी, पर्यावरण, परिस्थिती, मानसिकता पूर्णतया भिन्न नाही का? ती भिन्न असल्यामुळंच 'नारायण ठोसर' हे 'समर्थ' झाले नि 'तुका'चं रूपान्तर तुकोबात झाले; नाही का?

बालपणातही नारायण हा विरक्त असावा, असं समर्थ-चरित्रकारांनी म्हटलं आहे. तो नेहमी कशाचा तरी विचार करीत बसत असे. त्यासंबंधी कुणी त्याला विचारलं तर— 'चिंता करितो विश्वाची' असं तो म्हणत असे, असाही उल्लेख आढळतो; पण अशी उदाहरणं विरळा. असं असूनही नारायणाला आत्मशोध घ्यावाच लागतो व निसर्गाच्या नीरव एकान्तात साधनेची पाउलवाट चोखाळावीच लागते. समर्थांनी संसार केला नाही पण ज्यांना तो करावा लागतो, त्यांच्यासाठी

'प्रपंच-विज्ञान' सांगितलंच आहे.

तुकोबा मात्र संसाराच्या साऱ्या— म्हणजे स्वत:बरोबरच प्रपंचविन्मुख झालेल्या वडील भावाच्या, सावजीच्या— जबाबदाऱ्याही पार पाडण्याचा कसोशीनं प्रयत्न करतात. समर्थ स्वत:च्या मनाला व त्याचप्रमाणं तुमच्या-आमच्याही मनालाही उपदेश करतात व त्यासाठी 'मनाचे श्लोक' लिहितात. त्यांनी स्वत:विषयी व आपल्या साधनेविषयी किंवा आपल्या या आत्मशोधाविषयी फारसं लिहिल्याचं मला आढळलं नाही. तुकोबांनी नामदेवांप्रमाणंच स्वत:च्या जीवनाविषयी आणि आत्मशोधाविषयी लिहिलं आहे. नामदेवांचा हा आत्मशोध त्यांच्या बालपणापासूनच पांडुरंगाशी हृदयसंवाद करण्यापासून त्याला जेवू घालण्यापर्यंत सुरू असल्याचं आपल्याला आढळतं तर तुकोबा मात्र 'याति शूद्र'सारखा आत्मचरित्रात्मक वा आत्मकथनात्मक प्रदीर्घ अभंग लिहून आपल्याला त्यांच्या या आत्मशोधाच्या वाटचालीच्या व त्यांच्या या पाऊलखुणा शोधण्याच्या आपल्या प्रयत्नास स्वत:च मोठा हातभार लावतात. त्यामुळं त्यांना लाभलेलं ऐहिक जीवन, त्यातली सुख-दु:खं, त्यांच्या चढ-उतारांचे हेलकावे, त्यांच्यावर येणाऱ्या प्रापंचिक आपत्ती, त्यांतून त्यांनी स्वत:ला व कुटुंबियांना तसंच आपल्या परंपरागत व्यवसायाला सावरण्याचा केलेला आटोकाट प्रयास व त्यांची अपरिहार्य परिणती म्हणजे ते निसर्गसान्निध्यात जाऊन करू लागलेलं आत्मचिंतन, त्यांनी केलेला 'आपुलाचि आपणाशी वाद'—

'बरे झाले देवा, निघाले दिवाळे।
बरी या दुष्काळें पीडा केली।।' ... किंवा
'बरा देवा कुणबी केलों।
ना तरि दंभें असतो मेलों।।'

या त्यांच्या प्रत्ययकारी उद्गारांतील प्रतिक्रिया व तिची अपरिहार्यता, अंतर्मुख होऊन जीवनाच्या डोहाच्या तळाशी जाऊन त्यांचा अर्थ शोधण्याचा त्यांनी केलेला प्रयत्न...

'आयुष्य गेले वायाविण।
थोर झाली नागवण।
आता धावाधाव करी।
काय पाहतोशी हरी?'

—असा त्यांनी स्वोद्धारासाठी प्रत्यक्ष पांडुरंगालाच विचारलेला जाब— 'माझ्या जीवनाचं सार्थक करीत नसलास तर तुला पतितपावन म्हणवून घेण्याचा अधिकार तरी आहे काय?' हा आपल्या (नि पांडुरंगाच्याही!) मनाचाही थरकाप

उडविणारा तुकोबांचा प्रश्न... एवढंच नव्हे, तर सर्व संगपरित्याग करून निष्ठेनं भक्ती करीत असतानाही जर पांडुरंग भेटत नसेल तर 'माझे लेखी देव मेला!' असं 'घोषित' करून या आत्मशोधाचा एकदाचा सोक्षमोक्ष लावून टाकून पाहणारे तुकोबा– हे सारे जीवन-संदर्भ, हे सारे आत्मशोधाच्या मजल-दर-मजलीतील किती तरी टप्पे, त्यांचं पर्यावरण— या किती तरी गोष्टी तुकोबांच्या आत्मशोधाचा अनुमानाधिष्ठित आलेख रेखाटताना किती साह्यभूत ठरतात, नाही का? शिवाय, हे उद्गार स्वत: तुकोबांचे व त्यांच्या आत्मकथनपर अभंगातलेच असल्यानं ते आपण संशोधनपूर्वक सिद्ध केलेले आहेत— असं कुणा कांगावखोर तथाकथित कादंबरीकाराला वा संशोधकाला सांगण्याची सोयही स्वत: तुकोबांनीच उरू दिली नाही.

– आणि या आत्मशोधाचं, अंतर्मनाच्या डोहाचा तळ शोधण्याचं फलित म्हणजे— तुकोबांना गवसलेला आनंदाचा डोह नि त्यात उठलेले आनंद-तरंग... तुकोबांना झालेला आत्मसाक्षात्कार.

...पण यानंतरही तुकोबांची ही आत्मशोधप्रक्रिया संपली, असं म्हणता येईल की? मुळीच नाही! ही तर त्यांच्या आत्मशोधाच्या सोनेरी नाण्याची एक बाजू होती. या नाण्याची दुसरी बाजू होती: तुम्हा-आम्हाला हा आत्मशोध करायला प्रवृत्त करण्याची. स्वोद्धार झाला की आपलं जीवितकार्य संपलं, असं तुकोबांसारखे संत कसं बरं मानतील? तुकोबांच्या वारकरी संप्रदायाचं तत्त्वज्ञान अद्वैतमताधिष्ठित होतं नि 'सर्वांभूतीं भगवद्भाव' हा त्यांचा स्थायिभाव नि अनन्य श्रद्धा होती. आपल्याप्रमाणं या विश्वातील प्राणिमात्रांचाही उद्धार व्हावा; आपण जी आत्मशोधाची वाट चाललो, ती कशी चाललो व ती तुम्हीही कशा प्रकारे चालावी— हे सांगण्यासाठीच तुकोबा साक्षात्कारानंतर व आपल्या या आत्मशोधाचं फलित प्राप्त झाल्यानंतरही आपली जीवनयात्रा न संपविता 'उपकारापुरते (का होईना) उरतातच!'

यासाठीच सात-आठ शतकं उलटून गेली तरी आपण ज्ञानदेव-नामदेवांना विसरत नाही नि चार शतकं उलटून गेली तरी आपण तुकोबांना विसरलो नाही... कधी विसरणारही नाही. त्यांना जो विसरेल, तो मराठी माणूस तरी असेल का हो?

◆◆

: ३ :
ऐसे कैसे झाले भोंदू?

तुकोबांचं जीवनविषयक चिंतन अत्यंत मूलगामी व प्रगल्भ तर आहेच, पण त्याचबरोबर ते बहुपेडी आहे. 'अष्टपैलू' हा शब्ददेखील ज्याच्यासाठी अपुरा पडावा, अशा प्रकारचं हे चिंतन नि मनन असून त्यामागं तुकोबांचं तत्कालीन समाजस्थितीचं सूक्ष्म निरीक्षण आहे. त्याचप्रमाणं ते या निरीक्षणाचं वर्गीकरण नि विश्लेषणही करतात व त्यावर आपल्या मताचं प्रतिपादन करतात. यामागं कुणावर अकारण प्रहार करावा, अशी विघातक भूमिका नसून 'खळांची व्यंकटी सांडण्याचा' पवित्र, निर्मळ, नितळ हेतू आहे. यामुळंच त्यांचं हे चिंतन नि त्याविषयी प्रकट केलेले विचार 'लोकहितवादी' आहेत, असं म्हटलं तर ते वावगं ठरू नये.

धर्म हा मानवाच्या उद्धारासाठी व कल्याणासाठी असतो, केवळ मानवांच्या कल्याणासाठी नव्हे. संपूर्ण विश्वातल्या प्राणिमात्रांच्या कल्याणाची कामना कोणताही धर्म करीत असतो. धर्माचं अधिष्ठान श्रद्धेवर असतं पण ही श्रद्धा अंधश्रद्धा किंवा भाबडी श्रद्धा नसून विवेकाधिष्ठित श्रद्धा असावी, असा सुज्ञ विचार संत यासाठीच करतात. खरा धर्म कोणता नि त्याचं पालन कसं करावं, हे सांगण्यासाठी प्रथम धर्माचा विचार— म्हणजे धर्माचं तत्त्वज्ञान नि आचारधर्म यांचं मूलभूत स्वरूप लक्षात घ्यायला हवं. सर्वसामान्य माणसाला 'धर्म म्हणजे काय?' हे कोण समजावून सांगतं? साधू-संतच हे कार्य करीत असतात व त्यांचा समाज-मानसावर फार मोठा प्रभाव असतो. समाज त्यांना आदर्श मानून त्यांचं व त्यांच्या आचार-विचारांचं अनुकरण करण्याचा प्रयत्न करीत असतो. ते सांगतील तोच धर्म, असं समीकरण सामान्य माणसाच्या मनात निर्माण झालं तर ते अप्रस्तुत वा अनुचित आहे, असं कसं म्हणता येईल? यासाठीच हे साधू नि संत आहेत की नाहीत, 'खरे साधू' किंवा 'खरे संत' कोण— याचा विचार व विवेक समाजाला

करता आला पाहिजे. ज्ञानदेवांनीसुद्धा 'गुरू' आणि 'सद्‌गुरू' यातील भेद यासाठीच स्पष्ट करून आपण केवळ सद्‌गुरूच्या मार्गदर्शनानुसारच वागावं, असं म्हटलं आहे. असं त्यांना किंवा तुकोबांना का बरं म्हणावंसं वाटलं? समाजात जसे 'सद्‌गुरू' असतात; त्याप्रमाणंच भोंदू बुवा, महाराज, बाबा असतात. त्यांचा सुळसुळाट झाला असून धर्माचा उपयोग ते स्वार्थासाठी करीत असल्यानं समाजानं वेळीच जागं व्हावं, सावध व्हावं व त्यांच्यापासून दूर राहावं; म्हणजे धर्माच्या नावावर समाजात अपप्रवृत्तींची विषवल्ली रुजू-वाढू नये— यासाठी ज्ञानदेव, नामदेव, एकनाथ, तुकोबा यांसारख्या संतांनी या अपप्रवृत्तींवर प्रहार केला आहे व त्या नाहीशा करण्याचा प्रयत्न केला आहे.

तुकोबांनी या संदर्भात फार व्यापक व सर्वांगीण विचार केला आहे तथापि या लेखात त्यांच्या काही निवडक अभंगांच्या आधारे त्यांच्या एतद्‌विषयक विचारसरणीचा संक्षेपात परामर्श घेतला आहे. त्यांनी सतराव्या शतकात मांडलेले हे प्रबोधनात्मक विचार केवळ सतराव्या शतकापुरतेच मर्यादित राहिले नाहीत. ते कालबाह्य न होता, त्यापुढच्या एकविसाव्या शतकापर्यंतच्या काळातही समाजप्रबोधनासाठी उपयुक्त कसे आहेत, याची कल्पना त्यांच्या काही अभंगांवरूनदेखील अगदी सहजपणे येईल आणि आजच्या एकविसाव्या शतकातही त्यांना संदर्भमूल्य कसं आहे, ते लक्षात येईल.

कलियुगातील काही ढोंगी बुवांबद्दल ते म्हणतात,

'ऐसे संत झाले कळी । तोंडी तमाखूची नळी ।
स्नान- संध्या बुडविली । पुढें भांग ओढविली ।।
भांग-भुर्का हे साधन । पची पडे ।
तुका म्हणे, अवघे सोंग । तेथे कैचा पांडुरंग? ।।'

—असले व्यसनी नि दुर्वर्तनी तथाकथित 'संत' समाजाला काय मार्गदर्शन करणार नि समाजाचं 'भलं' तरी काय करणार?

काही 'वाचावीर' असलेले व स्वत:ला 'संत' नि 'तत्त्वज्ञ' म्हणविणारे लोक तत्त्वज्ञानातील घटपटादी चर्चा नि वादविवाद करून आपण किती विद्वान आहोत, हे भासवून समाजावर आपला प्रभाव पाडण्याचा प्रयत्न करतात आणि समाजाला लुबाडतात. असे 'पढिक पंडित' म्हणजे खरे संत नव्हेत, असं तुकोबांना वाटतं. ते म्हणतात—

'राहे उभा वादावादी । तरी फंदी सापडे ।
लव्हाळ्यासी कोठे बळ? करील जळ आपुले ।

कठिणासी बळ जोडा । नम्र पीडा देखवेना ।
तुका म्हणे सर्व रसीं । मिळे त्यासी गोत ते ।।'

समाजातले काही भोंदू लोक धर्माच्या नावावर समाजाला नाडतात. आपण वाईट कृत्यं केली, याचा विधिनिषेध त्यांना मुळीच वाटत नाही. आपण विरक्त आहोत, असं समाजाला भासविण्यासाठी ते अंगाला भस्म फासतात; पण तशाही अवस्थेत व्यभिचार करताना त्यांना लाज वाटत नाही. पापकर्म करणं वाईट आहे, असं त्यांना वाटत नाही. अशा भोंदू बुवांचा सहवासही आपण टाळायला हवा, असा उपदेश तुकोबा आपल्याला करतात.

'ऐसे कैसे झाले भोंदू? कर्म करोनि म्हणती साधू ।
अंगा लावुनिया राख । डोळे झाकुनी करिती पाप ।
दावुनि वैराग्याची कळा । भोगी विषयांचा सोहळा ।
तुका म्हणे सांगो किती? जळो तयांची संगती ।।'

काही 'बुवा' नि 'महाराज' किंवा 'कर्मकांड म्हणजे धर्म' असं मानून समाजाला या कर्मकांडांत गुंतवून जे आपला कार्यभाग व स्वार्थ साधतात; त्यांच्यापासूनही समाजानं चार हात दूर राहायला हवं, असं तुकोबा म्हणतात—

'भुके नाही अन्न । मेल्यावरी पिंडदान ।
हे तो 'चाळवाचाळवी' । केले आपणाचि जेवी !
नैवेद्याचा आळ । वेचे ढाकणी सकळ ।
तुका म्हणे जड । मज न वाटावे दगड ।।'

खरं तर कीर्तनकार हे धर्मप्रबोधनाचं सत्कार्य करतात पण काही कीर्तनकार धनाच्या आशेपोटी कीर्तनं करतात. त्यासाठी तुकोबांनी कोणती आचारसंहिता सांगितली आहे? ती फारच मार्मिक आहे. ते म्हणतात—

'जेथे कीर्तन करावे । तेथे अन्न न सेवावे ।
बुक्का लावू नये भाळा । माळ घालू नये गळा ।
तट्टावृषभासि दाणा । तृण मागो नये जाणा ।
तुका म्हणे द्रव्य घेती, देती तेही नरका जाती ।'

– आणि तुकोबा इतरांनाच हा उपदेश करतात, असं नाही; तर पवित्र जीवनाचा वस्तुपाठ आपल्या जीवनाचं उदाहरण देऊन ते पवित्र जीवनादर्श समाजासमोर ठेवतात. साक्षात्कार झाल्यानंतरही आपण ज्या मार्गावरून गेलो; तो मार्ग लोकांना सांगण्यासाठी, त्यांच्यावर केवळ सुसंस्कार करण्यासाठी आपण भावी जीवन व्यतीत करीत आहोत, 'आपण उपकारापुरतेच उरलो आहोत', असं

तुकोबा म्हणतात.

'मी तुम्हाला परमार्थमार्गाची वाटचाल करायला प्रवृत्त केलं, त्यासाठी तुम्ही माझी प्रशंसा मुळीच करू नका कारण ते माझं कर्तव्यच होतं'. त्यांचा मूळ अभंग असा आहे–

'न करावी स्तुती माझी संतजनी ।
होईल या वचनी अभिमान ।।
भारे भवनदी नुतरवे पार ।
दुरावती दूर तुमचे पाय ।।
तुका म्हणे गर्व पुरवील पाठी ।
होईल माझ्या तुटी विठोबाची ।।'

तुकोबांचा हा विनम्र अभंग वाचल्यावर ज्ञानदेवांच्या ज्ञानेश्वरीतील 'अलौकिक नोहावे लोकांप्रति' या चरणाची आठवण होत नाही का? हे दोन्ही महापुरुष साक्षात्कारोत्तर अवस्थेत समान विचार कसा करतात, याची प्रचीती इथं आल्याविना राहत नाही; त्याबरोबरच त्यांच्या मनातील जनहिताचा कळवळाही सतत जाणवत राहतो.

◆◆

: ४ :

आलेख : तुकोबांच्या भक्ति-वाटचालीचा

****

उपासनेचं मूलतत्त्व सर्वच धर्मांनी व पंथांनी मान्य केलं आहे. उपासनेचे बाह्य प्रकार विविध असले तरी ती का करावी, याच्या प्रयोजनाविषयी मतमतांतरं नसून एकवाक्यताच असल्याचं आपल्याला जाणवतं. याचं कारणही एकच आहे नि ते म्हणजे, उपासनेचं अधिष्ठान भक्ती हेच आहे.

भक्ती करावी, असं संत-महतांना नि भक्तांना वाटतं, त्याचप्रमाणं सर्वसामान्य माणसालाही वाटतं. पण भक्तीची समीकरणं काही पंथोपंथांनी वेगवेगळी मांडली असल्यानं तो काहीसा दिङ्मूढ होतो. भक्ती ही आपल्या आटोक्यातली नि आवाक्यातली बाब आहे की नाही, असा संभ्रम त्याला पडतो कारण भक्ती करायची म्हणजे जप करता आला पाहिजे, तप करता आलं पाहिजे. यज्ञ करायला हवा, व्रतवैकल्यं करायला हवीत. मुख्य म्हणजे, प्रपंचाचा किंवा संसाराचा त्याग करायला हवा— अशी भक्तीविषयीची काही समीकरणं सर्वसामान्य माणसाच्या मनात असतात. त्यामुळं भक्तीची प्रक्रिया अत्यंत जटिल असावी, असं त्याला वाटू लागतं; त्यामुळं तो भक्तीपासून दुरावतो. याची जाणीव तेराव्या शतकातच ज्ञानदेव-नामदेवांना, त्यांनी केलेल्या तीर्थयात्रेच्या काळात, विशेषकरून झाली होती. या काळात त्यांना वारकरी संप्रदायाचा पाया अधिक भक्कम करायचा होता, यासाठी वारकरी संप्रदायात नवचैतन्य ओतणाऱ्या या संतद्वयानं सामाजिक मानसिकतेविषयी सूक्ष्म चिंतन केलं व सुलभ भक्तिमार्गाचा आग्रह धरला; त्याचबरोबर भक्तीसाठी प्रपंचाचा त्याग करण्याची आवश्यकता नसल्याचंदेखील प्रतिपादन केलं. त्याचा प्रभाव तत्कालीन समाजावर तर पडलाच पण भक्ती करण्याची त्याची इच्छाशक्ती वाढली, त्याचा आत्मविश्वास वाढला. भक्तीसाठी जी माध्यमं वारकरी संप्रदायानं योजिली, तीदेखील सामान्य माणसास सहजसाध्य होती. प्रपंचाची जबाबदारी पार पाडण्यात त्यांचा काहीच अडसर येऊ शकत

नव्हता. यज्ञयागासाठी जी सिद्धता व धन लागतं, त्याचीही इथं गरज नव्हती.

जनसामान्यांच्या भक्तिमार्गात आणखी एक-दोन अडसर होते. त्यांतील पहिला होता चातुर्वर्ण्यव्यवस्था. चातुर्वर्ण्यव्यवस्थेत काही समाजघटकांना भक्तीचा अधिकारच नाकारला होता. खरं तर हा त्यांच्यावरील घोर अन्याय होता पण तथाकथित प्रस्थापितांनी तो या घटकांवर लादल्यामुळं त्यांची इच्छा असूनही त्यांना भक्ती करता येत नव्हती व आपली पारमार्थिक उन्नती साधता येत नव्हती. मुक्तीची दारं त्यांच्यासाठी बंद झाली होती. वारकरी आणि महानुभाव या दोन्ही संप्रदायांनी बाराव्या-तेराव्या शतकांत म्हणजे यादवकाळात याला विरोध केला म्हणून महाराष्ट्रात भक्तिमार्गाला व भक्तिचळवळीला उजाळा मिळाला. तिच्यात नवचैतन्य आलं. वारकरी नि महानुभाव हे दोन्ही संप्रदाय तळागाळापर्यंत पोचले व समाजाच्या सर्व स्तरांतून त्यांना अनुयायी लाभले. संन्यासप्रधान महानुभाव संप्रदायानंही 'उपदेशी' हा प्रापंचिकांचा वर्ग मान्य केला; त्याचप्रमाणं ज्ञानमार्गापेक्षा प्रेममार्गाला अधिक महत्त्व दिलं. महानुभाव पंथप्रवर्तक व अवतारस्वरूप श्री. चक्रधरस्वामी यांचं या संदर्भातील 'ज्ञानापसि प्रेम उत्तम' हे वचन प्रसिद्ध आहे. यामुळं महाराष्ट्राचा सांस्कृतिक कायाकल्प झाला. तसा झाला नसता तर महाराष्ट्रात एक वेगळीच धार्मिक सरंजामशाही व सामंतशाही निर्माण झाली असती. एका अर्थानं, भक्तिमार्गाला व भक्तिचळवळीला अशा प्रकारे या दोन संप्रदायांच्या उदारमतवादी व समतावादी भूमिकेमुळं आध्यात्मिक लोकशाहीच्या अभ्युदयाला ऊर्जा मिळाली. ही महाराष्ट्राच्या सांस्कृतिक इतिहासातील एक लक्षणीय घटना होय नि 'भक्ती' हेच त्याचं अधिष्ठान आहे. भक्तीचा महिमा हा असा आहे.

वेगवेगळ्या संतांनी वेगवेगळ्या प्रकारे आपली भक्तीची वाट चोखाळली. या संतांमध्येही तुकोबांची वाट काही आगळीच होती. तुकोबा हे काही संत व्हायला निघालेले संत नव्हते. त्यांच्या घराण्यात भक्तिपरंपरा नव्हती असं नाही पण तुकोबा प्रारंभी या (भक्ति) मार्गाकडे वळले नव्हते. त्यांनी आपला प्रपंच थाटला नि आपल्या घराण्याच्या व्यवसायाची जबाबदारी योग्य त्या प्रकारे पार पाडण्यास प्रारंभ केला. हे जे सारं घडत होतं, ते कुणाही मराठी माणसाच्या घरातही घडत असे नि घडत आहे. आणि ही आत्मकथा कुणाचीही सांगोवांगी नसून खुद्द तुकोबांनीच आपल्या 'याति शूद्र' या अभंगात सांगितली आहे. त्यामुळंच ती सप्रमाण नि साधार आहे. तुकोबांचं पारमार्थिक जीवन व त्यांची भक्तिमार्गाची वाटचाल अत्यंत रेखीवपणे नि नैसर्गिकरीत्या प्रतिबिम्बित झाली

आहे. आपण या पाऊलखुणांचा शोध घेऊ लागलो की, सर्वसामान्य प्रापंचिकाचं संतात रूपांतर कसकसं होत गेलं, याचं हृद्य चित्र आपल्या मनश्चक्षूंसमोर साकार होऊ लागतं.

या प्रवासात प्रापंचिकाच्या जीवनातील किती तरी चढ-उतार आहेत. असे चढ-उतार तुम्ही-आम्ही-जनसामान्यांनीही पाहिलेले असतात. त्यामुळं तुम्हा-आम्हालाही तुकोबांच्या जीवनाविषयी आपुलकी, आस्था नि जिव्हाळा वाटू लागतो. त्यांच्या जीवनात जे जे घडत जात असतं, ते अत्यंत नैसर्गिक आहे; स्वाभाविक आहे, अकृत्रिम आहे.

या प्रापंचिक चढ-उतारातच त्यांच्या मनात भक्तीची बीजं कशी पेरली जातात, त्याविषयी आपल्याला किती जिज्ञासा वाटते, किती कुतूहल वाटतं! त्यांच्या मोठ्या भावाला— सावजीला उपरती होते नि तो घरादाराचा त्याग करून निघून जातो. आपल्या कुटुंबाच्या जबाबदारीबरोबर सावजीच्या कुटुंबीयांची जबाबदारीही तुकोबांवर येणं स्वाभाविकच नव्हतं का? तुकोबांचा स्वभावही मुळातच उदार, नितळ नि प्रामाणिक. त्यांना व्यवहारातले नि व्यवसायातले डावपेच कसे कळणार? त्यामुळं व्यापारातही तोटा येऊ लागला. दुष्काळासारख्या आपत्तीत त्यांच्या पहिल्या पत्नीनं त्यांचा व या जगाचाही निरोप घेतला. अशा अवस्थेत तुकोबांनी दिवस कसे काढले असतील, याची कल्पनादेखील मन अस्वस्थ करते. मग 'रात्रंदिन आम्हां युद्धाचा प्रसंग' या तुकोबांच्या अभंगातील अक्षर न् अक्षर आपल्याला व्यथित करू लागतं. ही व्यथा, ही विफलता, ही अस्वस्थता तुमच्या-आमच्यासारख्या सामान्य माणसाच्या आयुष्यातही कधी कधी येतेच की नाही? म्हणजेच, तुकोबांचा प्रापंचिक जीवनप्रवास नि सामान्य माणसाचा जीवनप्रवास हे जवळपास समान्तर प्रवाहच आहेत. म्हणूनच त्यांना आपल्याशी नि आपल्याला त्यांच्याशी हृदयसंवाद करायला भावतं. खरं तर तुकोबा हे आपल्यापेक्षा वेगळे नाहीतच, असं वाटू लागतं –आणि तुकोबांनादेखील असंच नाही का वाटत? नाही तर त्यांचे बहुतेक अभंग कुणाशी बोलतात हो? काही वेळा स्वतःशी बोलतात, काही वेळा जिजाईशी बोलतात, काही वेळा विठोबाशी बोलतात... पण बहुतेक अभंग तर तुमच्या-आमच्याशीच बोलतात की नाही?

अशा दिङ्मूढ अवस्थेत तुकोबांनी काय करावं, हे तुम्हा-आम्हाला कळत नाही— म्हणून तर तुकोबा 'तुकोबा' होतात. त्या वेळी तुकोबा देहूजवळचा भामनाथाचा डोंगर गाठतात. डोंगर-दऱ्या, कडे-कपारी, वृक्षराजी, लतावेली, पक्ष्यांचं कूजन, मन शीतल करणाऱ्या मंद-मंद वायुलहरी, प्रसन्न शांतता...

आलेख : तुकोबांच्या भक्ति-वाटचालीचा / १२९

तुकोबांच्या मनावर मायेची पाखर घालतात. निसर्ग हाच आपला खरा सखा नसतो का? त्यातूनच आपण येत असतो नि त्यातच विलीन होत असतो. निसर्गाच्या सान्निध्यात मन कसं एकाग्र होतं... तिथं सारं कसं शांत-शीत असतं! ही शांतताच आपल्याला त्या जीवनसंघर्षात दिलासा देत असते. अशा वेळी तुकोबा बोलणार तरी कुणाशी? मग ते स्वत:शीच बोलत राहतात. स्वत:च जीवनाविषयीचे प्रश्न विचारतात. जीवनाचा अर्थ, प्रयोजन नि उद्दिष्ट शोधण्याचा प्रयत्न करू लागतात. स्वत:च त्याची उत्तरंही देऊ लागतात. 'आपुलाचि आपणाशी वाद'ही घालतात. अशा वेळीच त्यांच्या मनात 'हरिनाम– वेल' म्हणजे भक्तीची वेल अंकुरू लागते नि या वेलीचा विस्तारही होऊ लागतो. जीवनसंघर्षात भक्तीचं बीज तुमच्या मनात पेरलं जायला हवं; मग जगण्याला एक वेगळाच अर्थ प्राप्त होतो, वेगळी दिशा मिळते. भक्तीचं बीज निसर्गाच्या सान्निध्यात पेरलं गेल्यावर जो 'वेलविस्तार' होऊ लागतो, त्यामुळं तुकोबा आपली भक्तीची वाट स्वत:च चोखाळू लागतात. त्यांना तर गुरूचा प्रत्यक्ष उपदेश नि मार्गदर्शनही मिळालेलं नसतं. त्यांना बाबाजी चैतन्यांचा उपदेश प्रत्यक्ष न मिळता, स्वप्नात का बरं मिळावा? यामागील सामाजिक व धार्मिक कारणांचा शोध घ्यायला हवा; पण यातून तुकोबांची साधना हेच सूचित करते की, तुकोबांनी स्वत:ची भक्तीची वाट स्वत:च चोखाळली. स्वप्नात बाबाजी चैतन्यांनी दिलेल्या 'राम कृष्ण हरी' या मंत्राविषयीही ते कृतज्ञता व्यक्त करतात. गुरूचं मार्गदर्शन लाभलं तरी ठीकच; नाही तर भक्तीची वाटचाल आपल्याला स्वत:लादेखील करता येते, या विचाराचं सूचनही तुकाराममहाराजांच्या साधनेतून अभिव्यक्त होतं. सामान्य माणसाचा भक्तीचा मार्गही अशा प्रकारे मोकळा होतो.

ही भक्ती करता-करता तुकोबांच्या मनात जे तरंग उठतात; तेच त्यांच्या कवितेची स्वर-व्यंजनं, आरोह-अवरोह बनतात. तेच त्यांचे अभंग बनतात. जशी कवित्वाची अस्मिता, धारणा नि जाणीव ज्ञानदेवांमध्ये प्रकटते तशी नामदेव-तुकोबांमध्ये प्रकटत नाही, हा विचार या वेळी तुम्हा-आम्हाला अंतर्मुख करतो. कविता हे त्यांच्या लेखनाचं साध्य नाही तर साधन आहे, माध्यम आहे. इतकी सुंदर, संवेदनक्षम, प्रभावी, प्रत्ययकारी अभंगरचना करूनही तुकोबा तिचं श्रेय स्वत:कडे घेत नाहीत. 'मज विश्वंभर बोलवितो' असं म्हणून ते अक्षरश: 'नामानिराळे' होतात. भक्तीच्या वाटेवरचा हा अपरिग्रह अनोखा तर आहेच पण नितांत प्रामाणिक आहे. कबीरांप्रमाणंच तुकोबाही मूळचे साधकच. त्यांचा भक्तिभावच इतका प्रबळ की, त्यातूनही काव्यात्मतेचा प्रकर्ष ओसंडतो; म्हणून त्यांचे सहजोद्गार

म्हणी, सुभाषितं, विश्वव्यापी सत्यांचं (Universal truths) रूप घेऊ लागतात. त्यामुळंच तुकोबाच्या अभंगवाणीच्या संदर्भात भक्तिकवितेची एक नवी व्याख्या मला सुचते. काव्याची जुनी व्याख्या 'Poetry is spontaneous overflow of powerful feelings' अशी आहे. तिच्यात विशेषण वाढविलं की, भक्तिकवितेची समर्पक व्याख्या होईल, असं मला वाटतं. ही नवी व्याख्या अशी— 'Poetry is sponteneous overlow of powerful devotional feelings.'

सामान्य माणसाच्या जीवनाचे चढ-उतार जसे तुकोबांनी अनुभवले, तसेच पारमार्थिक जीवनातले साधनेचे व भक्तीचे चढ-उतारही त्यांनी अनुभवले. भक्तीची वाटचाल सुरू करताना त्यांना आपल्या दोन मनांचा संघर्ष अनुभवावा लागला. त्यातलं एक होतं प्रपंचप्रवण मन तर दुसरं होतं प्रपंचविन्मुख मन. यात दुसऱ्या मनाची सरशी झाली तरी व्यक्तिगत संघर्ष संपतो पण कौटुंबिक संघर्ष सहजासहजी कसा बरं संपणार? हा संघर्ष पती-पत्नीमधलाच— तुकोबा नि जिजाई यांच्यामधलाच. त्यातूनही दोघे सावरतात. भक्तीचं महत्त्व दोघांनाही पटतं. तुकोबांचा नितळपणा नि त्यांची निरागसता भक्तिमार्गाच्या पहिल्या टप्प्यावरही जाणवते. तुकोबांचं घराणं काही याज्ञिकाचं, योग्याचं, षड्दार्शनिकाचं घराणं थोडंच होतं? मग भक्तीचा प्रारंभ तरी कसा करायचा? 'आधी पाठ केली संतांची उत्तरें। विश्वासें आदरे धरोनिया।। असं म्हणत तुकोबा ही वाटचाल सुरू करतात. त्यासाठी प्रपंचविन्मुखही होतात. नामस्मरण आणि कीर्तन ही दोन्ही माध्यमं (अनुक्रमे) व्यक्तिगत व सामूहिक भक्तीसाठी अत्यंत सुलभ असल्याची प्रचीती आल्यानं त्यांचाच ते अवलंब करतात. भक्तीच्या 'वाटेला जाणाऱ्या' सामान्य माणसांनादेखील तुकोबांची ही माध्यमं आपल्या आवाक्यातली आहेत, असं वाटणं स्वाभाविकच नव्हतं का? पण त्यातही तुकोबांना सत्त्वपरीक्षा द्यावीच लागते.... नि त्यानंतर येतो तो 'आनंदाचा डोह' नि त्यातले ते 'आनंद-तरंग!' 'अणुरेणुया थोकटे' तुकोबा मग 'आकाशाएवढे' होतात. 'सांडोनी त्रिपुटी। दीप उजळला घटी।। असं म्हणणारे तुकोबा तरीही आपला भक्तिमार्ग सोडत नाहीत. कारण आपल्याप्रमाणंच अन्य सर्व प्राणिमात्रांचाही उद्धार व्हावा, असं त्यांना वाटतं. 'आता उरलो उपकारापुरता' असं म्हणत-म्हणत ते सर्वांना आपल्या दिंडीत घेतात नि त्यांची ही जन्म-मृत्यूची 'वारी' संपवितात!

◆◆

: ५ :

जिथं होतो कवित्वाला परतत्त्वाचा स्पर्श

तुकोबांचं नाव कुणाला माहीत नाही? तुकोबांचा एखादासुद्धा अभंग कुणाला म्हणता येत नाही? तुकोबांचं चरित्र कुणाला माहीत नाही? महाराष्ट्रातील संतसाहित्याचा 'पाया' कुणी रचला नि त्याचा 'कळस' कोण झाले, हेदेखील कुणाला माहीत नाही? या साऱ्या प्रश्नांचं उत्तर केवळ एका त्र्यक्षरी शब्दात देता येतं. तो शब्द किंवा ते उत्तर ज्याला देता येत नसेल, तो मराठी माणूसच नाही— असं आचार्य अत्रे यांनी कित्येक दशकांच्या आधी सांगून ठेवलं होतं. कित्येक वर्षांच्या आधीच सांगून टाकलं होतं. ते उत्तर 'तुकोबा' हेच आहे, हे सांगतानादेखील मराठी माणसाची सार्थ अस्मिता जागृत होते नि तिचंच रूपांतर पुढं सार्थ अभिमानात होतं. असा सार्थ अभिमान वाटावा— पुढच्या अनेक शतकांनाही वाटावा असंच महत्कार्य तुकोबांनी केलं आहे, त्यांच्या भक्तिकवितेनं केलं आहे, त्यांच्या कीर्तनांनी केलं आहे. त्यांच्यामधल्या साधकानं केलं आहे, त्यांच्यामधल्या प्रबोधनकारानं केलं आहे. त्यांच्यामधल्या द्रष्ट्या संतानं केलं आहे, त्यांच्यामधल्या आर्त उपासकानं केलं आहे. समाजातील अनिष्ट प्रवृत्तींवर आसूड उगारणाऱ्या, फटकळ भाषेत 'फटकळ अभंग' लिहिणाऱ्या विद्रोही समाजसुधारकानंही केलं आहे.

एखाद्या कोहिनूर हिऱ्याला अनेक पैलू असावेत, तसंच तुकोबांचं तेजस्वी व्यक्तिमत्त्व आहे. हे सारेच पैलू आपण एकाच दृष्टिक्षेपात पाहू शकतो का? मुळीच नाही. त्यांतले काही पैलू आपल्याला दिसतील खरे; पण जसजसे आपण तुकोबांच्या चरित्राशी, त्यांच्या भावविश्वाशी, त्यांच्या विचारविश्वाशी, त्यांच्या साधनेशी, त्यांच्या तत्त्वचिंतनाशी एकरूप होत जाऊ— तसतसं हे अपूर्व व्यक्तिमत्त्व तुमच्याशीही सलगी करील, एकरूप होत जाईल. ते तुमच्यामध्ये संक्रमित होत जाईल आणि एक अशी परमोच्च अवस्था येईल— जिच्यामध्ये

तुम्हाला असं जाणवेल की, 'आपण कुणी वेगळे असे नाहीच'— असं 'तुकोबामय' करण्याचं सामर्थ्य तुकोबांच्या संतत्वात आहे. 'आपणासारिखे करिती तात्काळ' अशी किमया तुकोबांमध्ये आहे. ती नसती, तर सतराव्या शतकात सुरू झालेला हा प्रवास एकविसावं शतक उजाडलं तरी का संपला नाही हो?

जागतिकीकरणाच्या लोंढ्यात देशादेशांच्या अस्तित्व-खुणा लोपतात की काय— याची चिंता, भ्रांत, काळजी, उदासीनता, किंकर्तव्यमूढता यांचा काळाकभिन्न खोल-खोल डोह आपली असहायता पाहू शकत नाही. अशा दारुण अवस्थेत आपण असताना त्या 'आनंदाच्या डोहात आनंदतरंग' निर्माण करीत आपल्याला आत्मभान देऊन आपलं मनोबल वाढविणारी फार-फार दूरवर असलेली साद कुणी तरी देत असतं नि ती असते– 'अभंगवाणी तुकयाची'! 'रात्रंदिन आम्हा युद्धाचा प्रसंग' असतानाही न डगमगता, त्या प्रसंगाला सामोरे जाऊन ते आव्हान आपण समर्थपणे पेलायला हवं, असा हितोपदेश ही अभंगवाणी आपल्याला करीत असते. हे 'जीवनयुद्ध' आपण लढायलाच हवं नि ते जिंकायलाच हवं, अशी प्रेरणा नि असा आदेश ही संतवाणी देत असते; कारण आपण पळपुटे रणछोडदास नसून 'विठ्ठलाचे वीर गाढे' आहोत, याचं भान 'वन्ही तो चेतवावा। चेताविताचि चेततो' अशी बलप्रेरक प्रेरणा ही सतराव्या शतकातली साद एकविसाव्या शतकातदेखील तितकीच सक्षम आहे. ती आत्मतेजावर आलेलं सावट पुसून टाकून या जीवनसंघर्षात विजयी व्हायला हवंच, असं सांगून हे आत्मतेज अधिकाधिक उजळ करीत असते. तुकोबांच्या सतराव्या शतकातील लोक 'धन्य आम्ही तुका देखियेला' असं पुढच्या शतकांना सांगतील; असं सांगताना तुकोबांच्या मनात किती पराकोटीचा आत्मविश्वास नि आत्मभान होतं, याची आपण कल्पना तरी करू शकू का?

तुकोबांचं भावविश्वही जसं अनेक क्षितिजांचं होतं, त्याचप्रमाणं त्यांचं विचारविश्वही अनेक क्षितिजात्मक होतं. त्यांच्या दृष्टीचा पल्ला या दोन्ही विश्वांच्या क्षितिजांशीच थांबत नव्हता– म्हणजे लौकिकापर्यंतच थांबत नव्हता तर लौकिका-पल्याडच्या अलौकिक अवकाशाचाही वेध घेत होता. तुकोबा जसे लौकिक होते, तसेच अलौकिकही. त्यांची ही दोन्ही व्यक्तिमत्त्वं मजल-दर-मजल करीत विभूतिमत्वापर्यंतची प्रकाशमय, तेजस्वी वाटचाल करीत होती. ही वाट जन्म मृत्यू आणि मृत्यूनंतर परत जन्माकडे नेणारी नव्हती तर अलौकिकातच संपणारी नि विलीन होणारी होती.

तुकोबांविषयी गेली पाच-सहा दशकं चिंतन करूनही आपल्याला 'सम्यक्

तुकोबां'चं आकलन कितपत झालं, ते मला सांगता येणार नाही. तुकोबांच्या लौकिक व पारलौकिक जीवनाच्या आकलनाला मर्यादा नव्हत्या. ते जसं लौकिक जीवनाच्या बाबतीत 'अमर्याद' होतं, तसंच पारलौकिक जीवनाच्या बाबतीतही. मला या दोन्ही जीवनांच्या संदर्भात जे सर्वांत महत्त्वाचं जाणवतं, ते लक्षण म्हणजे 'अनुभव' किंवा 'अनुभूती'. तुकोबांच्या व्यक्तिमत्त्वाचं नि विभूतिमत्त्वाचं मूळ अधिष्ठान 'अनुभव' किंवा 'अनुभूती' हेच आहे. 'हे तो प्रचीतीचे बोलणे' ही उक्ती तुकोबांच्या बाबतीत सर्वार्थांनी नि सर्वांगांनी समर्पक आहे. ही अनुभूती अशी लोकविलक्षण आहे की, तिच्यातून अनेक प्रेरणा निर्माण होतात. त्यातूनच तुकोबांची कधीही न बुडणारी, कधीही न भंगणारी ('अ-भंग') रचना निर्माण होते. ती आजवर तरी खंडित झालेली नाही किंवा भंगलेलीदेखील नाही, याची प्रचीती तुम्हा-आम्हाला या एकविसाव्या शतकातही आलेली नाही काय? या प्रेरणेतूनच तुकोबांच्या प्रबोधनाचं ऐहिक व पारलौकिक असं दुहेरी रूप घेतलं आहे. तुकोबांच्या हातात टाळ असला तरी त्यांचे पाय याच जमिनीवरच आहेत. त्यामुळं त्यांचे अभंग वास्तव नि मराठी मातीतले आहेत, हे नेहमी आपल्याला जाणवतं, पण जेव्हा त्यांचे हेच 'चरण' पारलौकिकाच्या अंतरिक्षातही झेपावतात— तेही स्वानुभूतीच्याच आधारे— तेव्हा तुकोबांचे टाळ वाजविणारे हात नि महाराष्ट्राच्या मातीवर उभे राहिलेले पाय आपल्याला हेच सांगत असतात की, जीवन-संघर्षातही तुम्ही 'विठ्ठलाचे गाढे वीर' म्हणूनच शौर्य गाजवून विजयी व्हा नि शुचित्वपूर्ण ऐहिक जीवनानंतर पारलौकिक जीवनाची वाटचाल करण्यासाठी ऐहिक जीवनातील 'संचित' घेऊन सिद्ध व्हा. तुमचं प्रारब्ध कुठल्याही ज्योतिषाच्या मुखातून निघणाऱ्या भविष्यवाणीतून घडणार नसून, ते तुमचं तुम्हालाच ऐहिक संचिताधारे हवं तसं साधनेच्या माध्यमातून घडवायचं आहे. अशा प्रकारे तुकोबांची परमार्थाची वाट प्रपंचाच्या माध्यमातून प्रवाहित होत असल्याची साक्ष त्यांची अभंगवाणी आपल्याला देते.

पारमार्थिक कल्याणासाठी आपण ऐहिक संचितही मिळवायला हवं, असं जेव्हा तुकोबा आपल्याला सांगतात; त्या वेळी हे ऐहिक जीवन अंतर्बाह्य पवित्र असलं पाहिजे, हे तुकोबांना ओघानंच सांगावं लागतं. याचाच सोप्या सुगम, भाषेतला अर्थ हा की, ऐहिक कल्याण हा 'अलीकडचा' तर पारलौकिक कल्याण हा 'पलीकडचा' टप्पा आहे. जे पारलौकिक जीवनाची संकल्पना मानीत नाहीत, त्यांनाही हा ऐहिक कल्याणाचा ऐलतीरावरचा टप्पा मान्य व्हायला हरकत नाही. हा टप्पा तर तुकोबांना गाठायचाच आहे पण त्यापुढचा पैलतीरावरचा पारलौकिक

कल्याणाचा टप्पाही गाठायचा आहे. त्यामुळं तुकोबांचं प्रबोधन दुपदरी आहे, असं म्हणावं लागेल. यामुळंच भूमीवरील 'अणुरेणुया थोकटे' असलेले तुकोबा पुढं 'आकाशाएवढे' मोठे होतात व तसं होण्याची प्रेरणाही जनमानसाला देतात.

'इह' आणि 'पर' यात परलोकाची— म्हणजेच पारलौकिक कल्याणाची— प्रेरणा ही तुकोबांच्या जीवनाची, लेखनाची व कार्याची प्रमुख प्रेरणा आहे. ही प्रेरणाच त्यांच्या दृष्टीनं सर्वोपरी असल्यानं तिची प्रचीती तुकोबांच्या अभंग-वाणीतून येणं अगदी स्वाभाविकच नाही का? हा प्रेरणास्त्रोत इतका प्रबळ आहे की तो अन्य स्त्रोतांपेक्षा पुढं कसा नि कधी गेला, हे आपल्याला जाणवतच नाही नि आपण क्षणभर स्तिमित होऊन त्याच्या या गतिमानतेकडे केवळ श्वास रोखून पाहतच राहतो. तुकोबांच्या संतत्वामधील स्वत:च्या व समाजाच्या कल्याणाचा ध्यास, त्याचप्रमाणं जनहिताची कळकळ हीच त्यांच्या अभंगवाणीची गंगोत्री आहे, हे कुणालाही सांगण्याची मुळीच आवश्यकता नाही. आध्यात्मिक प्रबोधन ही त्यातील व त्यामागील प्रमुख प्रेरणा आहेच.

आध्यात्मिक प्रबोधनाचं हे उद्दिष्ट गाठायचं असेल; तर त्याचं ऐहिक जीवनातील फलित— म्हणजेच 'संचित'— काय आहे, याचा पडताळा नको का घ्यायला?

हे 'संचित' अर्थपूर्ण नि फलदायी असावं, हीही ऐहिक कल्याणाची जाणीव आपल्यामध्ये व जनमानसामध्ये असणं अपरिहार्य आहे. मग जीवनाच्या वाटचालीचे चढ-उतार, सुख-दु:खांचे 'आरोह' नि 'अवरोह' पूर्वलक्ष्यी प्रभावानं जाणून घ्यायला हवेत. आपला हा प्रवास आधुनिक भाषेत 'काऊंट डाऊन' पद्धतीनं चालला आहे, असं कुणी म्हटलं तर ते वावगं नाही. 'तुकाराम' या विशेषनामाची काहीशी मोडतोड करून 'तू का राम?' या प्रश्नार्थक वाक्यात अशी जी फोड करतात; ती काहीशी कृत्रिम, 'बाळबोध' नि चित्रकाव्यात्मक वाटली, तरी तिच्यात अगदीच तथ्य नाही, असं नाही. राम किंवा विठोबा व आत्माराम होईपर्यंत हा तुका 'रात्रंदिन युद्धाच्या प्रसंगा'ला सामोरा जात नव्हता का? ह्या 'प्रसंगा'ला आपण सर्वांनी कसं सामोरं जावं, याचा वस्तुपाठच तुकोबांचं लौकिक जीवन आपल्याला देत नाही काय? 'आप तरे त्याकी कौन बडाई? आवरन को भलो नाम धराई' हा तुकोबांचा हिंदी अभंग तुकोबांच्या 'प्रपंचविज्ञाना'चं रहस्य किती समर्थपणे उकलून दाखवितो! तुकोबांच्या समाजप्रबोधनाच्या गंगोत्रीचं 'गायमुख' आपल्याला इथंच कुठं तरी गवसतं. आध्यात्मिक प्रेरणेनंतर ही सामाजिक प्रेरणा त्यांच्या समाजचिंतनात्मक अभंगांत प्रकटते ती अशी. उदात्त जीवनादर्शांचं

प्रतिपादन तुकोबा कसं करतात, हे त्यांच्या एतद्विषयक अभंगांत अगदी स्वाभाविकपणे व तितक्याच अपरिहार्यतेनं प्रकटतं. त्यांनी आपल्याला अभंगांत 'जगायचं कशासाठी?' नि 'जगावं कसं?' या द्विसूचीचं प्रतिपादन केलं आहे; ते ऐहिक जीवनात आपण सुखी-समाधानी कसं असावं, हे 'चित्ती असो द्यावे समाधान' यासारख्या चरणांतून सांगितलं आहे— ते आपण प्रपंचाचा त्याग करून, संन्यास घेऊन रानावनात वा डोंगर-कपाऱ्यांत हिंडण्यासाठी नाही. शूराची अहिंसा नि भ्याडाची अहिंसा यांत फार फरक असतो. प्रापंचिक कर्तव्यं चांगल्या प्रकारे पार पाडून मगच आपण हळूहळू त्यातून अलिप्त होण्याचा विचार करावा, असं त्यांना वाटतं. जर प्रपंचच करायचा नाही तर चार आश्रमांत गृहस्थाश्रमाचा समावेश तरी भारतीय दर्शनानं कशासाठी केला असावा? तुकोबांच्या प्रपंचविज्ञानात तार्किक सुसंगती कशी आढळते व ती किती महत्त्वाची आहे, याची यावरून आपल्याला कल्पना येते. व्यक्तीनं अशी 'आचारसंहिता' (हा शब्द खरं तर मुळातला अध्यात्म्याचा, पण अलीकडे आपण तो निवडणुकीच्या संदर्भात वापरू लागलो!) पाळली व ती उक्ती आचार-विचारानं शुचिर्भूत झाली तर तिचं नि तिच्या कुटुबांचं ऐहिक कल्याण होईल. ही व्याप्ती उत्तरोत्तर वाढत-वाढत जायला हवी. व्यक्ती-कुटुंब-समाज-गाव-जिल्हा-देश नि विश्व अशा क्रमाक्रमानं ती वाढत गेली की, विश्वात्मकतेचं ध्येय सहज गाठता येतं. अशा अवस्थेत आप-पर-भाव कसा असेल? जात-पात-धर्म-पंथादी भेद कसे शिल्लक राहतील? तुकोबांची व्यक्तित्व-विकासाची हीच संकल्पना असून त्यांच्या 'प्रपंचविज्ञाना'चं हेच सार आहे. त्यांच्या ऐहिक जीवनविषयक कल्याणाच्या कल्पद्रुमाची मुळं— याच इहलोकाच्या कल्याणाची मुळं याच पृथ्वीवरच्या देहूच्या मातीत रुजली आहेत. या ध्येयप्राप्तीच्या आड अहितकारक असं जे-जे येतं, त्याबद्दल तुकोबांना सात्त्विक संताप येतो व त्याविषयीची त्यांची प्रतिक्रिया पार तीव्र आहे. या 'खळांची व्यंकटी सांडो' एवढंच म्हणून ते थांबत नाहीत, तर त्यापुढं जाऊन ते त्यावर कठोर प्रहार करून समाजाला सावध करतात. अशा प्रकारे प्रपंचविज्ञानामागील प्रेरणा दुपदरी आहेत: ऐहिक कल्याण नि अपप्रवृत्तींचा विनाश हे ते दोन पदर आहेत.

पारलौकिक कल्याण हे ऐहिक कल्याणाच्या पलीकडचा फार-फार व्यापक टप्पा आहे— जिथं दृष्टी जाऊ शकत नाही; पण मन नि बुद्धी जाऊ शकते, असं हे जीवनाचं अंतिम उद्दिष्ट. जीवा-शिवाची भेट घडविणारं ध्येय नि ज्ञेय. आणि हे ध्येय नि ज्ञेय असं आहे की, ज्ञानदेव म्हणतात त्याप्रमाणं 'भेटीसी गेलिये तंव तेचि जालिये' अशी ही अनेकार्थांनी 'अ-लौकिक' अशी अवस्था. ती

केवळ आपल्या कवेतच घ्यायची नाही, तर तिच्याशी एकरूपच व्हायचं, असं हे ऐहिक जीवनाचं अंतिम उद्दिष्ट. तुकोबा 'आकाशाएवढे' होतात, तेही इथंच. ही आध्यात्मिक वा पारमार्थिक प्रेरणा हे तुकोबांचं ऐहिक कल्याणाच्या प्रेरणेहून किती तरी मोठं नि व्यापक ध्येय. 'याचसाठी' तुकोबा हा 'सारा अट्टहास' करतात. इथं 'विलय' होतो, हे जितकं खरं; त्याचप्रमाणं विकास होतो, हेही सोळा आणे खरं!

◆◆

: ६ :

तुकोबांचं समाजप्रबोधन

समाजाला वारंवार उपदेश का करावा लागतो? त्याचं प्रबोधन का करावं लागतं? प्रत्येक शतकात विविध धर्म-पंथांचे महापुरुष होऊन गेले. त्यांनी समाजाला उपदेश केला. खरं तर हा उपदेश केवळ उपदेशच होता का? तो केवळ उपदेश वा मार्गदर्शनच असतं का? तो तर 'हितोपदेश' असतो. समाजात वेळोवेळी साचणारं 'हीण' काढून टाकावं लागतं नि समाजजीवन नितळ करावं लागतं. समाजातील काही घटकांची मानसिकताच अशी काही असते की, जिची ओढ अध:पतनाकडे असते. या मानसिकतेमुळं त्या घटकांचं अहित तर होतंच पण या कुसंगामुळं ते आपल्यासवे इतर काही जणांनाही नासवतात. यामुळं समाजाच्या प्रगतीच्या नि कल्याणाच्या मार्गात जणू ही मानसिकता म्हणजे गतिरोधकच असतात. ते समाजहिताला बाधक ठरत असतील तर ते काढून टाकावे लागतात. हे समाजहितकार्य महापुरुष, संत नि समाजप्रबोधनकार करीत असतात. हे तीन वेगवेगळे शब्द मी वापरले असले तरी ते एकमेकांसाठीही सहज वापरता येतील. या संदर्भात ते पर्यायी शब्द असले, तरी त्यांना अन्य पर्याय मात्र नसतो! (केवळ आयुर्विम्यालाच पर्याय नसतो, असं नाही!)

मी आजवर संतसाहित्य-विवेचनात संतांसाठी 'समाजप्रबोधनकार' ही पर्यायी संज्ञा योजत आलो आहे. केवळ रिनाइझान्स (Renaissance) च्या संदर्भातच 'समाजप्राबोधन' ही संज्ञा वापरावी, या मताचा मी नाही. रिनाइझान्सच्या चळवळीपूर्वीही समाजहितासाठी संतांनी जे कार्य केलं, त्यालादेखील 'समाजप्रबोधन' ही संज्ञा वापरण्यास प्रत्यवाय नसावा. याच अर्थानं मी तुकोबांना 'संत' तर म्हणतोच पण त्याचबरोबर त्याची पर्यायी 'समाजप्रबोधनकार' ही संज्ञाही योजितो. संतांच्या कार्यासाठी या संज्ञेचा उपयोग केल्यास या समाजहितससूचक संज्ञेस ऐहिकच नव्हे तर पारलौकिक आयामही लाभतो.

श्रद्धेला मानवजीवनात अत्यंत मोलाचं स्थान आहे. 'देव'विषयक संकल्पनेला या श्रद्धेचंच अधिष्ठान असतं आणि श्रद्धा ही विवेकाधिष्ठित नसली तर तिचं अंधश्रद्धेत रूपान्तर होतं. ही अंधश्रद्धा समाजहितात अडसर निर्माण करणारी असते. मराठी साहित्याचा आद्य ग्रंथच मुकुंदराजांचा 'विवेकसिंधू' हा असून त्यातही विवेकास प्राधान्य दिलं आहे, ही घटनाच सूचक नाही का? यासाठीच आपल्या सर्व संतांनीही विवेकास विशेष महत्त्व दिलं आहे. अनेकदैवतवादामुळं समाजाचा बुद्धिभेद होतो आणि या वादाला विवेकाचा निकर्ष लावताच अनेक-दैवतवादाचं अंधश्रद्धा हे अधिष्ठानही नाहीसं होतं. तुकोबांनी श्रद्धेच्या या पाऊलवाटेवरचा गतिरोधक विवेकाचा निकष लावून एकेश्वरवादाचा पुरस्कार केला. हा निकष म्हणजे भाव आणि विचार (बुद्धी) यांचा समन्वयच होय, असं नाही का तुम्हाला वाटत? या अंधश्रद्धेमुळंच भक्तीत नि श्रद्धेत भाबडेपणा येतो. त्याचे दूरगामी परिणाम होत असल्यानंच तुकोबांनी त्याचा परखड शब्दांत तीव्र विरोध केला आहे–

'सेंदरीं हेंदरी दैवते। कोण ती पूजी भूतेखेते?
आपुल्या पोटा जी रडते। मागती शितें अवदान।।
आपुले इच्छे आणिकां पीडी। काय ते देईल बराडी?
कळो ही आली तयाची जोडी। अल्प रोकडी बुद्धि अधिरा ।।
विलेपनें बुजविती तोंड। भार खोळ वाहती उदंड।
करविती आपणयां दंड। ऐसियांस भांड म्हणे देव तो।
तैसा नव्हे नारायण। जगव्यापक जनार्दन।
तुका म्हणे त्याचे करा चिंतन। वंदू चरण येती सकळ।।'

विवेकनिष्ठेप्रमाणंच तुकोबा बुद्धिवादालाही तितकंच महत्त्व देतात, हे त्यांच्या पुढील अभंगावरून सहज लक्षात येईल. ते म्हणतात–

'नये पुसों आज्ञा केली एकसरें।
आम्हांसी दुसरें आतां नाही।
ज्याचा तो बळिवंत निवारिता।
आम्हां काय चिन्ता करणें लागे?
बुद्धीचा जनिता, विश्वास व्यापक।
काय नाही एक अंगी तया?
तुका म्हणे मज होईल वारता।
तरी काय सत्ता नाही हातीं?'

सर्व प्राणिमात्रांतील व निसर्गातील चैतन्य येतं तरी कुठून? परमात्म्याचाच अंश जीवात्म्यात नसतो का? (महात्मा जोतिबा फुले यांनीदेखील परमात्म्याला 'निर्मिक' नाही का म्हटलं?) हे तत्त्व स्पष्ट करण्यासाठी तुकोबा म्हणतात—

'चाले हे शरीर कोणाचिये सत्ते?
कोण बोलविते हरीवीण?
देखवी, ऐकवी एक नारायण।
तयाचे भजन चुकों नका।।
मानसाची देव चालवी अहंता।
मीचि एक कर्ता म्हणूनियां।
वृक्षाचेहि पान हाले त्याची सत्ता।
राहिली अहंता मग कोठे?
तुका म्हणे विठो भरला सबाह्य।
उणे काय आहे चराचरीं?'

जर परमेश्वरानं हे विश्व निर्माण केलं आहे तर मग सर्व प्राणिमात्रांत तो भेदभाव का बरं करील? चातुर्वर्ण्यव्यवस्थेतील भेदभाव नि विषमता मानणं, म्हणजे परमात्म्यानं निर्माण केलेल्या या प्राणिमात्रांतील काहींवर अन्याय करण्यासारखंच आहे. त्यामुळंदेखील अनेक सामाजिक समस्या निर्माण होतात व उच्च-नीच भाव निर्माण होतो. तो समाजहितास बाधक आहे. विषमतामूलक विचार तुकोबा कसा स्वीकारतील? ते त्यावर कुठाराघात करतात— हे तर्कसंगत, योग्य नि बुद्धिप्रामाण्यवादाचं द्योतकच नाही का? तुकोबांमधील संत नि समाजप्रबोधनकार या वेळी हातात हात घालूनच जाताहेत, असं या वेळी नाही का वाटत? देव हा उच्च-नीच भाव का बरं बाळगील? जे हा भाव बाळगतात, त्यांना तुकोबांचा हा प्रदीर्घ अभंग म्हणजे एक चपराकच होय. त्यांनी हा भाव बाळगल्यामुळं समाजातील काही घटकांना त्यांच्या व त्यापुढील काळात किती आपत्तींना तोंड द्यावं लागलं; किती हाल-अपेष्टा सहन कराव्या लागल्या! त्यांच्या व त्यापुढील काळातील समाजप्रबोधनकारांसमोर किती प्रखर समस्या उभ्या राहिल्या! विविध जातीपातींच्या/ धर्मांच्या भक्तांशी देव किती एकरूप होतो व त्यांना कसं साह्य करतो; त्यात ईश्वराचा समभाव प्रतीत होतो, हे तुकोबांना सांगायचं आहे—

'उंच-नीच काही नेणे भगवंत।
तिष्ठे भावभक्ती देखोनियां।
दासीपुत्र कण्या विदुराच्या भक्षी।

दैत्यापरी रखी प्रल्हादासी।।
चर्म रंगूं लागे रोहिदासासंगे।
कबिराचे मागें विणी शेले।।
सजन कसाया विकूं लागे मांस।
माळ्या सावत्यास खुरपूं लागे।।
नरहरी सोनारा घडूं फुंकू लागे।
चोखामेळ्यासंगे ढोरे ओढी।।
नामयाची जनी सवें वेची शेणी।
धर्माघरी पाणी वाहे, झाडी।।
...घडी माती वाहे गोऱ्या कुंभाराची।
हुंडी मेहत्याची अंगे भरी।।
पुंडलिकासाठी अजूनि तिष्ठत।
तुका म्हणे मात धन्य त्याची।।'

(तुकोबांचा हा मूळ अभंग तर फार मोठा आहे. त्यातील काही भाग त्यासाठीच वगळावा लागला.) देवच असा जातिभेद, वर्णभेद वा विषमता मानीत नाही तर त्याची भक्ती करणारे संत तरी ती कशी मानतील, हा तुकोबांचा विचारही तर्कसंगतच नाही का? यासाठीच तुकोबा म्हणतात–

परमात्म्याचं हे चैतन्यच आपणा सर्वांत आहे, याची प्रचीती आल्यावर संतांनाही 'अन्तिम सत्य' काय आहे, याची जाणीव झाल्यामुळं संत सर्वांमध्ये तोच समभाव पाहातत. मग जात, वर्ण, धर्म यांत काही भेदाभेदच उरत नाही.

'पुण्य-पापा ठाव नाही सुखदुःखा।
हानि-लाभ-शंका नासलिया।।
जिता मरण आलें, आप-पर गेलें।
मूळ हें छेदिलें संसाराचे।।
अधिकार-जात, वर्ण-धर्म-जात।
ठाव नाहीं सत्य-असत्याशीं।।
जन-वन भिन्न अचेत चळण।
नाही दुजेंपण ठावे यासी।।
तुका म्हणे देह वाहिला विठ्ठलीं।
तेव्हाच घडली सर्व पूजा।।'

भारतीय दर्शनात कर्मसिद्धांत मानणारीही एक विचारधारा आहे. तो

मानला की प्रारब्धवादही मानावा लागतो. भूतकाळात केलेली कर्मं ही 'संचित'; त्यांचा प्रभाव वर्तमानकालीन जीवनावर होतो. ती कर्मं म्हणजे 'क्रियमाण' नि त्यांच्या आधारे जे भविष्यात घडणार असतं, ते आपलं 'प्रारब्ध'— अशी ही कर्मसिद्धातांची पोलादी शृंखला मानली की, त्यातच आपलं जीवन बद्ध आहे, हेही मानावं लागतं. याचं फलित म्हणजेच दैववाद. मग भक्ती, उपासना, साधना कशासाठी करायची, असं म्हणूनच आपण आपल्या उद्धाराचा प्रयत्नच करणार नाही. यासाठी तुकोबा नि रामदास यांच्यासारख्या सन्तांनी प्रयत्नवादाचा पुरस्कार केला आहे. त्यामुळं आपण जीवनाकडे सकारात्मक दृष्टीनं पाहू लागतो व आपलं भाग्य आपणच घडविण्याचाही प्रयत्न करू लागतो. तुकोबा म्हणतात–

'प्रारब्ध, क्रियमाण। भक्तां संचित नाही जाण।
अवघा देवचि झाला पाहीं। भरोनिया अन्तर्बाहीं।।
सत्त्व-रज-तम-बाधा। नव्हे हरिभक्तांसि कदा।
देव-भक्तपण। तुका म्हणे नाहीं भिन्न।।'

भक्ती किंवा उपासना ही वरकरणी वा देखाव्यासाठी नसावी. यासाठी जे आपल्याला उपदेश किंवा मार्गदर्शन करतात, ते गुरू हे 'सद्‌गुरू' आहेत की ढोंगी गुरू आहेत, याची पारख किंवा शहानिशादेखील आपण करून घ्यायला हवी. समाजात बुवाबाजीमुळं अनाचार माजतो व भक्त खरी उपासना करण्यापासून वंचित होतो. यासाठी आपण ढोंगी गुरूंना समाजात थारा देऊ नये, असा इशारा तुकोबा देतात; त्या वेळी ते समाजप्रबोधनच करीत नाहीत काय? लोकांना ठकविणारे व धर्माच्या नावावर भुलविणारे असे ढोंगी गुरू किती विविध प्रकारचे आहेत, याची फार मोठी यादीच किंवा तपशीलच तुकोबा थोड्या वेगळ्या पद्धतीनं देतात, त्यावरून तुकोबांसारखे 'सद्‌गुरू' नि 'काही भोंदू गुरू' यांतील भेद सहज कळतो. हा अभंगदेखील फार प्रदीर्घ असल्यानं त्यातील निवडक भागच उद्‌धृत करतो. जिज्ञासूंनी मूळ प्रदीर्घ अभंग अवश्य वाचावा–

'कपट काही एक। नेणे भुलवायचे लोक।
तुमचे करितों कीर्तन। गातों उत्तम ते गुण।।
दाऊं नेणें जडीबुटी। चमत्कार उठाउठी।
नाही शिष्यशाखा। सांगो अयाचित लोकां।।
नव्हे मठपति। नाहीं चाहुराची वृत्ति।
नाही देवार्चन। असे मांडिले 'दुकान'।।
नाही वेताळ प्रसन्न। काही सांगो खाणाखूण।

नव्हे पुराणिक। करणे-सांगणे आणिक ?।।

...आगमीचे नेणे। स्तंभन मोहन उच्चाटणें।

नव्हे यांच्या ऐसा। तुका निरसत्वासी पिसा।।'

आपल्याला भूत-वर्तमान-भविष्य, तसंच शकुन आदींचं ज्ञान आहे, असं सांगून ठकविणाऱ्या लोकांवरही तुकोबा शिवकाळात टीका करतात; यावरून त्यांच्या समाजप्रबोधनातील अंधश्रद्धा-निर्मूलनाचं नि बुद्धिप्रामाण्यवादाचं स्वरूप अधिक उजळून निघतं. ते म्हणतात–

'सांगो जाणती शकुन। भूत, भविष्य, वर्तमान।

त्यांचा आम्हांसी कंटाळा। पाहों नावडती डोळां।।

ऋद्धिसिद्धींचे साधक। वाचासिद्ध होती एक।

तुका म्हणे जाती। पुण्यक्षयें अधोगती।।'

कीर्तनकारदेखील धर्मप्रबोधनाच्या रूपानं एका अर्थानं समाजप्रबोधनाचंच महत्त्वाचं कार्य करीत नसतो का? त्यानंदेखील अत्यंत नि:स्पृह असायला हवं. त्यानं 'हरिकथेचा विकरा' करू नये— जे कीर्तनकार धर्माचा बाजार मांडतात, त्यांचाही समाचार तुकोबा अशा परखड शब्दांत अशा प्रकारे घेतात–

'जेथे कीर्तन करावे। तेथे अन्न न सेवावें।

बुक्का लावू नये भाळा। माळ घालू नये गळा।।

तट्टावृषभासी दाणा। तृण मागों नये जाणा।

तुका म्हणे द्रव्य घेती। देती तेही नरका जाती।।'

एवढंच नव्हे, तर धर्माच्या नावावर भिक्षा मागणं हादेखील एक अपराधच आहे, असं **'भिक्षापात्र अवलंबणे। जळो जिणे लाजिरवाणे'** या अभंगात तुकोबा सांगतात.

आपल्या मनात पवित्र भक्तिभाव जागृत व्हावा, यासाठी तीर्थयात्रा करायची असते; हा तिचा मूळ हेतू विसरून तिचं केवळ अनावश्यक रूपांतर होत असेल, तर तिचा काही उपयोग नाही, असंही तीर्थांविषयीच्या काही अभंगांत सांगतात. त्यांपैकी एक अभंग इथं उद्धृत करतो–

'तीर्थी धोंडा-पाणी। देव रोकडा सज्जनी।

मिळालिया संतसंग। समर्पितां भले अंग।।

तीर्थी भाव फळे। येथे अनाड तें वळे।

तुका म्हणे पाप। गेले गेल्या कळे ताप।।'

समाजातील अनिष्ट प्रवृत्तींवर व मानसिकतेवर प्रहार करतानाच दुर्जनांची

किंवा खळांची 'स्तुती'ही तुकोबा करतात, हे पाहून आपण काहीसे बुचकळ्यात पडतो; पण त्यामागचा हेतू आपण पाहिला की, तुकोबांची ही समाजप्रबोधनाची एक 'न्यारी' पद्धतीच आहे, याची जाणीव आपल्याला होते व त्यातील उपहासही आपल्याला कळतो–

'असो खळ ऐसें फार। आम्हां त्यांचे उपकार।
करिती पातकांची धुणी। मोल न घेतां साबणी।
फुकाचे मजूर। ओझें वागविती भार।
पार उतरून म्हणे तुका। आम्हा, आपण जाती नरका ! ।।'

तुकोबांच्या समाजप्रबोधनाची अशी किती तरी अंगं नि असे किती तरी आयाम त्यांच्या अभंगगाथेत दडले आहेत. त्यांपैकी काही थोडक्या अंगांचं नि आयामांचंच मी या लेखात दर्शन घडवू शकलो. परमात्म्याचा साक्षात्कार झाल्यानंतर तुकोबा केवळ आपल्यावर 'उपकार' करण्याकरिताच व त्यांच्याप्रमाणंच आपलाही उद्धार करण्याकरिताच जगतात. समाजप्रबोधन हा त्यांच्या संतत्वाचाच एक तेजस्वी पैलू आहे. त्यामुळंच त्यांच्या संतत्वातच एक तेजस्वी, परखड समाजप्रबोधनकार दडला आहे नि त्यांच्यामधील समाजप्रबोधनकारामध्येच एक तेजस्वी 'मेणाहूनि मऊ' संत दडला आहे. त्यांना आपण एकमेकांपासून वेगळे करू शकू का?

◆◆

: ७ :

तुकोबांची हिंदी पदरचना

मराठी संतांनी हिंदी भाषेतही लेखन केलं आहे. त्याविषयी मी 'मराठी संतों की हिंदी वाणी' (प्रका. महाराष्ट्र राष्ट्रभाषा सभा, पुणे), 'महाराष्ट्र के महानुभाव साहित्यकारोंका हिंदी साहित्य को योगदान' (प्रका. म. गांधी मेमो. रिसर्च इन्स्टिटयूट, मुंबई), 'स्वामी रामानंद यांच्या सम्पादण्या' (प्रका. मराठवाडा साहित्य परिषद, औरंगाबाद) या माझ्या ग्रंथांत; त्याचप्रमाणं 'सत्संग', 'संतवाणी' 'भक्तिपथ' यांसारख्या (सकाळ, पुढारी, लोकमत इ. दैनिकांच्या) माझ्या सदरांत यापूर्वी लेखन केलंच आहे. नामदेव, एकनाथ, रामदास, बहिणाबाई, निळोबा यांच्या हिंदी लेखनाप्रमाणं तुकोबांच्या हिंदी लेखनाचा इथं आवर्जून उल्लेख करायला हवा. या सर्व लेखनाचा परामर्श मी इ. स. १९८३ मध्ये आकाशवाणीच्या डॉ. लाड स्मृती व्याख्यानमालेत घेतला होता.

कवित्वाचा प्रकर्ष तुकोबांच्या अभंगवाणीत आपल्या प्रत्ययास येत असला तरीही आपण कुणी मोठे काव्यशास्त्रपारंगत कवी नाही, असं तुकोबा नम्रपणे सांगून 'मज विश्वंभर बोलवितो' असं म्हणतात व विठोबाला या लेखनाचं सारं श्रेय आपल्या मराठी अभंगांत देतात; त्याचप्रमाणं हिंदी पदांत 'राग, कला नहिं जानत तुका' असं म्हणतात. हे मूळ पद असं आहे– 'क्या गाऊं कोई सुननेवाला। देखे तो सब जगही भुला। खेलो आपणे रामइ साते। जैसी वैसी करहो मात।। काहांसे ल्यावो माधर वाणी। रीझे ऐसी लोक बिराणी। गिरधर लाल तो भावहि भुका। राग, कला नहिं जानता तुका।। (क्र. ११४६)

या पदाच्या शेवटी 'देव भावाचा भुकेला' असतो, हा विचार ओघानंच आला असून 'खेलो आपणे रामइ साते' म्हणजे 'मी आपल्या रामाबरोबरच खेळत असतो,' ही साक्षात्काराची अनुभूती अगदी सहजपणे प्रकटली आहे.

–पण साक्षातकाराच्या या अनुभूतीपर्यंत पोहोचण्यासाठी साधकाला किती

दिव्यातून जावं लागतं! संतसाहित्याचे भाष्यकार, आधुनिक संत व तत्त्वज्ञ डॉ. रा. द. रानडे यांनी या संदर्भात—

(१) प्रपंचाविषयीची अनासक्ती, उदासीनता व विरक्ती

(२) साधकाच्या मनातील संघर्ष (आत्म्याची काळोखी रात्र– 'Dark night of the soul')

आणि

(३) साक्षात्कार

अशा त्रिविध अवस्थांचं वर्णन केलं आहे.

या तिन्ही अवस्थांचं तपशीलवार चित्रण तुकोबांच्या मराठी अभंगांत आढळतं. त्यांची बावीस हिंदी पदं उपलब्ध आहेत, त्यांत दुसऱ्या व तिसऱ्या अवस्थेचे निर्देश असले तरी पहिल्या अवस्थेचंच चित्रण बहुतेक पदांत केलं आहे. उदासीनतेच्या व विरक्तीच्या या अवस्थेप्रत येण्यासाठी साधकानं प्रथम अन्तर्मुख होऊन जीवनाचा गहन अर्थ व त्याचं अन्तिम उद्दिष्ट शोधायला हवं, असं तुकोबांना वाटतं. या उदासीनतेचं वा उपरतीचं स्वरूप द्विविध प्रकारचं आहे: तिच्यामधून जशी तुकोबांची प्रपंचविषयक विरक्तीची स्वानुभूती प्रकट झाली आहे, त्याचप्रमाणं इतरांनी ती अनुभूती प्राप्त करायला हवी, अशा प्रकारचं मार्गदर्शनही केलं गेलं आहे. कधी कधी तर असं वाटतं की, तुकोबा अंतर्मुख होऊन हे प्रश्न जसे स्वमनाला विचारीत आहेत, त्याचप्रमाणं लोकमानसालाही विचारीत आहेत—

'काहे भुला धनसंपत्तीघोर? राम राम सुन गाउ हो बाप।
राजे जोक सब कहे तूं आपना। जब काल नहीं पाया ठाना।।
माया-मिथ्या सब मनका धंदा। तजो अभिमान, भजो गोविंदा।
राना-रंग डोंगर की राई। कहे तुका करे इलाहि।।'

(क्र. ११६१)

परमात्म्याची प्राप्ती, त्याची भेट नि दर्शन हीच या जीवनाची फलश्रुती आहे, हे आपल्या लक्षात का बरं येत नाही— हे विचारताना तुकोबा म्हणतात,

'राम कहो जीवन सो फल सो ही।
हरिभजनसुं विलंब न पाई।।
कवन का मंदर? कवन की झोपरी?
एक रामबिन सबही फुकरी।।
कवन की काया? कवन की माया?

एक रामाबिन सब ही जाया।।
कहे तुका सबहि चेलणहार।
एक रामाविन नहिं वा सार।।'

(क्र. ११६०)

मराठी अभंगांत तुकोबा प्रपंचाविषयीची उदासीनता व त्याचं असारत्व व्यक्त करतात आणि त्याचबरोबर ते प्रपंच व परमार्थ यांचा समन्वय साधतात. त्यात ते म्हणतात— प्रपंच असा करावा की, त्याचं रूपान्तर पुढं-पुढं परमार्थात व्हावं. तथापि, हिंदी पदांत ते प्रपंचाच्या वैय्यर्थ्यावर अधिक भर देतात. यात त्यांच्या विचारांत अंतर्विरोध आहे, असं मुळीच नाही. त्यातूनही त्यांनी परमार्थाचं सूचनचं केलं आहे.

प्रपंचविषयक उदासीनता किंवा विरक्ती यांच्याबरोबरच तुकोबांच्या हिंदी पदांत तुलसीदासांच्या 'विनयपत्रिके'प्रमाणं 'शरणागती'ची— म्हणजे परमेश्वराला शरण जाण्याची भावनाही अशा प्रकारे व्यक्त झाली आहे—

'क्या मेरे राम कवन सुख सारा?
कहकर दे पुछू दास तुम्हारा।
तन-जोबन की कौन बराई?
ब्याध पीडा दिस काटहि खाई।।
कीर्त बधाऊं तो नाम न मेरा।
काहे झुटा पछतऊं घेरा।
कहे तुका नहिं समज्यात मात।
तुम्हारे शरन हे जोडहि हात।।'

(क्र. ११६३)

या विरक्तीसाठी नि शरणागतीसाठी साधकानं आपल्या कामक्रोधादी विकारांवर नियंत्रण ठेवायला हवं, मन 'पाख' (= पाक, पवित्र) करून मन:शांती मिळवायला हवी. मनात विवेक जागवायला हवा. त्यामुळं अंगी संन्यस्त वृत्ती आपोआपच बाणवते. हा विचार तुकोबा अशा प्रकारे मांडतात–

'देखत आखों झुटा कोरा।
तो काहे छोरा घरबार।
मनसुं किया चाहिये पाख।
उपर खाक पसारा।।
कामक्रोधसो संसार। वो सिरभार चलावे।

कहे तुका वो संन्यास। छोडे आस तनकीहि।।'

(क्र. ११६४)

चौऱ्यांयशी लक्ष योनींमधून जन्म घेता-घेता केव्हा तरी एकदा मानव-जन्म लाभतो, त्याचा आपण परमार्थमार्गाची वाटचाल करण्यासाठी पुरेपूर उपयोग करून घ्यायला हवा, असा भाव तुकोबांच्या मराठी अभंगांप्रमाणं हिंदी पदांतूनही प्रकट झाला आहे. या जन्मात भक्ती करावी, नामस्मरण करावं नि आपला उद्धार करून घ्यावा, असं तुकोबांनी त्यांच्या **'रामभजन सब सार मिठाई। हरि संताप जनम दुख राई'** (क्र. ११६५) या लोकप्रिय हिंदी पदात म्हटलं आहे. त्यातील **'तुका राम-रस जो पीवे। बहुरि फेरा वो कबहु न खावे'** हे शेवटचे दोन चरण या संदर्भात फार महत्त्वाचे आहेत. एका मानवजन्मातच भक्ती करून मुक्ती प्राप्त करण्याऐवजी तुम्ही अकारण वेळोवेळी मृत्यूच्या स्वाधीन का होता नि पुनःपुन्हा जन्म का घेता, असा प्रश्न तुकोबांनी **'बारंबार काहे मरत अभागी?'** या हिंदी पदात विचारला आहे.

तुकोबांच्या मराठी अभंगांतील सुलभ भक्तीची संकल्पना त्यांच्या हिंदी पदांतही आविष्कृत झाली आहे. भक्ती तुम्हाला तुमच्या घरी बसूनही करता येते; त्यासाठी वणवण हिंडण्याची, रानावनात जाण्याची, तीर्थक्षेत्रं धांडोळण्याची, यज्ञयाग करण्याची, कर्मकांड-व्रतवैकल्यं करीत बसण्याची आवश्यकता नाही— हे विचार जसे तुकोबांच्या अभंगांत आढळतात तसेच हिंदी पदांतही आढळतात. वानगीदाखल एक हिंदी पद उद्धृत करतो—

'भले रे भाई जिन्हें किया चीज।

आछा नहिं मिलत बीज।।

फीरत फीरत पाया सारा।

मीटत लोले धन किनारा।।

तीरथ-बरत फिर पाया जोग।

नहिं तलमल तुटति भवरोग।।

कहे तुका मैं ताको दासा।

नहिं सिरभार चलावे पासा।।' (क्र. ११५८)

ईश्वराची भक्ती करून आपल्या आयुष्याचं सार्थक करणं— हा सर्वांचा अधिकार आहे. भक्तीत उच्च-नीच-भाव वा श्रेष्ठत्व-कनिष्ठत्व नसतं, हा वारकरी संप्रदायातील समतेचा विचार तुकोबांच्या मराठी व हिंदी लेखनात प्रतिपादिला गेला आहे. **'अधिक याती, कुलहीन नहिं ज्यानु। ज्याणे नारायण सो प्राणी**

मानू' हे तुकोबांच्या 'मंत्र-यंत्र नहिं मानत साखी' या पदातील (क्र. ११४८) चरण याचेच द्योतक आहेत. जो परमेश्वराचं नामस्मरण करतो, तो कोणत्याही जातीचा असला तरी मला वंद्य वाटतो— हा विचार त्यांनी पुढील हिंदी पदात मांडला आहे–

'मेरे राम को नाम जो लेवे बारोबार।
त्याके पाऊं मेरे तन की पैजार।।
हांसत, खेलत, चालत बाट।
खाना खाते सोते खाट।।
जातनसुं मुझे कछु नहिं प्यार।
असते के नहिं हिंदु धेड चंभार।।
ज्याका चित लगा मेरे राम को नाव।
कहे तुका मेरा चित लगा त्याके पाव।।'

(क्र. ११५५)

आपण स्वत: भक्ती नि साधना करून आपला उद्धार करून घेतला तर त्यात विशेष असं काही नाही. ज्याप्रमाणं आपण आपला उद्धार करून घेतो, त्याप्रमाणं इतरांनीही आपला उद्धार करून घ्यावा; यासाठी त्यांना मार्गदर्शन व साह्य करायला हवं, आपण त्यासाठी आपला देहही झिजवायला हवा— अशा आशयाचे तुकोबांच्या मराठी अभंगांतील विचार त्यांच्या हिंदी पदांतही आढळतात. परोपकारासाठी आपण जगायला हवं, हे त्यामागील सूत्र आहे. भूमी आपणा सर्वांचा भार का सहन करते? गाय कुणासाठी दूध देते? वृक्ष कुणासाठी फळं देतात? चंद्र नि सूर्य कुणासाठी भ्रमण करतात? परिस आपला देह का झिजवितो? असे दृष्टात देऊन ते हा विचार अधिक स्पष्ट करतात–

'आप तरे त्या की कोण बराई?
आवरनकुं भलो नाम धराई।।
काहे भूमि इतना भार राखे?
दुभत धेनु नहिं दुध चाखे।।
बरसते मेघ, फलतेहि बिरखा।
कोन काम अपनी उन्होति रखा?
काहे चंदा सुरज खावे फेरा?
खिन एक बैठ न पावत घेरा।।
काहे परिस कंचन करे धातु?

नहिं मोल तुटत पावत धातु।।
कहे तुका उपकारहि काज।
सब कर रहि रघुराज।।' (क्र. ११५६)

या पदातील शेवटच्या दोन चरणांतील **'कहे तुका उपकारहि काज'** या विचाराचं **'तुको म्हणे उरलो उपकारापुरता'** या विचाराशी किती विलक्षण साम्य आहे! या पदात तुकोबांच्या साहित्याच्या निर्मितीमागील एक महत्त्वाची प्रेरणा तर आपल्याला जाणवतेच पण तिच्यातून त्यांच्या संतत्वाचाही प्रत्यय आल्याशिवाय राहत नाही.

◆◆

: ८ :

श्री तुकोबाराय : एक द्रष्टे संतत्व

वारकरी संप्रदायाची आजपर्यंतची वाटचाल पाहिल्यावर मन काहीसं विस्मित होतं, काहीसं दिङ्मूढ होतं. अनेक शतकांचा प्रदीर्घ प्रवास करूनही हा संप्रदाय थकला-भागला नाही, सुरकुतला-कोमजला नाही. त्याउलट, जसजशी शतकांमागून शतकं येत गेली तसतसा हा संप्रदाय उत्तरोत्तर उजळ-उजळच होत गेला. त्यात नवचैतन्यच येत गेलं. झाकोळण्याऐवजी तेजाळण्याकडेच त्याची वृत्ती-प्रवृत्ती होत गेली. हे काही सहजासहजी घडलं नाही, हे महाराष्ट्रातल्या काही अन्य संप्रदायांची वाटचाल पाहिल्यावर जाणवल्यावाचून राहत नाही.

असं का बरं घडलं असावं? याचा आपण जसजसा विचार करू लागतो; तसतशी वारकरी संप्रदायातील काही अलौकिक व्यक्तिमत्त्वं— नव्हे, विभूतिमत्वं आपल्या दृष्टीसमोर येऊ लागतात. त्यांत अगदी सुरवातीला येतात ते ज्ञानदेव-नामदेव. त्यांच्या पूर्वीही वारकरी संप्रदाय होताच पण ज्ञानदेव-नामदेवांनी त्याला संजीवनी दिली. या संजीवनीमुळं वारकरी संप्रदायाची वेल पुन्हा तरारून उठली, ती अधिक टवटवीत झाली. तिला जी सुंदर-सुंदर फुलं आली, त्याची तुलना तर 'स्व-पुष्पा'शीही करता येणार नाही.

जसजसा काळ पालटत होता तसतशी या संप्रदायासमोर नवनवीन आव्हानंही उभी राहत होती; पण या संप्रदायाचं सुदैव असं की, ही आव्हानं पेलणारी नेतृत्वंही या संप्रदायात उत्तरोत्तर निर्माण होत गेली. ज्ञानदेव-नामदेवांच्या काळात या संप्रदायासमोर जी आव्हानं होती, त्यापेक्षा एकनाथकाळातील— म्हणजे बहमनीकाळातील— आव्हानं आणखी वेगळी होती. पूर्वीच्या आव्हानांबरोबरच काही नव्या आव्हानांची त्यांत भर पडली होती. यादवकालीन आव्हानांना कसं सामोरं जायचं याचा वस्तुपाठ ज्ञानदेव-नामदेव यांनी दिला होताच; पण तरीही त्यांचे काही पदर बहमनीकाळालाही स्पर्श करीत होते. त्यांचा विचार करून आणि त्याशिवाय परिस्थितीनुरूप

जी आव्हानं— नवी आव्हानं येत होती, त्यांना एकनाथ समर्थपणे सामोरे गेले.

या आव्हानांचे काही पदर पुढं शिवकालापर्यंतही येऊन पोचले. त्यांना सामोरं कसं जायचं, याचे दोन मार्ग शिवकालीन संतांनी दाखविले. एक मार्ग तुकोबारायांनी दाखविला नि दुसरा समर्थांनी. या दोन्ही संतांचं पारमार्थिक उद्दिष्ट एकच असलं; तरी त्यांनी त्या उद्दिष्टाकडे जाण्याच्या ज्या वाटा चोखाळल्या, जी माध्यमं स्वीकारली नि जो साम्प्रदायिक दृष्टिकोन स्वीकारला— त्यात वेगळंपण होतं. तुकोबांच्या संदर्भात या बाबीचा विचार इथं केला आहे.

'तुका झालासे कळस' ही बहिणाबाईंची उक्ती आपल्याला या संदर्भात बरंच काही सांगून जाते. तुकोबांनी वारकरी संप्रदायासाठी असं कोणतं लक्षणीय कार्य केलं की, ज्यामुळं त्यांना कळसाचं स्थान प्राप्त झालं? याचं उत्तर एका वाक्यात, एका मुद्द्याच्या अनुषंगानं वा एकपदरी असं देता येणार नाही; कारण तुकोबांचं व्यक्तिमत्त्व, त्यांचं कार्य नि त्यांचं संतत्वच अनेकपदरी होतं. एखाद्या हिऱ्याला जसे लकाकणारे अनेक पैलू असावेत, तसं.

कोणकोणते होते हे पैलू? त्यांपैकी काहींचंच दर्शन इथं घडविता येईल, कारण त्यांची व्याप्ती फार मोठी आहे.

'नामयाचा तुका' ही वारकरी संप्रदायात प्रचलित असलेली उक्ती यांपैकी एका महत्त्वाच्या पैलूवर प्रकाश टाकते. समाजाच्या ज्या स्तरातून नामदेव आले होते, त्याच स्तरातून तुकोबाही आले होते. वर्णा-वर्णांच्या व जाती-जमातींच्या भिंती वारकरी संप्रदायानं टिकू दिल्या नाहीत. वर्णवर्चस्वालाही या संप्रदायानं प्रखर विरोध केला. तुकोबांनी वारकरी संप्रदायाच्या या समतावादी व बंधुत्ववादी विचाराचा अनेक प्रकारच्या विरोधांशी सामना करीत अत्यंत निर्भीडपणे आपल्या अभंगवाणीतून पुरस्कार केला. या मानवतावादी विचारसरणीचा उद्घोष करताना त्यांच्या वाणीला जी धार चढते, ती—

'बरे देवा कुणबी केलो!
ना तरि दंभे असतो मेलों!'

—या उद्‌गारांतून समर्थपणे व्यक्त होत नाही का? आपला संप्रदाय हा दऱ्या निर्माण करणारा नाही तर बुजविणारा आहे; समन्वयवादी आहे, हे तुकोबांनी आपल्या वाणीच्या व लेखणीच्या साह्यानं अत्यंत कळवळ्यानं सांगितलं. दलित-शोषितांची दुःखं नि व्यथाही त्यांनी जाणल्या. त्यामुळंच साधुत्वाची व्याख्या नि परिभाषाही त्यांनी आमूलाग्र बदलून टाकली. **'जे का रंजले-गांजले, त्यासि म्हणे जो आपुले'** या त्यांच्या उद्‌गारांतून ती किती समर्थपणे व्यक्त झाली

आहे! त्यांच्या चौदा टाळकऱ्यांपैकी पहिले संताजी जगनाडे हेच तेली समाजाचे होते, यावरून तुकोबांची समाजातल्या विविध स्तरांतल्या लोकांकडे पाहण्याची समतावादी भूमिका व दृष्टिकोन सहज स्पष्ट होईल. तुकोबांच्या काळात वारकरी संप्रदायाच्या विस्तार एवढ्या मोठ्या प्रमाणात झाला, त्यामागील तुकोबांचं संप्रदाय-संघटनकौशल्य जाणवल्यावाचून राहत नाही. लोकमानसाच्या कक्षा ज्ञानदेव-नामदेवांच्या काळापासून रुंदावण्यास ज्या प्रयत्नांना प्रारंभ झाला होता, त्यांची लक्षणीय नेत्रदीपक परिणती तुकोबांच्या काळात झाली. लोकाभिमुखतेची शीग वारकरी संप्रदायानं या काळात गाठली. त्यामुळं महाराष्ट्रातील सर्व जाती-जमातींच्या लोकांना आत्मभान आलं. ते सारे जण समाजातील भेदाभेद विसरून या संप्रदायाच्या छत्राखाली जमले व भक्तिपंथाला लागले. यादवकाळात ज्ञानदेव-नामदेवांनी पाहिलेलं स्वप्न अशा प्रकारे तुकोबांच्या कार्याच्या रूपानं साकार झालं.

...पण यासाठी तुकोबांना किती सहन करावं लागलं? समाजातल्या विविध स्तरांतल्या लोकांमध्ये स्वत:च्या अस्तित्वाचीच नव्हे, तर अस्मितेची जाणीव करून देण्यामागंदेखील तुकोबांच्या या प्रेरणा होत्या. जे इतरांना हीन मानून स्वत:चं वर्णवर्चस्व प्रस्थापित करीत होते, त्यांना आवर घालण्याची शक्ती तुकोबांच्या फटकळ वाणीनं नि विधायक मार्गदर्शनानं लोकमानसात निर्माण झाली. या प्रबोधनासाठी कीर्तनासारखं प्रसारमाध्यम कसं उपयुक्त आहे, याचा वस्तुपाठ नामदेव नि एकनाथ यांच्यासारख्या संतांनी दिलाच होता. तुकोबारायांनी त्यातलं सुप्त नि प्रभावी समाजप्रबोधन-सामर्थ्य ओळखून वारकरी संप्रदायाच्या प्रसारासाठी व विस्तारासाठी त्याचा उपयोग केला. तुकोबांची कीर्तनं शिवकाळात किती लोकप्रिय होती व त्यांचा जनमानसावर कसा विलक्षण ठसा उमटला होता, हे वेगळं सांगण्याची आवश्यकता नाही. हा प्रभाव उत्तरोत्तर वाढत-वाढत होता. म्हणून तर काही वर्णवर्चस्ववादी लोक तुकोबांना लक्ष्य मानून त्यांना प्रखर विरोध करीत होते. हा विरोध अर्थातच स्वार्थमूलक व विषमतापोषक होता, सामाजिक एकात्मतेवर कुठराघात करून समाजाची घडी विस्कटणारा होता. तुकोबांच्या या द्रष्ट्या, समाजहितकारक व सर्व सामाजिक घटकांना एकत्र आणणाऱ्या भूमिकेमुळं शिवकाळात वारकरी संप्रदाय प्रचंड वेगानं फोफावला, वाढला व विकसित झाला. या प्रचंड गंगौघात तुकोबांचे विरोधक कुठल्या कुठं परागंदा झाले. जनमानसात उदयाला आलेली आत्मभानाची, आत्मसन्मानाची, अस्मितेची लाट ते थोपवू शकले नाहीत. समतावादी, विषमताविरोधी, सर्व घटकांना एकसारखाच

सामाजिक न्याय देणारा एक संप्रदाय म्हणून वारकरी संप्रदायाची उदात्त, सर्वसमावेशक व समन्वयवादी प्रतिमा निर्माण करण्यात तुकोबारायांनी मिळविलेलं यश अक्षरश: दृष्ट लागण्याजोगं होतं. त्यामुळं मध्ययुगीन महाराष्ट्रातील सामाजिक अभिसरणाच्या प्रकियेलाही फार मोठी गती मिळाली. वारकरी संप्रदायाच्या आध्यात्मिक उद्दिष्टपूर्तीला समकालीन व उत्तरकालीन संदर्भांची जोड लाभली. समाजातील मनं जोडण्याच्या महत्कार्यात तुकोबांचं समर्थ नेतृत्व नि पारदर्शी संतत्व कारणीभूत ठरलं. 'ग्यानबा-तुकारामा'च्या उद्घोषाच्या रूपानं 'मऱ्हाटी' माणसानं शिवकाळात नि शिवोत्तर काळात हे ऋण फेडलं. एकविसाव्या शतकातही तो ते फेडत आहे याची प्रचीती तुम्हा-आम्हाला गावोगावी होणाऱ्या 'अखंड हरिनाम- सप्ताहां'च्या व तुकोबारायांच्या 'अभंगगाथा- पारायण- सप्ताहां'च्या रूपानं नाही का येत? हे सप्ताह म्हणजे उदात्त जीवनमूल्यं प्रसारकेंद्रं नि सामाजिक आध्यात्मिक प्रबोधन- केंद्रंच आहेत, असं मी म्हणतो ते यासाठीच.

तुकोबारायांच्या परिसस्पर्शानं वारकरी सम्प्रयदायाचे सामाजिक, आध्यात्मिक नि सांस्कृतिक संदर्भ जसे उजळून निघाले, तसेच वाङ्मयीन संदर्भही उजळून निघाले. त्यांच्या अनुभवसंपन्न, साधनासंपन्न, द्रष्ट्या नि साक्षात्कारी संतत्वामुळं वारकरी संप्रदायाच्या वाङ्मयात व पर्यायानं मध्ययुगीन मराठी वाङ्मयात— अभंग-वाङ्मयात फार मोलाची भर पडली. तुकोबांच्या भक्तिसाहित्यामुळं अभंगवाङ्मयाची किती तरी दालनं नि या वाङ्मयाचे किती तरी आयाम उजळून निघाले. 'अभंगवाणी' म्हटली की, ती 'तुकयाचीच'— असं समीकरण 'मऱ्हाटी' माणसानं मनोमन जुळवून टाकलं. 'ज्याला तुकोबांचा एक अभंग येतो, तो खरी मराठी माणूस'— या शब्दांत आचार्य अत्रे यांनी तुकोबांविषयीचा व त्याच्या अभंगवाणीविषयीचा आदर व्यक्त केला आहे. 'तुका म्हणे' या सुवर्णाक्षरांनी घडविलेल्या अभंग-वाङ्मयाचं माहात्म्य हे उत्तरोत्तर वाढतच गेलं.

ज्ञानदेवांच्या ज्ञानदेवीनं भारतीय नि विश्वसाहित्यावर जसा आपला आगळावेगळा अमिट ठसा उमटविला, त्याचप्रमाणं 'तुकयाच्या अभंगवाणी'नंही भारतीय व विश्वसाहित्यावर आपला ठसा उमटविला. तुकोबांच्या 'अभंग', अलौकिक व द्रष्ट्या संतत्वामुळं त्यांचा अभंगही शतकानुशतकं खऱ्या अर्थानं 'अ-भंग'च राहिला.

वारकरी संप्रदाय म्हटला की, आपल्याला 'ज्ञानबा-तुकाराम' हे समीकरण आठवतं, यातच सारं काही आलं, असं मला वाटतं.

◆◆

: ९ :

'उरलो उपकारापुरता'

नुकतंच आपण तुकोबांच्या जन्म-चतु:शताब्दीचं वर्ष साजरं केलं. काही तथाकथित संशोधकांनी तुकोबांविषयी 'संशोधनपूर्वक सिद्ध केलेली वास्तववादी चरित्रात्मक कादंबरी' लिहून याच मुहूर्तावर या संतसूर्यावर थुंकण्याचा प्रयत्न केला व स्वत:च नोंदविलेली वरील तिन्ही विशेषणं कशी निराधार आहेत, हे स्वत:च सिद्ध केलं. या अविचार-अभिव्यक्ति-स्वातंत्र्याचे परिणाम त्यांना कसे भोगावे लागले, हा इतिहास ताजा असला तरी तो आता इतिहासजमाही झाला. तरीही तुकोबा एकविसाव्या शतकातदेखील 'उपकारापुरते उरलेच.'

संतांमध्ये संत तुकाराम यांचे अत्यंत लक्षणीय स्थान आहे. 'तुकोबा' या नावानंही ते सर्वपरिचित आहेत. संत बहिणाबाईंनी आपल्या वारकरी परंपरेविषयीच्या अभंगात 'तुका झालासे कळस' या शब्दांत गौरवून त्यांना महाराष्ट्रातील संतसाहित्याच्या मंदिराच्या कळसाचं स्थान दिलं आहे.

तुकोबांच्या घराण्यात वारकरी संप्रदायाची परंपरा होती. प्रारंभी तुकोबा आपला व्यवसाय चांगल्या प्रकारे सांभाळून आपला प्रपंच करीत होते. पुढं त्यांच्यावर आणि त्यांच्या कुटुंबीयांवर मोठे आघात झाले. त्यांचे ज्येष्ठ बंधू सावजी घरादाराचा त्याग करून निघून गेले व त्यांच्या कुटुंबाची जबाबदारीही तुकोबांवरच पडली. दुष्काळात त्यांच्या पहिल्या पत्नीचं निधन झाले. व्यापारातही तोटा येऊ लागला. तुकोबा अंतर्मुख होऊन उदासीन झाले. प्रपंचात त्यांचं मन रमेनासं झालं. ते विठ्ठलभक्तीतच अधिक रमू लागलं. जवळच्या भामनाथाच्या डोंगरावर वृक्षवल्लीच्या सान्निध्यात, एकांतात ते साधना करू लागले व त्याचबरोबर अभंगरचनाही करू लागले. त्यांच्या साधनेच्या त्रिविध अवस्था आधुनिक संत डॉ. रा. द. रानडे यांनी वर्णिल्या आहेत. त्या अशा आहेत—

(१) तुकोबांना पहिल्या अवस्थेत त्यांच्या प्रपंचविन्मुखतेचा प्रत्यय येतो. त्यांना लागलेली परमेश्वराची अनिवार ओढ त्यातून व्यक्त होते.

(२) दुसऱ्या अवस्थेला डॉ. रानडे यांनी ‘आत्म्याची काळोखी रात्र’ म्हटलं आहे. आपण प्रपंचाचा त्याग करून भक्ती केली, तरीही परमेश्वराचं दर्शन का होत नाही; आपण ऐलतीरीही राहिलो नाही नि पैलतीरीही राहिलो नाही; आपलं आयुष्य सार्थकी लागलं नाही— अशा विचारांनी त्यांच्या जीवाची उलघाल होते.

(३) या सत्त्वपरीक्षेतून पार पडल्यावर त्यांना साक्षात्कार होतो. या तिन्ही अवस्था तुकोबांच्या अभंगांतून अत्यंत प्रकर्षानं प्रकट झाल्या आहेत. आपण कवी नाही; या अभंगनिर्मितीच्या निमित्तानं ‘मज विश्वंभर बोलवितो’ असं म्हणून ते आपल्या साऱ्या लेखनाचं श्रेय परमेश्वरालाच देतात.

तुकोबांची अभंगरचना हे महाराष्ट्राचं नि मराठी भाषेचं भूषण आहे. तुकोबांनी आपल्या कीर्तनांद्वारे वारकरी संप्रदायाच्या भक्तिमार्गाचा प्रसार फार मोठ्या प्रमाणावर केला आणि त्याचा मराठी जनमानसावर अमिट असा ठसा उमटला. वारकरी संप्रदायाच्या ‘प्रस्थानत्रयी’त तुकोबांच्या अभंगगाथेला अत्यंत मानाचं स्थान आहे. खरं तर ते अनन्यसाधारण आहे.

तुकोबांनी आपल्या अभंगांतून व कीर्तनांतून जनसामान्यांना मौलिक उपदेश केला आहे. त्यातून भक्तीची आर्तता प्रकट होते. त्याचप्रमाणं जे भक्ती केल्याचा केवळ आव आणतात आणि धर्माचा बाजार मांडतात, अशा ढोंगी व पाखंडी लोकांवर तुकोबा कठोर प्रहार करतात. यासाठीच ‘तुकयाची अभंगवाणी’ ही ‘कुसुमाहूनि मृदू’ आहे, तशीच ‘वज्रापेक्षा प्रखर’ आहे— असं वर्णन संतसाहित्याचे समीक्षक करतात. तुकोबा आपल्या समाज जीवनाचं अत्यंत सूक्ष्म निरीक्षण करून त्यातील दोषस्थानांवर टीका करतात.

ते लोकमानसाला भक्तिप्रवण व अध्यात्मप्रवण करतात. उदात्त जीवनादर्शांचं विवरण करून समाजाला पावित्र्याची— आत्मकल्याणाची - मांगल्याची - शुचित्वाची वाट दाखवितात. हे लक्षात घेता, साक्षात्कारानंतर ‘आता उरलों उपकारापुरता’ हे त्यांचे उद्‌गार सार्थ वाटतात. एका द्रष्ट्या संतकवीचं, समाजचिंतकाचं व समाजप्रबोधनकारांचं दर्शन तुकयाच्या अंभगवाणीत घडतं; ते असं.

तुकोबांच्या आत्मचरित्रपर अभंगांतून त्यांच्या व्यक्तिमत्त्वाचं विभूतिमत्वात रूपांतर कसं होत गेलं, याचा सुस्पष्ट आलेख रेखाटला आहे. त्यांच्या ‘विराण्या’ नि भारुडं यांचंही मध्ययुगीन संतसाहित्यात लक्षणीय, आगळंवेगळं स्थान आहे. एकनाथांप्रमाणं तुकोबांनीही हिंदी पदरचना केली आहे, तिच्यात त्यांच्या मराठी अभंगवाणीचं कसं प्रतिबिंब उमटलं आहे.

◆◆

: १० :

'धन्य आम्ही तुका देखियेला' !

तुकोबा हा महाराष्ट्राचा नि 'मऱ्हाटी' संस्कृतीचा, मराठी अस्मितेचा मानबिंदू आहे. ज्यांच्या-ज्यांच्याविषयी मराठी माणसाला अभिमान वाटावा, अशा ज्या विभूती आहेत; त्यांत तुकोबांचं स्थान ज्ञानदेव-नामदेवांप्रमाणंच अग्रभागी आहे. मराठी माणूस 'ज्ञानोबा-तुकाराम' असा जो उद्घोष शतकानुशतकं करीत आला आहे, त्याचं हे एक मर्मस्थान असावं, असं मला वाटतं. ''ज्याला तुकोबांचा एक अभंग म्हणता येतो, तो खरा 'मराठी माणूस'—'' अशी आचार्य अत्रे यांनी मराठी माणसाची व्याख्या केली आहे, तिचा आठव मला होतो.

तुकोबांचा नि कबीरांचा सत्संग मला विद्यार्थिदशेपासून लाभला व आजवर इतकी दशकं अजून तो जसाच्या तसा (मायेची पाखर घालणारा) आहे. एम.ए.ला मी तुकोबांचा नि कबीरांचा 'विशिष्ट ग्रंथकारांच्या विशेष अभ्यासविषयक' (Special auther) च्या प्रश्नपत्रिकेसाठी केला होता व 'कबीर ग्रंथावली' नि पं. हजारीप्रसादांचा कबीराविषयीचा ग्रंथ याच काळात वाचला. पुढं मी एम्. ए. लाही तुकोबा शिकविले नि १९६०मध्ये परभणीच्या बी. रघुनाथ हॉलच्या उद्घाटनाप्रसंगी माझ्या आयुष्यातली पहिली बहि:शाल शिक्षण व्याख्यानमाला गुंफली; तीही 'तुकोबांचं चरित्र, काव्य, कार्य, तत्त्वज्ञान' यांच्याविषयीचीच. अर्धशतकाहून अधिक काळ तुकोबा हे माझा अविरत अखंड, चिंतनविषय व लेखनविषय झाले आहेत. माझे स्नेही आर्च बिशप डॉ. मार्कुस डाबरे यांचा प्रबंधही तुकोबांविषयीचा नि तो आयुष्यभराच्या अभ्यासाचा. तरीही तुकोबांचं आपल्याला पूर्णपणे आकलन झालं आहे का? या वेळी सतरा वर्षं नामदेवांचा अभ्यास करूनही 'तुम्ही अजून नामदेवांविषयी काहीच का लिहिलं नाही?' या माझ्या प्रश्नाचं बेल्जियमचे माझे स्नेही व कॅथॉलिक विद्यापीठाचे प्राध्यापक डॉ. कॅलव्हर्ट यांनी दिलेलं उत्तर मला आठवतं. ते म्हणाले होते, 'मी सध्या एक ग्रंथ लिहीत आहे; त्याचं नाव आहे—

Do we know Namdev?'

–तुकोबांचंही तसंच आहे. त्यांचं संतत्व बहुआयामी आहे. त्यांच्याच शब्दांत 'भोरपी' (बहुरूपी) आहे. संतसूर्याचंही आहे. त्यांचे काही किरणच आपल्याला दिपवून टाकतात नि मग आपण अन्य असंख्य किरणांचा शोध घेत राहतो. त्यांचा जणू वेधच आपल्याला लागतो. 'संतसूर्य' पाहूनही काही काजवे अंधारातच का बरं चमकत असावेत, असाही प्रश्न कधी कधी माझ्या मनाला पडतो. बहुतेक सर्वच काजवे निदान अंधुक प्रकाश तरी देतात; पण काही अपवादात्मक काजवे तोही देत नसावेत, असं वाटण्याचा हा या नव्या शतकातला काळ आहे.

तुकोबांचं संतत्व हे बहुआयामी व 'भोरपी' आहे, असं मी का म्हणालो? आपण ज्या आयामांचा विचार केला, त्याबरोबरच आणखी काही आयामांचा अधिक सूक्ष्म अभ्यास वा त्यांचं सूक्ष्म संशोधन-चिंतन व्हायला हवं, असं मला वाटतं. तुकोबांच्या व्यक्तिमत्त्वात कोण कोण दडलं होतं, याचा शोध-वेध घेणं— हे आपल्या चिंतनाला नवी ऊर्जा, नवी प्रेरणा, नवी चेतना, नवं चैतन्य, नवं संजीवन, नवी उभारी देणारं संप्रेरक केंद्र आहे, असं मला सतत वाटत आलं आहे. ज्या-ज्या क्षेत्रात हे मन रमलं, त्या-त्या क्षेत्रात त्यानं कळस गाठला. शिखर गाठलं. **'तुका झालासे कळस'** हा बहिणाबाईंचा अभंगचरण दिसतो नि वाटतो तितका साधासुधा नाही. त्यात अनेकार्थ-सूचकत्व आहे, अनेक संदर्भ-सूचकत्वही आहे. तुकोबा स्वत:ला 'अणुरेणुया थोकटा' म्हणतात; मग ते 'आकाशाएवढे मोठे' कसे झाले? याची मजल-दर-मजल वाटचाल म्हणजे, या विविध आयामांची जणू एक आनंददायक, प्रेरणादायी शोधयात्राच होय; अखंड मालिकाच होय.

तुकोबांचा व्यक्तिमत्त्वापासून विभूतिमत्वापर्यंतचा प्रवास हा तुमचा-आमचा संजीवक, कुतूहलविषय वा जिज्ञासाविषय व्हायला हवा. त्यासाठी संतसूर्याला दिवटीनं ओवाळण्याची गरज नाही, कारण दिवटीपुढंही काजवे चमकू लागतील. आणि यासाठी या संतसूर्यानंच 'आत्मचरित्रात्मक अभंग' लिहून चार शतकांपूर्वीच या दिवट्यांचा नि काजव्यांचा बंदोबस्त करून ठेवला आहे. आपण जनसामान्यांसारखाच जीवनव्यवहार नि प्रपंच कसा करीत होतो, हे सांगत-सांगत स्वत: तुकोबांनीच या वाटचालीच्या पाऊलखुणा रेखाटल्या आहेत. त्या लक्ष्मणरेषेचं उल्लंघन कुणाही काजव्याला करता येणार नाही व ते त्यानं करूही नये.

तुकोबाचं संतत्व हे 'कुसुमाहूनि मृदु' असलं तरी ते 'वज्रादपि कठोर' आहे. 'संशोधनपूर्वक सिद्ध केलेली चरित्रात्मक कादंबरी'च लिहायची, तर त्यातली सर्व विशेषणं अत्यंत दक्षतापूर्वक व सप्रमाण वापरायला हवीत आणि ती सिद्ध

करायला हवीत. चरित्रात्मक कादंबरीच लिहायची, तर तिच्यात संबंधित व्यक्तीच्या चरित्रातली प्रमाणं द्यायला नकोत का? एवढ्या ज्वलंत प्रश्नाचं भान आपल्याला त्या संताविषयी ठेवणं तर अपरिहार्यच आहे. तुकोबांच्या लेखनाविषयी संदर्भ आपल्याला त्यांच्या प्रकाशित-अप्रकाशित लेखनात कितपत मिळतात, याचा शोध निदान कुठल्या तरी विद्यापीठाच्या 'संत तुकाराम अध्यासना'नं घ्यायलाच हवा. ते त्यांचं दायित्वच आहे. त्यांच्या संपूर्ण गाथ्याचा व अन्य समकालीन ऐतिहासिक संदर्भांचा धांडोळा घ्यायला हवा. ग्रामीण साहित्याच्या संदर्भात त्यांच्या अभंगवाणीनं काही विशेष योगदान दिलं का, याचा विचारही व्हायला हवा. प्रा. वा. ब. पटवर्धन यांच्या 'तुकारामांच्या अभंगांची चर्चा' या ग्रंथाचे दोन विभाग प्रसिद्ध झाले, तोच 'सिलसिला' नि तीच परंपरा उत्तराकालीन अभ्यासक-संशोधक-साम्प्रदायिक यांनी का चालवू नये? विविध हस्तलिखितांच्या आधारे तुकोबांच्या अभंगांची पाठशुद्ध संहिता प्रसिद्ध व्हायला हवी. त्यांच्या विविध साधकावस्थांची मांडणी हा पूर्वाभ्यास झाला; पण त्यातील प्रत्येक अवस्थेचे जे पदर दडले आहेत, त्यांचा विचार कोण करणार? शैलीशास्त्रानुसारही त्यांच्या देशीकार लेण्याचा अभ्यास व्हायला हवा.

अंधश्रद्धा-निमूर्लन, व्यसनाधीनतेला विरोध, विवेकाधिष्ठित उदात्त जीवनदृष्टी, वाईट रूढींवर व कर्मकांडांच्या थोतांडावर केलेली प्रखर टीका, 'आधी प्रपंच नेटका कसा करावा' याविषयी केलेलं उपदेशपर लेखन— यातून तुकोबांमधील श्रेष्ठ समाजप्रबोधनकार प्रकट होत नाही का? तुकोबांचं द्रष्टेपण, त्यांचं साम्प्रदायिक संघटनकौशल्य, त्यांची समकालीन व उत्तरकालीन प्रभावकक्षा, त्यांच्या हिंदी मराठी लेखनाचा तुलनात्मक विचार, त्यांच्या गुरुपरंपरेचा पुनर्विचार, ग्रामीण साहित्याच्या व बोलीच्या विकासासाठी त्यांनी दिलेलं योगदान, लोकसंस्कृती-लोकसाहित्य-लोककला-लोकपंरपरा यांचे रक्षक म्हणून त्यांनी दिलेलं योगदान इ. किती तरी आयामांचा सूक्ष्म विचार— अध्ययन-संशोधन निदान एका तरी विद्यापीठाच्या 'संत तुकाराम अध्यासना'नं करावं, ही अपेक्षा अनुचित निश्चितच ठरणार नाही.

आपल्या काळात तुकोबांना आपण पाहिलं, याचा सार्थ अभिमान बाळगत ते लोक पुढं 'धन्य! **आम्ही तुका देखियेला**' असं म्हणतील, असं तुकोबा म्हणाले असतील, तरी त्यांच्या अभंगवाणीतून त्यांची वाङ्मयी मूर्ती पाहून आजही आपण म्हणतो–

'धन्य' **आम्ही तुका देखियेला!**

◆◆

(इ) नागेश संप्रदाय

(१) नागेश संप्रदाय : तत्त्वज्ञान, आचारधर्म व परंपरा

(२ शोध : अज्ञानसिद्धांचा नि नागेश संप्रदायाचा

(३) नागेश संप्रदायाचं साहित्य

: १ :
नागेश संप्रदाय : तत्त्वज्ञान, आचारधर्म
व परंपरा

****

या लेखात महाराष्ट्रातील एका अलक्षित धर्मसंप्रदायाचा परिचय करून देताना मला अत्यंत आनंद वाटतो. त्याचं संशोधन मी गेल्या शतकाच्या पन्नाशीत केलं व १९६० च्या सुमारास त्याविषयीची परिचयात्मक सर्वप्रथम प्रसिद्ध केली. सुदैवानं डॉ. ढेरे यांच्यासारख्या नामवंत संशोधकांनी व मध्ययुगीन मराठी वाङ्मयाच्या इतिहासकारांनी त्याची नोंद घेतली. मराठी वाङ्मयेतिहासात एका महत्त्वाच्या पण अपरिचित संप्रदायाची माझ्या या प्रदीर्घकालीन संशोधनामुळं भर पडली, याचं मला फार समाधान वाटतं. त्या संशोधनाची व फलश्रुतीची पार्श्वभूमी थोडक्यात देत पुढं देत आहे.

पार्श्वभूमी

वारकरी, नाथ, महानुभाव, समर्थ, दत्त, चैतन्य, आनंद, सूफी आदी संप्रदायांनी व ख्रिस्ती, वीरशैव, जैनादी धर्मांनी केलेल्या कार्याचा परिचय महाराष्ट्रास आहेच. तथापि, या सर्व संप्रदायांप्रमाणंच जो संप्रदाय महाराष्ट्रात रुजला, ज्याचा प्रचंड वटवृक्ष होऊन त्यास शाखोपशाखाही फुटल्या; त्या नागेश संप्रदायाविषयी मात्र फारशी माहिती एके काळी प्रसिद्ध झालेली नव्हती. एवढंच काय— 'नागेश संप्रदाय' हे पंथाचं नामाभिधानदेखील फारसं प्रचलित नव्हतं.

असं असलं, तरी हा संप्रदाय मध्ययुगीन महाराष्ट्रात नव्हता व सध्या अस्तित्वात नाही, असं मानण्याचं कारण नाही. या सर्वसमावेशक पंथाच्या अनेक शिष्यशाखा आजदेखील महाराष्ट्राप्रमाणंच महाराष्ट्राबाहेरही असल्याचं आढळतं. या पंथाच्या अनुयायांनी बव्हंशी मराठी भाषेतच रचना केली आहे. तसंच काही रचना कन्नड व दक्खिनी या भाषांतही आहे. तथापि, अजूनही या संप्रदायाच्या संतांचं सर्व साहित्य उपलब्ध झालेलं नाही. जे साहित्य उपलब्ध

झालं आहे, त्यांपैकी फक्त अज्ञानसिद्ध विरचित 'संकटहरणी शिवग्रंथा'सारखं एखाददुसरं लहानसं प्रकरण प्रसिद्ध झालं आहे. नागेशांची जी शिष्यपरंपरा दिली आहे, तिचं एकवार सहज अवलोकन केल्यास तिच्यात आपणास मध्ययुगीन मराठी साहित्याच्या इतिहासातील किती तरी परिचित नावं आढळतात. या सर्व नागेशानुयायांच्या पंथविषयक व पंथीय तत्त्वज्ञानाविषयक लेखन उपलब्ध झाल्यास महाराष्ट्रातील संतवाङ्मयाविषयी आणि धर्मविषयक चळवळींविषयी किती तरी उपयुक्त माहिती मिळेल. दुर्दैवानं आज याविषयी फारच थोडे साधनग्रंथ उपलब्ध आहेत. तेवढ्याच सामग्रीच्या साह्यानं या पंथाविषयी इथं विवेचन करीत आहे.

पूर्वसूरींच्या संशोधनाच्या पाऊलखुणा

नागेश संप्रदायाविषयी आजपर्यंत योजनाबद्ध किंवा सलग असं संशोधन झालेलं नाही. स्वतंत्र ग्रंथाच्या रूपानं तर याविषयी विवेचन झालंच नाही. तथापि, जे स्फुट लेख आढळतात, त्यांतही जो संप्रदाय-विचार व्हावयास हवा होता, तोदेखील झाला नाही. या विवेचनामागील उद्देश या संप्रदायाची तोंडओळख करून द्यावयाचाच आहे:

१) या संप्रदायाविषयी जे स्फुट लेखन प्रसिद्ध झालं, त्यातील पहिला लेख 'वडवाळसिद्ध नागनाथा'विषयीच आहे, हा एक अपूर्व योगायोगच होय! श्री. शंकरराव देव यांनी भा. इ. सं. मं. पत्रिकेच्या (शके १८३५) इ.स. १९१३ च्या अंकात हा छोटासा लेख प्रसिद्ध केला. २) त्यापूर्वी (शके १८३४) इ.स. १९१४ च्या भा. इ. सं. मं. पत्रिकेत म. म. द. वा. पोतदार यांनी बहिरा जातवेद या कवीविषयी विवेचन करताना 'या कवीचे गुरू वडवाळसिद्ध नागनाथ हे असावेत काय?, हा प्रश्न उपस्थित केला होता. ३) भा. इ. सं. मं. च्या षष्ठ संमेलनवृत्तात (शके १८४०, इ.स. १९१८) श्री. पां. मा. चांदोरकर यांनी अज्ञानसिद्ध या नागेशांच्या एका प्रमुख शिष्याच्या 'वरदनागेश' या ग्रंथाचा परिचय विस्तारानं करून दिला आहे. त्याचबरोबर त्यांनी अज्ञानसिद्धांच्या अन्य प्रकरणांचाही उल्लेख केला आहे. ४) महाराष्ट्रसारस्वतकार व सारस्वताचे पुरवणीकार, त्याचप्रमाणं मराठी वाङ्मयेतिहासकार श्री. पांगारकर यांनी नागनाथ आणि अज्ञानसिद्ध यांच्याविषयी विवेचनाच्या ओघात जाता-जाता केवळ त्रोटक उल्लेख केले आहेत. ५) पंथीय मंडळींनी (श्री. शं. ना. मोहोळकर व कुरडेमहाराज यांनी) अज्ञानसिद्धविरचित 'संकटहरणी'नामक प्रकरण इ. स. १९४९ च्या सुमारास प्रसिद्ध केलं. श्री. वा. सी. बेंद्रे यांनी 'तुकाराममहाराजांची गुरुपरंपरा' या

ग्रंथात चैतन्य संप्रदायाच्या अनुषंगानं नागेश संप्रदायाचा 'नागेशलीलामृत' हा महत्त्वपूर्ण ग्रंथही विचारात घेतला आहे. अज्ञानसिद्ध विरचित प्रा. डॉ. पंडित आवळीकर यांनी 'महाराष्ट्र साहित्यपत्रिके'च्या जून १९६१ च्या अंकात 'कवी अज्ञानसिद्ध' नामक लेखात अज्ञानसिद्धांच्या चार प्रकरणांचा थोडक्यात परिचय करून दिला आहे. ८) याशिवाय 'हश्यवे हैसियत' आणि 'तजकिराते औलिया' या ग्रंथांत नागेश हे नसिरुद्दीन चिराग देहलवी कसे आहेत, याविषयी विवरण केलं आहे.

आधारभूत साधनग्रंथ

१) कवी भास्कर विरचित 'नागेशलीलामृत'

नागेश संप्रदायाचं विवेचन करताना सर्वांत महत्त्वाची अडचण येते ती आधारभूत साधनग्रंथांची. या संप्रदायात जे ग्रंथ प्रमाण मानले जातात, त्यांत कवी भास्करकृत 'नागेशलीलामृत' या ग्रंथास अग्रस्थान प्राप्त झालं आहे. या ग्रंथात नागेशांचं अवतारकार्य, त्यांच्या शिष्य-प्रशिष्यांविषयीची माहिती, संप्रदाय-विवरण, पंथीय तत्त्वज्ञान व आचारधर्म इ. गोष्टींचं विवेचन केलं आहे.

या ग्रंथाच्या दोन प्रती असल्याचं मानतात. या दोन प्रतींत अधिक जुनी प्रत कोणती, याबद्दल वाद आहे. त्यामुळंच प्रा. पंडित आवळीकर[१] यांना या ग्रंथाची एखादी प्रत उत्तरकालीन असावी, अशी शंका येते.

अ) या दोन मूळ प्रतींपैकी एक हस्तलिखित प्रत— मोहोळकर प्रत— सोलापूर येथे श्री. शं. ना. मोहोळकर यांच्याकडे होती. या प्रतीची एक नक्कल (प्रत) महागाव (जि. गुलबर्गा) इथं आहे. डॉ. बा. आं. मराठवाडा विद्यापीठाच्या मराठी विभागातील माजी संशोधन-सहायक प्रा. सुधाकर अहंकारी यांनी महागाव येथील ही पोथी मिळवून विद्यापीठाच्या मराठी विभागीय हस्तलिखित- संग्रहासाठी तिची प्रत करून ठेवली. या प्रतीस '**महागाव प्रत**' असे म्हणतात.

'नागेशलीलामृता'ची दुसरी पोथी मोहोळ येथील वीरशैव धर्मीय श्री. नागनाथ गुंडूबुवा कुरडेमहाराज यांच्याकडे होती. या प्रतीला **'कुरडेमहाराज प्रत'** म्हणतात. या प्रतीची नक्कल मी इ. स. १९५६-५७ मध्ये करून घेतली होती.

या दोन्ही मूळ प्रतींतील मजकुरांत (काही बाबी वगळल्यास) नागेश संप्रदायविषयक विवरणाच्या दृष्टीनं फारसा महत्त्वाचा भेद असल्याचं आढळत नाही. या दोन्ही प्रतींत चाळीस अध्याय आहेत. या चाळीस अध्यायांत ज्या विषयांचं विवरण केलं आहे, त्यात **दोन्ही प्रतींत साम्य** आढळतं. या ग्रंथात पुढील विषयांचं विवेचन केलं आहे-

अध्याय	विषय
१.	ग्रंथारंभीचं स्तवन
२.	मुक्त मुमुक्षूचं रूप
३.	भवाब्धी तरून जाण्याचा उपाय.[२] जैमिनी 'भारत-लेखनकथा'
४.	निरंजन तपीची कथा
५.	नागेशांचा उपदेश.[३] (विष्णू आणि ब्रह्मदेव यांना गर्व झाल्यावर नागेशानं त्यांना केलेला उपदेश)
६.	शेष-गर्वहरण
७.	हिवरे आख्यान[४]
८.	नागेश अवतार. हेगरस-दीक्षा
९. व १०.	अ) शिवरात्र-माहात्म्य[५]
११.	अ) शिवरात्र-माहात्म्य बाळकराजउद्धारकथा
१२.	ओ) गोपीचंद आख्यान
१३.	हेगरस कथा. हेगरसास उपदेश
१४.	अ) हेगरसास उपदेश : (पिण्ड-ब्रह्माण्ड-विवरण)
१५.	आ) हेगरसास उपदेश
१६.	नागनाथ मोहोळास जायला निघतात
१७.	नागनाथांचा 'दक्षिणपंथे' प्रवास नागेशलीला : अ) खांबविरहित मशिदीची आख्यायिका १) 'स्तंभवीण मसूद उभी आहे.' 'नाथ जाताची लवलाहे । पाठीसी जाये मसूद ॥' आ) काष्ठअश्वाची आख्यायिका (रामलिंगाच्या आधारे) २) 'संनिध काष्टाचे अश्व दिसे । ते क्षणे महावृषभ भासे ॥' अि) तिमण्णा धनगराची कथा (–अनंत बल्लाळच्या आधारे)[६] नागनाथांबरोबर अनगरमल्ल, चन्नेश्वर व सिद्धेश्वर दक्षिणेस यावयास निघतात
१८.	माणूर गावी नागनाथ जातात. तेथील नागेशलीलेचं विवरण एकलिंग तेल्याची कथा. वरदम्माचं 'वरदबसवण्णां'त परिवर्तन.
१९.	मारडी येथील नागेशलीला. बातकवाची कथा[७]

बतकेश्वर लिंगाची स्थापना[७]

२७. चैतन्य व नागेश सांप्रदायिकांविषयी माहिती

३४. अज्ञानसिद्ध : परंपरा व कार्य. त्यांच्या चार[८] शिष्यशाखांचा तपशील

३८. योगमल्ल. सिद्धेश्वर व चनेश्वर[१०] यांच्याविषयी माहिती

'नागेशलीलामृता'चा रचनाकाल

'नागेशलीलामृत' या ग्रंथांचं लेखन पंथ-प्रवर्तक नागनाथ किंवा त्यांचे शिष्य अज्ञानसिद्ध यांच्या काळी झालेलं नसून, ते त्यांच्यानंतरच्या काळात झालं आहे, यांत शंका नाही. हा ग्रंथ उत्तरकालीन होय, असं म्हणावयास बराच आधार आहे. मात्र, याविषयी माहिती देणारा अन्य ग्रंथ उपलब्ध नसल्यानं त्यातील अंतर्गत पुरावेच आधारादाखल वापरणं भाग आहे. नागेशांची भक्ती ज्याच्या

नागेश संप्रदाय : तत्त्वज्ञान, आचारधर्म व परंपरा / १६५

घराण्यात वंशपरंपरेनं चालत आली आहे, त्या भास्कर कवीचा हा ग्रंथ होय. या कवीचं घराणं सोलापूर जिल्ह्यातील मोहोळ गावाच्या देशलेखकाचं होतं.[११] आपल्या घराण्याविषयी त्यानं 'नागेशलीलामृता'च्या चाळिसाव्या अध्यायात पुढील माहिती दिली आहे[१२]— भास्कर— निराजी-भास्कर ऊर्फ भानजी— त्रिंबक— (नागेशलीलामृतकार) भास्कर ऊर्फ भानजी.

श्री. वा. सी. बेंद्रे यांनीही हीच परंपरा दिली आहे.[१३]

'नागेशलीलामृता'च्या रचनाकालाविषयी तीन पक्ष आढळतात.

१) मोहोळकर व महागाव प्रतींत पुढील रचनाकाल (लेखनसमाप्तिकाल) दिला आहे :

'पांच प्रकर्ण पूर्ण जाली । ग्रंथरचना स्थिरावली ।
सत्रासे सत्तर वहनशाली । श्रावणी जाहली पूर्ण कथा ॥' ४०×६२ ॥

यात उल्लेखिलेली पाच प्रकरणं म्हणजे या ग्रंथाचे केवळ पाच अध्याय नव्हेत. ग्रंथातील चाळीस अध्याय ग्रंथकर्त्यानं पाच प्रकरणांत विभागले आहेत. ही पाच प्रकरणं पुढीलप्रामणं—

'पाच प्रकर्ण हेचि वहिले । पूर्वरंग ते प्रकर्ण पहिलें ।
आदिनाथ प्रकरण दुजे भले । तिजे शोभले स्वयंव्यक्त ॥
पूर्वार्ध येथें संपूर्ण । उत्तरार्ध दोन प्रकर्ण ।
सांप्रदाय प्रकर्ण येक जाण । स्थळमहात्म प्रकर्ण दुजे' ॥

(ना. ली. ४०×७६, ७८)

२) मला उपलब्ध झालेल्या कुरडेमहाराज प्रतीत पुढील कालोल्लेखात्मक ओवी दिली आहे :

'पांच प्रकर्ण पुर्ण जाहली । ग्रंथरचना स्थीरावली ।
बाराशे सत्तर वहनसाली । श्रावणी जाहली पूर्ण कथा' ॥ ४०×६२ ॥

३) श्री. वा. सी. बेंद्रे यांनी तर 'हा ग्रंथ ज्येष्ठ ते मार्गशीर्ष शके १८५६ प्रजापती संवत्सरात (इ. स. १९३४ मध्ये) रचला व लिहिला'[१४] असं म्हणून या ग्रंथाला अर्वाचीनत्व बहाल केलं आहे! महागाव प्रतीचं सूक्ष्म अवलोकन केल्यास श्री. बेंद्रे यांनी असं विधान का केलं असावं, हे सहज लक्षात येतं. मोहोळकर प्रतीवरून जी महागाव प्रत करण्यात आली, तिच्या दुसऱ्या अध्यायापासून प्रत्येक अध्यायाच्या शेवटी 'उतारा काढल्याची' (म्हणजे मूळ प्रतीची नक्कल

केल्याची) मिती दिली आहे. उदा.— दुसऱ्या अध्यायाच्या शेवटी 'श्री शके १८५३ ज्येष्ठ शुद्ध ११ सोमवार, लेखन समाप्त' हा काळ दिला आहे; तर ३८ व्या अध्यायाच्या शेवटी उघड-उघड 'लेखन अध्याय मार्गशीर्षश्रु तृतीयो रात्रो द्वितीयो प्रहरे संपूर्ण' असं म्हटलं आहे. शिवाय वर (क्र. १ मध्ये) उल्लेखिल्याप्रमाणं चाळिसाव्या अध्यायाच्या ६२ व्या ओवीत याच प्रतीत 'सत्राशे सत्तर वहनशाली' हा ग्रंथरचना-समाप्तिकाल दिला आहेच. तेव्हा श्री. बेंदे यांनी दिलेला काल त्यांनी पाहिलेल्या प्रतीचा लेखनकाल आहे; मूळ ग्रंथाचा लेखनकाल नाही, हे निश्चित. डॉ. आवळीकर यांनी श्री. बेंद्रे यांनी दिलेल्या लेखनकालाचा उलगडा न झाल्यानं त्यांनी या कालाविषयी शंका प्रकट केली आहे.[१५]

तेव्हा श्री. बेद्रे म्हणतात त्याप्रमाणं हा ग्रंथ जसा 'अगदीच अर्वाचीन' मात्र नाही, त्याचप्रमाणं फार प्राचीनही नाही. कुरडेमहाराज प्रतीत दिलेला कालोल्लेख (शके बाराशे सत्तर) मुळीच प्रमाण मानता येत नाही कारण नागेशशिष्य अज्ञानसिद्ध याचा काळच मुळे शके तेराशे तेराच्या आसपास असल्याचं आढळतं. 'करी अज्ञाना ज्ञानसिद्धी । शके तेरासे तेरा ।।' या ओवीवरून शके तेराशे तेरा हा अज्ञानसिद्धांना नागनाथांकडून उपदेश प्राप्त झाल्या काळ होय–

'शके तेराशे तेरा । मार्गशीर्ष शुद्ध नवमी गुरुवारा ।
प्रकटला नागेश फणीवरा । भक्तशिरी डुल्लत ।।'

असा या काळाविषयीचा उल्लेख खुद्द अज्ञानसिद्धांच्या 'संकटहरणी' नामक ग्रंथात आला आहे. तेव्हा अज्ञानसिद्ध आणि त्यांच्या शिष्य-प्रशिष्यांची, त्यांच्यानंतर होऊन गेलेल्या नागेशशिष्यांची, तसंच त्यानंतर किती तरी पिढ्यांनंतर जन्मलेल्या कवी भास्कराची— नागेशलीलामृताच्या कर्त्याची— माहिती देणारा हा ग्रंथ शके १२७० म्हणजे इ.स. १३४८ मध्ये रचला असावा— म्हणजेच अज्ञानसिद्धांच्याही पूर्वीच्या कालखंडात लिहिला असावा— ही गोष्ट वरकरणीच अनैतिहासिक, असत्य व विसंगत वाटते. म्हणूनच कुरडेमहाराज प्रतीत निर्देशिलेला या ग्रंथाचा लेखनसमाप्तिकाल कोणासही पटणं शक्य नाही.

'नागेशलीलामृता'त जी माहिती दिली आहे, तिच्यापैकी काही भाग पारखून घेणं आवश्यक आहे, हे मी प्रथमतःच मान्य करतो. मात्र, या ग्रंथातील सर्वच माहिती ऐतिहासिक कसोटीस उतरत नाही, असं नाही. श्री. बेंद्रे[१६] यांनी या संदर्भात या ग्रंथाची 'कल्पित कथा किंवा कादंबरी' यांच्याबरोबर जी तुलना केली आहे, त्यामुळं मात्र ग्रंथावर अन्याय झाला आहे, असं मला वाटतं. या ग्रंथात कालानुक्रम, शिष्यपरंपरानुक्रम, संप्रदायविवरण इ. विषयक काही दोष आणि

काही ठिकाणी ऐतिहासिक सत्याचा अभाव इ. गोष्टी आढळतात. तथापि, तो संपूर्णतः कपोलकल्पित आहे, असं कसं म्हणता येईल? नागनाथचरित्र, त्याच्या शिष्यशाखा— विशेषकरून हेगरस, अज्ञानसिद्ध व त्यांच्या शिष्य-प्रशिष्यांविषयीची— आणि त्यांच्या चारही संस्थानांची माहिती; वडवळ, देगाव, मोहोळ इ. गावांचं स्थलमाहात्म्य; संप्रदाय-प्रकरणातील नागेश संप्रदायाचं तत्त्वज्ञान व आचारधर्म याविषयीची माहिती, चैतन्य संप्रदाय आणि नागेश संप्रदाय यांचा परस्परसंबंध इ. या ग्रंथातील नागेश संप्रदायाविषयक भाग बव्हंशी विश्वसनीय आहे. या सर्व माहितीनं परिपूर्ण असलेला नागेश संप्रदायाचा हा एकुलता एक अमूल्य ग्रंथ होय. वारकरी संप्रदायात ज्ञानेश्वरी, नाथभागवत व तुकोबांच्या अभंगगाथेला जे 'प्रस्थानत्रयी'चं पूज्य स्थान आहे; तेच नागेश संप्रदायात 'नागेशलीलामृत', 'वरदनागेश' व 'संकटहरणी' या ग्रंथांना आहे. तेव्हा 'नागेशलीलामृता'ची इतकी उपेक्षा खचितच करता येणार नाही. श्री. बेंद्रे यांचे या ग्रंथावरील प्रमुख आक्षेप त्यात प्रतिपादिलेल्या चैतन्य-मालिकेविषयी व त्यातील प्रमुख संतांच्या नसिरुद्दीन चिराग देहलवी आदी मुस्लिम संतांशी जोडलेल्या संबंधाविषयी आहेत पण हा संबंध केवळ 'नागेशलीलामृता'तच दाखविण्यात आलेला नसून 'हश्यवे हैसियत', 'तजकिराते औलिया' आणि तत्सम अन्य ग्रंथांतही दाखविण्यात आला आहे. शिवाय, जिथं जिथं हे साधू होऊन गेले, त्या-त्या ठिकाणी व त्या स्थळांच्या परिसरात— पर्यायानं संपूर्ण महाराष्ट्रात आणि आसपासच्या राज्यांत— याविषयी अनेक दंतकथा प्रचलित आहेत. त्यांतील ऐतिहासिक सत्य शोधणं आवश्यक आहे. किंबहुना, याविषयी एखादा स्वतंत्र बृहद् संशोधन-प्रकल्प घेऊन संशोधन होणंच आवश्यक आहे. श्री. बेंद्रे यांनी अत्यंत परिश्रमानं याविषयी काही माहिती मिळवून चैतन्य संप्रदाय व नसिरुद्दीन चिराग देहलवी यांचा संप्रदाय यांतील भिन्नत्व स्पष्ट करण्याचा प्रयत्न केला आहे. या संप्रदायाविषयी पुण्याचे जनाब अब्दुल रझाकसाहेब बियाबानी (श्री. बेंद्रे यांनी उल्लेखिलेले) वाईचे श्री. एस. बी. काझी आणि श्री. नाजिरशाह यांनी बरीच माहिती मिळविली आहे. नागेश व नसिरुद्दीन या दोन्ही परंपरा ऐतिहासिक सत्याच्या निकषांवर तपासून पाहिल्या पाहिजेत. (या दृष्टीनं श्री. बेंद्रे यांनी उपस्थित केलेले— नसिरुद्दीन चिराग देहलवी हे दक्षिणेत आलेच नव्हते इ.— काही मुद्दे महत्त्वाचे वाटतात.) श्री. बेंद्रे यांनी या संदर्भात केलेले प्रयत्न निःसंशय विचारप्रवर्तक आहेत. हा स्वतंत्र संशोधनाचा विषय असल्यानं इथं त्याची चर्चा नागेश संप्रदायाचा करणं शक्य नाही. इथं प्रश्न उपस्थित होतो तो 'नागेशलीलामृत' या ग्रंथाच्या प्रामाण्याचा विश्वासार्हतेचा. श्री. बेंद्रे यांनी हा ग्रंथ विश्वसनीय नसल्याचं मत

प्रकट केलं असलं तरी त्यांना त्यातील जी माहिती साधार व सयुक्तिक वाटली, तिचा उपयोगही त्यांनी आपल्या ग्रंथातील चैतन्य-मालिकेच्या विवेचनासाठी केला आहे, ही गोष्ट लक्षात घेण्यायोगी आहे. उदाहरणार्थ—

१) 'नागेशलीलामृता'त राघव चैतन्यांनी आळंद येथे समाधी घेतली, एवढाच उल्लेख आहे. लाडलेपक्षीय दंतकथांत लाडलेंनी प्रथम आपली जागा करविली आणि नंतर तीत ते जाऊन बसले व जिवंत समाधी घेतली, असे आहे!' (-तु. म. गु., पृ. ९१)

२) 'आळंद-सोलापूर भागातही ही (चैतन्य) त्रयीच[१८] मानली जाते. 'गुरुपंरपरा' व 'नागेशलीलामृत' ग्रंथात ही चैतन्यांचीच परंपरा सांगितली आहे. सारांश, सर्वत्र राघव चैतन्य-केशव चैतन्य-बाबाजी-तुकाराम अशीच गुरुपरंपरा मानली गेली होती.' (-तु. म. गु., पृ. १९०.)

३) शेवटी तुकोबांचे वंशज दोन हजार वारकरी-टाळकरी बरोबर घेऊन वडवळहून मन्याहाळीस गेल्याचं व त्यांनी बाबाजींच्या समाधीला तूप अर्पण केल्याचं लिहिलं आहे. हा 'नागेशलीलामृता'तील मजकूर म्हणजे सोलापूर-गुलबर्गा भागातील प्रचलित दंतकथा होत. यातील विचारात घेण्यासारख्या गोष्टी म्हणजे, बाबाजी 'कांतारी' (म्हणजे वनात राहत) होते व ते गुप्त झाले. भक्तियोगाचाच त्यांनी पुरस्कार केला. ही वैशिष्ट्यं खास मन्याहाळी येथील मुतवल्ली व नरसप्पांचे वंशजही मुख्यत: सांगतात. (-तु. म. गु., पृ. २०८)

यावरून याविषयी चर्चा करीत असताना चैतन्य-मालिकेविषयी 'नागेशलीलामृता'त दिलेली काही माहिती श्री. बेंद्रे यांना उपयुक्त व विश्वसनीय वाटते, असं दिसतं.

'नागेशलीलामृतातील माहितीच्या संकलनात थोडाफार विस्कळीतपणा आढळतो, हे मान्य करावयास हवं. तथापि, त्याबरोबरच पंथविषयक माहिती देताना भास्कर कवीनं बरीच दक्षता घेतल्याचं प्रत्ययास येतं. आपण ही माहिती कुठून घेतली, याविषयी कवीनं ठिकठिकाणी दाखले दिले आहेत. यात काही ठिकाणी त्यानं अनंत बल्लाळ[१९], रामलिंग[२०], उद्धव चिद्घन[२१] आणि महिपती[२२] यांचे दाखले देऊन आपण ही माहिती कुठून घेतली, ते सांगितलं आहे.

नागेश संप्रदायाविषयक साधनग्रंथ म्हणून 'नागेशलीलामृत' या ग्रंथाचं किती महत्त्व आहे, हे वरील विवेचनावरून सहज लक्षात येईल.

२) अज्ञानसिद्धविरचित 'वरदनागेश'

हाही नागेश संप्रदायाचा अत्यंत महत्त्वाचा ग्रंथ होय. या ग्रंथाचा कर्ता नागनाथांचे एक प्रमुख शिष्य अज्ञानसिद्ध हे होत. त्यांनी या ग्रंथात प्रामुख्यानं या

संप्रदायाचं चैतन्याधिष्ठित तत्त्वज्ञान प्रतिपादिलं आहे. या ग्रंथावर मात्र अजूनही कुणी अर्वाचीनत्वाचा शिक्का मारलेला नाही आणि तसा शिक्का कुणाला मारताही येणार नाही. कारण या ग्रंथाचं मध्यमयुगीनत्व सिद्ध करणारी किती तरी अंतर्गत प्रमाणं या ग्रंथात इतस्ततः विखुरलेली आहेत.

या ग्रंथाच्या तीन-चार हस्तलिखित प्रती उपलब्ध आहेत. त्यापैकी— (अ) एक प्रत तंजावरच्या सरस्वती-महालात आहे.[२३] (आ) दुसरी प्रत श्री. पां. मा. चांदोरकर [२४] यांना वाई येथील श्री. नारायण दत्तात्रेय थिटे यांच्याकडं मिळाली (अि) तिसरी प्रत महागाव (जि. गुलबर्गा) येथे आहे. या प्रतीवरूनच डॉ. बा. आं. मराठवाडा विद्यापीठाच्या मराठी विभागासाठी एक प्रत नकलून घेतली आहे. त्याचप्रमाणं नागेशोपासक घराण्यांतही काही प्रती असाव्यात, असं वाटतं. सोलापूरचे श्री. मोहोळकरशास्त्री यांच्याकडं 'वरदनागेशा'ची एक प्रत असल्याचा उल्लेख प्रा. आवळीकर यांनी केला आहेच. श्री. कुरडेमहाराज यांच्याकडे मात्र हा ग्रंथ आढळला नाही.

महागाव प्रतीचा लेखनसमाप्तिकाल अकराव्या अध्यायाच्या शेवटी पुढीलप्रमाणं दिला आहे—

'शके १६९४ प्रवर्तमाने नंदननामाब्दे वैशाख शुद्ध पक्ष द्वितीयायां तिथौ इंदुवासरे शुभ दिन वरदनागेश ग्रंथ संपूर्णमस्तु ।'

तथापि, त्यानंतर विकल्प-माया-निरासविषयक बारावा अध्यायही या प्रतीत आढळतो. हा अध्याय उत्तरकालीन असला पाहिजे कारण, श्री. चांदोरकर यांनी उल्लेखिलेल्या प्रतीत अकराच अध्याय आहेत व त्या प्रतीतील अध्यायांचे विषय महागाव प्रतीतील अध्यायांच्या विषयांशी जुळतात. ही विषयसूची अशी आहे:

अध्याय	**विषय**
१.	स्वरूपसाक्षात्कार
२.	स्वरूपदृढीकरण
३.	पंचीकृत-उत्पत्ती
४.	त्वंदतत्पदमिश्रित पिंड-ब्रह्मांड-ऐक्य
५.	स्थूल-देह-उपाधि-निरसन
६.	लिंगदेह उपाधि-भेद-निरसन
७.	कारणदेह-उपाधि-भेद-निरसन
८.	महाकारणदेह-उपाधि-भेद-निरसन
९.	तत्पदार्थदेहत्रय-उपाधि-निरसन

१०. तत्पद-भेद-निरसन

११. महावाक्यविवरण, जीवशिव-भेद-ऐक्य

महागाव व चांदोरकर प्रतीतील अकरा अध्यायांच्या ओवी-संख्येत मात्र थोडाफार भेद आढळतो. महागाव प्रतीत ही संख्या 'वोविया दोनि हजार' अशी दिली आहे, तर श्री. चांदोरकरांनी[२६] ही संख्या '१८३८ किंवा ढोबळ मानानं १८५०' इतकी असल्याचा उल्लेख केला आहे.

महागाव प्रतीतील बाराव्या अध्यायाची ओवीसंख्या १२५ आहे; तथापि या अध्यायाच्या बदललेल्या लेखनपद्धतीवरून व अन्य प्रतींतील अध्यायसंख्या लक्षात घेता, हा अध्याय या अकरा अध्यायांच्या मूळ ग्रंथास नंतर जोडला आहे की काय, अशी दाट शंका वाटते. या (बाराव्या) अध्यायाच्या लेखनसमाप्तीतील महागाव इथं लेखन पूर्ण झाल्याचा उल्लेख या दृष्टीनं अत्यंत महत्त्वाचा आहे.

'पार्थिवाब्देच आषाढे त्रितिया कृष्णपक्षयो भानुवारेच सायान्हे **माहाग्रामे समाप्तयेत।**'

याच प्रतीतील अकराव्या अध्यायाच्या शेवटी महागावचा उल्लेख नसून सरळ-सरळ 'वरदनागेश ग्रंथ संपूर्णमस्तु' असंच म्हटलं आहे.

आपल्याला मिळालेल्या प्रतीविषयी श्री. चांदोरकर यांनी पुढील माहिती दिली आहे; यावरून ही प्रत किती जुनी असावी याची कल्पना येते. ते म्हणतात,[२७]

'ही पोथी अस्सल नाही कारण कवीच्या काळातील शब्दांची व प्रयोगांची रूपे यांत नसून ग्रंथाच्या भाषेला अर्वाचीन पोषाख चढविलेला आहे. मात्र तोसुद्धा पंधराव्या शतकाच्या आरंभीचा[२८] आहे, असे उकारांत रूप व लेखकाची अक्षरश्रेणी (अ, च, ठ, ण, ळ, ज्ञ) यावरून उघड होत आहे.'

आपल्याजवळील प्रत पंधराव्या शतकाच्या पूर्वार्धातील आहे, असं श्री. चांदोरकर म्हणतात. यावरून त्यांनी मूळ (त्यांच्या शब्दांत 'अस्सल') पोथी त्याहून जुनी असावी, हे मत मान्य केलं आहे, असं म्हणावयास हरकत नाही.

गेल्या शतकाच्या साठीनंतर मी विस्तृत प्रस्तावनेसह संपादित करून प्रसिद्ध केला आहे. (प्रका. जोशी ब्रदर्स बुक सेलर्स औरंगाबाद)

३) 'संकटहरणी' ऊर्फ 'संकटहरणी शिवग्रंथ'

हा ग्रंथही अज्ञानसिद्धांनीच लिहिला आहे. या ग्रंथाचा लेखनकाल शके १३१३ असल्याचं त्यात नमूद केलं आहे. या ग्रंथाशिवाय अज्ञानसिद्धांनी गुरुशिष्यसंवाद (तत्त्वबोध), जीवब्रह्माभेदक्षण, पृच्छापत्र, अविंध भाषेतील पंचीकरण प्रमेय[२९] इ.

प्रकरणं, अभंग व पदं लिहिली आहेत. श्री. चांदोरकर यांच्याजवळील या 'ग्रंथाच्या प्रतीची[३०] भाषा शके १३१३ (इ.स. १३९१) च्या सुमाराची नसून १५००— इ.स. १५७८ च्या सुमाराची आहे. ही प्रत भिलवडीकर गोविंद वेंकटाद्रि यांनी १५०० च्या सुमारास लिहिलेली आहे, असं वाटतं आणि ते हिच्यातील अक्षरश्रेणी व शब्दांची रूपें यावरून दिसतेही.[३१]

या तीन ग्रंथांशिवाय उद्धव चिद्‌घनाची पदं, महिपतींचे संतचरित्रात्मक ग्रंथ (विशेषकरून 'संतलीलामृत') यांतही नागेशांविषयी व नागेश संप्रदायाविषयी माहिती आढळते.

नागेश संप्रदायाचे प्रवर्तक

नागेश किंवा नागनाथ हे संप्रदायाचे प्रवर्तक आहेत. नागेशांपासून या संप्रदायाला प्रारंभ झाला, या अर्थानंच त्यांना 'प्रवर्तक' ही संज्ञा उपयोजिली आहे. नागेशांना 'वडवाळसिद्ध नागेश' असे नामाभिधान दिलं जातं. महाराष्ट्रात व कर्नाटकादी अन्य प्रांतांतही नागेशांचं हेच नाव प्रचलित आहे.

नागेशविषयक संशोधनाला साधारणपणे इ. स. १९१२-१३ पासून प्रारंभ झाल्याचं दिसतं. श्री. शंकर श्रीकृष्ण देव यांनी भा. इ. सं. मंडळाच्या शके १८३५ च्या वार्षिक इतिवृत्तात 'वडवाळसिद्ध नागनाथ' हा लेख लिहून या कार्याचा शुभारंभ केला, याविषयी प्रारंभी मी उल्लेख केला आहे. 'श्रीज्ञानेश्वरमहाराजांपासून तो श्रीएकनाथमहाराजांपर्यंतच्या तीनशे वर्षांच्या अवधीत महाराष्ट्र-वाङ्मयांत जो खड्डा पडलेला दिसतो, तो भरून येण्याची चिन्हे दिसत आहेत'[३२] हेच मुळी या लेखाचं पहिलं वाक्य आहे. यावरून त्यांना ही माहिती किती महत्त्वाची वाटत होती, हे लक्षात येईल. श्री. देव यांनी 'संकटहरणी' ग्रंथाचं कर्तृत्व खुद्द नागनाथांचंच असावं, असं कल्पिलं आहे. महाराष्ट्र सारस्वतकारांनीही[३३] हा नागेशविरचित ग्रंथ आहे, असंच म्हटलं आहे. ''भाव्यांनी 'संकटहरणी'चं कर्तृत्व नागेशांना बहाल केलं आहे, ते कशाच्या आधारावर याचा उलगडा होत नाही'', असं डॉ. पंडित आवळीकर [३४] म्हणतात. सारस्वतकारांनी वरील विधान करताना श्री. देव यांच्या वरील लेखाचाच आधार घेतला असावा, हे उघड आहे. श्री. देव यांचा (वर निर्देशिलेला) तर्क चुकीचा असला, तरी त्यांनी त्यावरून नागनाथांच्या काळाविषयी केलेला उल्लेख महत्त्वाचा आहे. ते म्हणतात, 'हा ('संकटहरणी') ग्रंथ फार महत्त्वाचा आहे. या ग्रंथावरून नागनाथांचा नक्की काळ ठरतो.'[३५]

नागनाथांचा काळ

'नागनाथांच्या काळासंबंधी नक्की माहिती सांगणारे साधन उपलब्ध नाही', असं प्रारंभी महाराष्ट्र सारस्वतकारांनी[३६] सांगितलं असलं, तरी पुढं त्यांनी 'नागनाथ हा ज्ञानेश्वरांचा समकालीन अशी मात्र सर्वत्र समजूत आहे', असं म्हटलं आहे. कविकाव्यसूचिकारांनी[३७] नागनाथांचा काळ शके १२९० ते १३४० असा दिला आहे. डॉ. शं. गो. तुळपुळे[३८] यांनी महाराष्ट्र-सारस्वताच्या पुरवणीत चौदाव्या शतकातील कवींविषयी विवेचन करताना वडवाळसिद्ध नागेशाचा उल्लेख केला आहे. मात्र, नागेशाचा श्री. भावे यांनी दिलेला (शके १३१३—इ.स. १३९१) हा काल गृहीत धरून पुढं श्री. भावे म्हणतात त्याप्रमाणं 'नागेश हे नाव या कवीचं नसून ते त्याच्या गुरूचं असावं. कवीचं नाव 'वडवाळ', असं विवेचन ते करतात. वडवळ हे सोलापूर जिल्ह्यातील एका गावाचं नाव आहे, हे डॉ. आवळीकर[३९] यांनी स्पष्ट केलं आहे व तेच सत्य आहे. 'वडवळ' इथं नागनाथ राहत असत म्हणून त्यांना 'वडवाळसिद्ध नागनाथ' असं नामाभिधान प्राप्त झालं. 'वडवाळ येथील सिद्ध पुरुष नागनाथ' असा 'वडवाळसिद्ध नागनाथ' या संज्ञेचा अर्थ घ्यायला हवा.

अनंत फंदी व काही अन्य शाहीर नागेश संप्रदायी होते, असा महाराष्ट्र सारस्वतादी वाङ्मयेतिहासात व 'मराठवाडा-परिचय' आदी ग्रंथांत उल्लेख केला आहे. शाहिरांचं कुलदैवत वडवाळसिद्ध नागेश हेच आहे.

नागनाथांची चरित्रविषयक माहिती फारशी उपलब्ध होत नाही. उद्धव चिद्‌घनांनी मात्र एक 'नागनाथ-चरित्र' लिहिल्याचा उल्लेख श्री. चांदोरकर[४०] आणि महाराष्ट्र-सारस्वतकार[४१] यांनी केला आहे. कवी भास्करकृत 'नागेशलीलामृता'त नागनाथांची चरित्रविषयक माहिती दिली आहे. नागनाथ-चरित्राविषयी सर्वत्र विखुरलेल्या माहितीचं संकलन करून ती इतिहासाच्या निकषांवर पारखून घेतल्यास तिची ग्राह्याग्राह्यता ठरविता येईल.

नागनाथांचं अनेकत्व

या संदर्भात नागनाथ (किंवा नागेश) नामक तीन-चार व्यक्तींचा विचार करायला हवा. शाहिरांचं कुलदैवत असलेल्या नागेशांविषयी वर उल्लेख केलाच आहे. डॉ. य. खु. देशपांडे यांनी महानुभावीय ग्रंथकार मेघचंद्रकृत 'यक्षदेव वृद्धान्वय' या पोथीच्या आधारे जी माहिती सांगितली आहे, तिच्यात नागनाथ हे एक नाव आढळतं.[४२] "हा नागनाथ आणि 'योगेश्वरी-माहात्म्या'तील सिद्धनागनाथ

(नाथसंप्रदायी) या दोन व्यक्ती एकच असाव्यात काय, असं वाटणं साहजिकच आहे,'' असे 'महाराष्ट्र-सारस्वता'चे पुरवणीकार[४३] म्हणतात. तथापि, या दोन्ही व्यक्तींचा नागेश संप्रदायाशी संबंध नसावा. 'वडवाळसिद्ध नागेश' या संज्ञेतील 'वडवाळसिद्ध' हे नागेश संप्रदायाच्या प्रवर्तकाचं व्यवच्छेदकत्व दर्शवितं. हा संदर्भ लक्षात घेतल्यास; तसंच या नागेशांचं तत्त्वज्ञान, संप्रदाय, शिष्यपरंपरा यांच्याविषयीची उपलब्ध असलेली माहिती जमेस धरल्यास, मी प्रतिपादलेलं वरील मत सयुक्तिक वाटेल.

हे 'वडवळ' कोणतं?

'वडवाळसिद्ध' हे नागनाथांचे व्यवच्छेदक लक्षण मानल्यानंतरही आणखी भौगोलिक एक अडचण येते. वडवळ या नावाची दोन गावं आहेत. पहिलं— सोलापूर जिल्ह्यातील मोहोळजवळचे वडवळ आणि दुसरं— उस्मानाबाद जिल्ह्यातील लातूरजवळचं वडवळ. या दोन्ही ठिकाणी नागनाथांचं मंदिर आहे. उस्मानाबाद जिल्ह्यातील या गावास 'वडवळसिद्ध नागनाथ' असंच म्हणतात. सोलापूर आणि उस्मानाबाद या दोन्ही शेजारी-शेजारी असलेल्या जिल्ह्यांत ही दोन समान नावांची गावं असल्यानं याविषयी निश्चित निर्णय घेणं काहीसं कठीण होतं. (मराठवाड्यातील औंढा नागनाथ या स्थानाचा मात्र वडवाळसिद्ध नागेशांशी संबंध नाही.) उस्मानाबाद जिल्ह्यातील वडवाळसिद्ध नागनाथ येथे संप्रदायविषयक साहित्य उपलब्ध झालं नाही. नागेश संप्रदायाच्या शिष्यशाखांची जी संस्थानं आहेत, त्यांतही या स्थानाचा निर्देश केलेला नाही. नागेशोपासक घराणीही सोलापूर, गुलबर्गा, कोल्हापूर या जिल्ह्यांच्या परिसरात मुख्यत्वेकरून आढळतात. 'नागेशलीलामृत' किंवा 'वरदनागेशा'त लातूरजवळच्या वडवाळसिद्ध नागनाथाचा उल्लेख आढळत नाही. मात्र, या ठिकाणी तेथील नागनाथाची (वार्षिक) यात्रा भरते. सोलापूर जिल्ह्यातील वडवळ येथे दर अमावास्येला यात्रा भरते व वर्षातून एकदा मोठी यात्राही भरते. येथील पुजारी श्री. कुरडेमहाराज हे आहेत. (त्यांचा उल्लेख यापूर्वी 'नागेशलीलामृता'च्या संदर्भात केलाच आहे.) श्री. कुरडेमहाराज यांच्या घराण्यानं व पिढ्यान्‌पिढ्या नागेशांची भक्ती करणारं घराणं म्हणून ज्यांचा लौकिक आहे— त्या सोलापूरच्या श्री. शं. ना. मोहोळकरशास्त्री यांच्या घराण्यानं नागेश संप्रदायविषयक हस्तलिखित-साहित्य जतन करून ठेवलं आहे. पंथाच्या 'नागेशलीलामृत' या महत्त्वाच्या ग्रंथाच्या हस्तलिखित पोथ्याही सर्वश्री मोहोळकर व कुरडेमहाराज यांच्याकडं असल्याचा निर्देश पूर्वी केलाच आहे. 'नागेशलीलामृता'च्या जुन्यांत जुन्या प्रतीत 'वडवळ' या स्थानाचा जो उल्लेख आला आहे त्यावरून, ज्यामुळं नागेशांना 'वडवाळसिद्ध' हे नामाभिधान प्राप्त झालं,

ते गाव सोलापूर जिल्ह्यातलं 'वडवळ' हेच होय, असं म्हणावयास बराच आधार सापडतो.

'वडवळ' हे गाव नेमकं कोणतं, याविषयी कोणताही संदेह वाटू नये, म्हणून 'नागेशलीलामृत'कारांनी पुढील माहिती दिली आहे.

माझे मनी उद्भव उठे। ऐसे वडवाळ आहे कोठे?
शोध करावा मनी वाटे। वारे मोटे हे भरले।।४०×४९।।
...एक म्हणे कानडे प्रांती। तिलींग प्रदेशी आहे निगुति।
क्षेत्र वडवाळ महाख्याती। तेथें नांदती नागनाथ।।४०×५२।।
...प्रतिष्टान प्रांती गंगातीरी। क्षेत्र वडवाळ महापुरी।
तेथे वसे आक्रुता तारी। वडवाथसिद्ध नागेश्वर ।।४०×५४।।
भक्त उपासक मुर्ती। नरसींह आणिले वडवाळेप्रती।
बहिरंभटासी दिली शांती। स्थळ हे म्हणती अपूर्व।।४०×५५।।
तरी शोध करिता पाहे। **म्हणती वडवाळ आणीक आहे**।
दूर देशी विलोकू। ते **वडवाळ आहे पुढेच पुढे**।।४०×५६।।

त्याचप्रमाणं 'वडवाळ' या शब्दाविषयीही 'नागेशलीलामृता'त पुढील स्पष्टीकरण दिलं आहे. थोडासा विस्तारदोष पत्करूनही ते मुळातून उद्धृत करतो.

पूर्वेसी मोहोळापासोन।आता चतुर्थांश योजन।
तेथे पाहोनि महाविपिन। स्वये ज्ञान-धन स्थिरावे।।२५×२२।।
स्वच्छंदे जेथें बैसत। शुष्क वटवृक्ष होता तेथ।
पल्लव फुटोनी तयासी त्वरित। जहाला विसाल तरु तो।।२३।।
गगनचुंबित सुरवाडला। सधन छाये कोंदटला।
सशाखापत्रेंसी विस्तारला । क्षणे झाला चमत्कारू ।।२४।।
होता वाळला वट प्रबळ। म्हणोनी स्थळ-नाम वडवाळ।
तेथे सित्ध जाहले क्षेत्र वडवाळ। या हेतु वडवाळसित्ध नाम।।२५।।
की वाळले वडा सिद्ध केले। श्रीनागेश्वर सहज लीले।
वडवाळसिद्ध नाम अथिले। प्रेमे वाखाणिले भक्तजनीं।।२५×२६।।

उस्मानाबाद जिल्ह्यातील 'वडवाळसिद्ध नागनाथ' या स्थानाविषयी आणखी काही माहिती उपलब्ध झाल्यास या विषयावर अधिक प्रकाश पडण्याची शक्यता आहे. सध्या उपलब्ध असलेले ग्रंथ नागेश संप्रदायाच्या संदर्भात सोलापूर जिल्ह्यातील 'वडवळ' नामक स्थानाचाच निर्देश करतात.

नागेशांचा 'स्वतंत्र संप्रदाय'

नागनाथांचा एक स्वतंत्र संप्रदाय होता, या गोष्टीची हे संशोधन होण्यापूर्वी कल्पना नव्हती. याविषयी विशेषकरून संशोधन झालेलं नव्हतं, हेच यामागील प्रमुख कारण होय. तथापि, या संप्रदायाचे अंकुर किंवा बीजं अगदीच दिसली नाहीत, जाणवली नाहीत, असं म्हणता येणार नाही. (याविषयी 'यापूर्वी झालेले संशोधन' या शीर्षकाखाली विस्तृत माहिती दिलीच आहे.) श्री. शंकरराव देवांनी[४४] याविषयी लिहिलेल्या पहिल्याच लेखात— 'वडवाळसिद्ध नागनाथ' या लहानशा लेखात— यासंबंधी संशोधन व्हावयास हवं, असं म्हटलं आहे. तसंच, नागेशांच्या संप्रदायाचा प्रसार व विस्तार मोठा असावा, याचीही त्यांना नक्कीच कल्पना आली असावी, असं वाटतं. ते म्हणतात—

"सोलापूर जिल्ह्यात मानूर, मोहोळगाव व वडवाळ या तीन ठिकाणी शोध केला पाहिजे. गुलबर्ग्यापासून उत्तरेस अपचंद पाच कोस आहे व अपचंदपासून कोस-दीड कोस महागाव आहे. या महागावी नागनाथांच्या एका शिष्याचा मठ आहे. पण आमच्या दुर्दैवाने त्याचे दर्शन घडले नाही. 'संकटहरणी' शिवग्रंथाची प्रत मला अपचंद मठात मिळाली खरी, पण तरीही 'महाग्रामेलिखित' आहे. दुसऱ्या कोणाच्या वाट्याला हे काम जावे, म्हणून संशोधक मंडळाच्या अहवालात ही नोंद करून ठेवतो."

नागेश हे मूळ चैतन्य संप्रदायातील होते, असं सांगायला बराच आधार आहे. संप्रदायाच्या 'वरदनागेश' आणि 'नागेशलीलामृत' या ग्रंथांत याविषयी उल्लेख आढळतात. स्वरूप, प्रकाश, आनंद आणि चैतन्य या चार संप्रदायांपैकी चैतन्यसंप्रदायाचा स्वीकार नागनाथांनी केला.

'चैतन्य संप्रदाय यांतून। विलसे नागनाथासी सुपूर्ण' हा 'नागेशलीलामृता'च्या २६व्या अध्यायातील उल्लेख मला या दृष्टीनं फार महत्त्वाचा वाटतो.[४५]

'ऐसा अज्ञानसिद्धसमर्थ। चैतन्य संप्रदाया।
नागनाथ पाहोनी भक्ती। कृपा केली तयावरती'॥३४×३६॥

हा व असे किती तरी उल्लेख अज्ञानसिद्धांविषयी विवेचन करताना 'नागेशलीलामृता'त आले आहेत. त्याचप्रमाणं सिद्धलिंगबाबा आणि चवंडामहाराज यांच्याविषयीही असेच उल्लेख आले आहेत.

१) सिद्धलिंगबाबा ब्राह्मण। नागनाथसेवा करून।
पावला... कृपादान। संप्रदाय चैतन्य चालवील चंद्रमौळी नगरी ॥३५×८
२) सिद्धलिंगाचे काव्यलेखन । चवंडामहाराज करी ॥३६×७

दत्तचैतन्य, सिद्धचैतन्य हेही नागेश संप्रदायानुयायी होते, ही गोष्टीही येथे लक्षात घ्यावयास हवी. नागेशांच्या शिष्यपरंपेत बहिरा पिसा किंवा बहिरंभट, कान्हो पाठक, हेगरस, उद्धव चिद्घन, अज्ञानसिद्धादींचा नेहमी उल्लेख केला जातो; त्याविषयी थोड्याफार विस्तारानं विवेचन करावयास हवं, असं वाटतं.

बहिरा जातवेद किंवा **बहिरा पिसा** हे नागेशांचा शिष्य होते, असा उल्लेख महिपतींनी व 'नागेशलीलामृत'कारांनी केला आहे. यापैकी महिपतींच्या संतचरित्रात्मक ग्रंथात पुढील उल्लेख आढळतात :

१) ऐसे असतां बहुत दिवसी। हिंडत आला वडवळेसी।
तव नागनाथ सिद्ध त्या ठायासी। सदगुरू मराठी राहिल॥७१॥

२) नागनाथासि कृपा होतांचि जाण। बहिऱ्या पिशास झालें ज्ञान ॥९४॥

तथापि, बहिरा जातवेद यांच्या भागवतातील दशम स्कंधावरील टीकेत त्यांच्या गुरूचं नाव 'चिंतामणी' होतं, असं म्हटलं आहे. त्यामुळेच श्री. चांदोरकर[४६] यांनी 'चिंतामणी हेच वडवाळसिद्ध नागेश की काय?' असा प्रश्न उपस्थित केला आहे. म.म.द. वा. पोतदार[४७] यांनी आपली शंका पुढील शब्दांत व्यक्त केला आहे—

"या भेदाची एकवाक्यता कशी करावयाची? स्वगुरुनामाबद्दल कवी तर सर्वांहून अधिक प्रमाण. मग काय, महिपती चुकला म्हणावं? अथवा 'नागनाथांचं पूर्वाश्रमीचं नाव चिंतामणी असावं, असा भेद तर्कानं उडवावा?'' असं म्हणून पुढं त्यांनी तळेगाव दाभाडे येथील जगनाडे-वहीतील एका संतस्मरणाच्या आधारे 'जातवेदाचें गोत्र कौंडण्य, त्याचा गुरू चिंतामणी' असा निष्कर्ष काढला आहे.[४८]

डॉ. बा. आं. मराठवाडा विद्यापीठाच्या मराठी विभागाला[४९] जी हस्तलिखित 'भैरवी टीका' वैजापूर (जि. औरंगाबाद) येथील श्री. वैजनाथराव वाळिंबे यांच्याकडून मिळाली, तिच्यात 'आता वो वसुदेव-कुमरू । या जातवेदाचा दातारू' (७४×८९) किंवा 'या ग्रंथाचा प्रवर्तविणु । जाणावा तो कृष्णनाथु' (१×८९) असे उल्लेख आढतात. त्यावरून बहिरा जातवेद हे कृष्णभक्त असावेत, असं दिसतं; तसेच 'भैरवी टीके'तील तत्त्वज्ञान व नागेश संप्रदायप्रणीत तत्त्वज्ञान यांतही अंतर आहे, असं दिसतं. या सर्व गोष्टी लक्षात घेता, ज्यांच्या चरित्राशी नागनाथांचा संबंध आहे व ज्यांनी नागनाथांचं शिष्यत्व पत्करलं, ते बहिरा पिसा किंवा बहिरंभट नावाचे कुणी संत तर नसावेत, अशी शंका येते. भैरवी टीकेच्या लेखनानंतर बहिरा जातवेद ह्यांनी नागनाथांचं शिष्यत्व पत्करलं असावं, असंही काही विद्वानांचं मत आहे. ह्या मताची नोंद अवश्य घ्यावयास हवी.

कान्हो पाठक (कान्हो त्रिमलदास?) या कवींनीही आपल्या 'पाताळकांड'

या ग्रंथांत (अ. १, ओव्या ३५ ते ४१) आपले परमगुरू वडवाळसिद्ध नागेश हे होते, असं म्हटलं आहे. या पाठक-कवींत नागेशांचीच परंपरा आहे, असं दिसतं.[५०] 'कविकाव्यसूची'मध्ये कान्हो पाठकांची पूर्वपरंपरा दिली आहे. ती अशी—

(पिला-त्रिमल-कान्हो पाठक) - (पाठक) - हरि (नामा पाठक)

पिला हे या वंशाचे मूळ पुरुष. पिला यांचे गुरू वडवाळसिद्ध नागेश असल्याचा उल्लेखही 'कविकाव्यसूची'कारांनी केला आहे. [५१] कान्हो पाठकाचे काही अभंग व 'गीतासार' नावाचे एक लहानसे प्रकरण उपलब्ध आहे. त्यांत—

'गुरूपदेश नागनाथू । कान्हो पाठक विनवितु ॥'

असं म्हटलं आहे. त्यांच्या अभंगांतही—

'हृदयीं धरा नागेश । म्हणे कान्हो पाठक ॥.'

अशासारखे उल्लेख आहेत. त्यावरून 'हे नागथनाथांचे शिष्य असून नागनाथ हेही ज्ञानेश्वरांना समकालीन असावेत, असं मानणं भाग पडतं,' असं मत 'महाराष्ट्र-सारस्वत'कारांनी[५२] व्यक्त केलं आहे. कविकाव्यसूचिकारांनी वर दिलेली कान्हो पाठकांची पूर्वपरंपरा डॉ. तुळपुळे[५३] यांनी मान्य केली आहे. ही परंपरा मान्य करूनही श्री. गो. का. चांदोरकर[५४] यांनी तीन कान्हो कवींचा जो मुद्दा उपस्थित केला आहे, त्याचाही विचार करावयास हवा. त्यांच्या मते,

पहिले कान्हो नामक कवी— कान्हो पाठक— यादवकाळात,
दुसरे— कान्हो त्रिमलदास— शके १३५० मध्ये आणि
तिसरे— कान्हू पाठक— त्याच सुमारास होऊन गेले.
हे तिसरे कान्हो पाठकच नागनाथांचे शिष्य होत.

उद्धव चिद्‌घन या नागेश सांप्रदायिक कवीची परंपरा कविकाव्यसूचिकारांनी पुढीलप्रमाणं दिली आहे.[५५]

श्रीनारायण— ब्रह्मा — अत्रि — दत्त — शिवचैतन्य — गोपाळ

आत्माराम

राघव | कृष्णतुळशी
केशव | अद्वय
बाबाजी | चिद्‌घन
तुकाराम | उद्धव | राघव

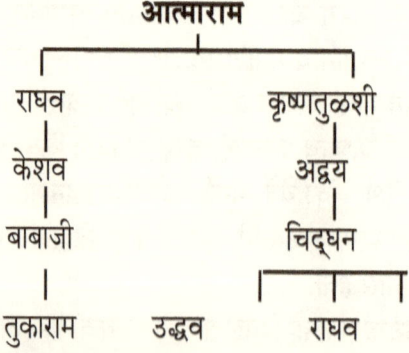

‘कविकाव्यसूचि’कारांनी ही परंपरा दिली असली तरी वरील दोन शाखांपैकी उद्धव चिद्‌घनांची खरी पहिली (राघव—केशव—बाबाजी) ही शाखा असावी, असं वाटतं. याची दोन कारणं आहेत :

१) नागेश संप्रदायात वरील चैतन्यत्रयीस अत्यंत मानाचं स्थान आहे व त्यांचं तत्त्वज्ञानही चैतन्याधिष्ठित आहे.

२) दुसरं असं की, या कवीच्या साहित्याचं अवलोकन केल्यास त्यात नागेश संप्रदायविषयक ग्रंथांचंच वैपुल्य आढळतं. या संप्रदायातील अन्य कोणत्याही कवीनं न लिहिलेलं सांप्रदायिक साहित्य उद्धव चिद्‌घनांनी लिहिलं. नागनाथ-चरित्र, हेगरसचरित्र, बहिरंभट-चरित्रादी उद्धव चिद्‌घनकृत लहान-लहान चरित्रांवरून त्यांचा या संप्रदायाकडील कल स्पष्ट दिसतो. तेव्हा वैचारिक दृष्ट्या तरी उद्धव चिद्‌घनांनी पहिल्या शाखेची परंपराच पाळली, हे स्पष्ट आहे. शिवाय, दुसऱ्या शाखेच्या चिद्‌घनांचे गुरू ‘अद्वय’ हे आहेत, असं म्हटलं आहे. त्याबद्दलही वाद आहे. चिद्‌घनांचे गुरू पन्हाळ्याचे अचलबाबा होते, असं एक मत आहे.[५६] ते लक्षात घेता, चिद्‌घन आणि उद्धव हेही निश्‍चितपणे दुसऱ्या शाखेचे होते, असं म्हणता येणार नाही.

आपल्या स्वतंत्र संप्रदायाची जाणीव नागेशानुयायांना असावी, असं सांप्रदायिक ग्रंथांच्या अवलोकनावरून वाटतं. ‘नागेशलीलामृता’त तर ‘संप्रदाय प्रकरण’ या नावानं काही स्वतंत्र अध्यायच दिले आहेत. ‘अज्ञानसिद्ध महापती । **सांप्रदाय चालवी** पूढती’(३४×३८) हा व यासारखे किती तरी उल्लेख ‘नागेशलीलामृता’त आढळतात.

नागेशांचं अवतारकार्य, ते उत्तरेकडून दक्षिणेकडे कसे आले[५७] आणि त्यांच्या संप्रदायाचा प्रसार कसा झाला, याविषयी ‘नागेशलीलामृता’च्या सतराव्या अध्यायात विवरण केलं आहे.

नागेशांचे शिष्य महाराष्ट्रात व महाराष्ट्राबाहेर कसे विखुरलेले होते, हे त्यांची व अज्ञानसिद्धांची शिष्यपरंपरा पाहिल्यावर लक्षात येईल. अज्ञानसिद्धांची शिष्यपरंपराही बरीच मोठी असल्यानं प्रथम नागेशांची शिष्यपरंपरा ‘नागेशलीलामृत’ व अन्य ग्रंथांच्या आधारे देत आहे व त्यानंतर अज्ञानसिद्धांच्या शिष्यशाखांची माहिती देत आहे. नागेशांच्या शिष्यपरंपरेत बहिरंभटांवरच नागनाथांचा अनुग्रह झाला होता, म्हणून ‘नागेशलीलामृता’दी ग्रंथात त्यांचा उल्लेख ‘नागेश-शिष्य’ असा केला आहे. उद्धव चिद्‌घनांना प्रत्यक्ष नागनाथांनी उपदेश दिला होता किंवा नाही, याविषयी माहिती उपलब्ध होत नसल्यानं त्यांचा या शिष्यपरंपरेत उल्लेख केलेला नाही. तथापि, ते या संप्रदायाचे अनुयायी कसे आहेत, याविषयी यापूर्वीच विवेचन केलं आहे.

नागनाथांच्या शिष्यशाखा

१ - तिमण्णा धनगर (इंदूर?)

२ - कृष्णा (हिवरे)

३ - पिला— त्रिमल—कान्हो पाठक— हरि— नामा पाठक

४ - एकलिंग तेली (माणूर) - अनंत चैतन्य?

५ - हेगरस— अज्ञानसिद्ध (नरंदे)

६ - वरदम्मा ऊर्फ वरदबसवण्णा (माणूर)

७ - बदकव्वा ऊर्फ बातकव्वा (मार्डी)

८ - नरसिंह बनसोड (आपेगाव)

९ - बहिरंभट (पैठण)

१० - अल्लंखान (आलमखान) - किल्लारी

११ - मन्मथस्वामी (कपिलधार)

'नागेशलीलामृता'त मन्मथस्वामींची विशेष माहिती मिळत नाही. मराठवाड्यात बीडजवळील कपिलधार हे त्यांचं स्थान असून, त्यांची पदंही या परिसरात उपलब्ध होत आहेत. 'मन्मथ शिवलिंग म्हणे मी नागेशाचा' हा त्यांच्याच पदांतील एक उल्लेख या परिसरात विशेष रूढ आहे. अल्लंप्रभू हे नागनाथ संप्रदायी होते, असा उल्लेख 'नागेशलीलामृता'त केला आहे—

नागनाथाचे शिष्यरत्न। अलंप्रभू समर्थ जाण।
तयाचे वर्णिता महिमान। ग्रंथार्णव होईल।।३४×५६।।

तथापि, या मताच्या सत्यतेविषयी शंका वाटते. प्रसिद्ध वीरशैव संत अल्लंप्रभू यांचा नित्य संवाद होई, त्यांचा 'नित्य संवाद' होई, हे मतही दोघांच्या काळातील अंतर लक्षात घेता, पटत नाही. डॉ. आवळीकर[५८] यांच्या म्हणण्याप्रमाणं 'अल्लंप्रभू हे नागनाथांचे शिष्यरत्न— होते, ही 'नागेशलीलामृता'तील माहिती नमूद करण्याइतकी महत्त्वाची आहे' यात शंका नाही. मात्र, वीरशैव अल्लंप्रभू व नागेशानुयायी अल्लंखान (आलमखान) या दोन वेगवेगळ्या व्यक्ती होत, हेही लक्षात घ्यावयास हवं. नागेशानुयायी अल्लंखानांचं (आलमखानांचं) साहित्य सोलापूरचे श्री. शं. ना. मोहोळकरशास्त्री यांच्याकडे होतं.

डॉ. आवळीकर यांनी आपल्या लेखात वर निर्देशिलेल्या शिष्यशाखा दिलेल्या नाहीत तथापि अज्ञानसिद्धांची शिष्यपरंपरा मात्र त्यांनी दिली आहे. ही शिष्यपरंपरा त्यांनी 'नागेशलीलामृता'च्या चौतिसाव्या अध्यायावरूनच घेतली असावी, हे उघड आहे. अज्ञानसिद्ध हे 'जमदग्नी गोत्रीचे द्विज' असून, 'अज्ञानपणी सिद्धस्थिति।

म्हणोनी 'अज्ञानसिद्ध' बोलती ॥' असं 'अज्ञानसिद्ध' या नावाचं स्पष्टीकरण 'नागेशलीलामृता'त दिलं आहे. अज्ञानसिद्धांच्या शिष्यशाखा पुढीलप्रमाणं आहेत-

अज्ञानसिद्ध *

१	२	३	४
महागाव	वरवंड	किल्लारी	नरंदें
संस्थान	संस्थान	संस्थान	संस्थान
देवजंये	येकलिंग	कृष्णनाथ	दत्तचैतन्य
संगमेश्वर	मैराळ	हरिनाथ	
सिद्धरामेश्वर	लिंगेश्वर	नरहरीनाथ	
गोविंदभटजी	येकलिंग	नारायणनाथ	
आत्मानंदस्वामी	मुक्तलिंग	रमानाथ	
	सहजलिंग	रघुनाथ	
	अनंत योगेश (?)		
	धोंडिराम		

वाईचे श्री. एस्. बी. काझी यांनी 'हश्यवे हैसियस' व 'तजकिराते औलिया' आदी ग्रंथांच्या व मिळविलेल्या माहितीच्या आधारे अज्ञानसिद्धांची पुढील शिष्यपरंपरा दिली आहे—

★ डॉ. आवळीकर यांनी दिलेल्या शिष्यपरंपरेत नावं आढळत नाहीत तथापि महागाव व कुरडेमहाराज प्रतीत ती दिली आहेत.

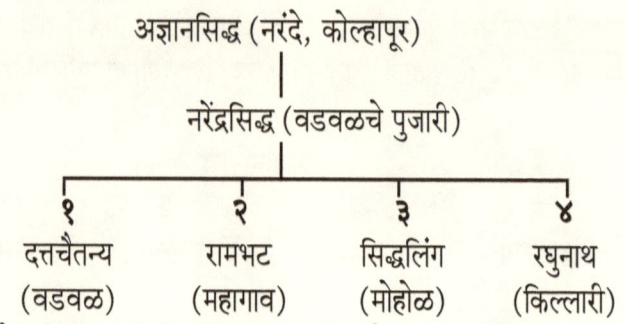

अज्ञानसिद्ध (नरंदे, कोल्हापूर)

नरेंद्रसिद्ध (वडवळचे पुजारी)

१	२	३	४
दत्तचैतन्य	रामभट	सिद्धलिंग	रघुनाथ
(वडवळ)	(महागाव)	(मोहोळ)	(किल्लारी)

'नागेशलीलामृता'चं सांप्रदायिक महत्त्व लक्षात घेता, त्यात दिलेल्या शिष्यशाखा प्रमाण मानणं अधिक उचित व सयुक्तिक ठरेल.

सिद्धलिंगांनंतर झालेल्या नागेशानुयायांची आजतागायतची परंपरा अशी सांगता येते. ही माहिती सोलापूर येथील श्री. शं. ना. मोहोळकरशास्त्री यांच्याकडून उपलब्ध झाली.

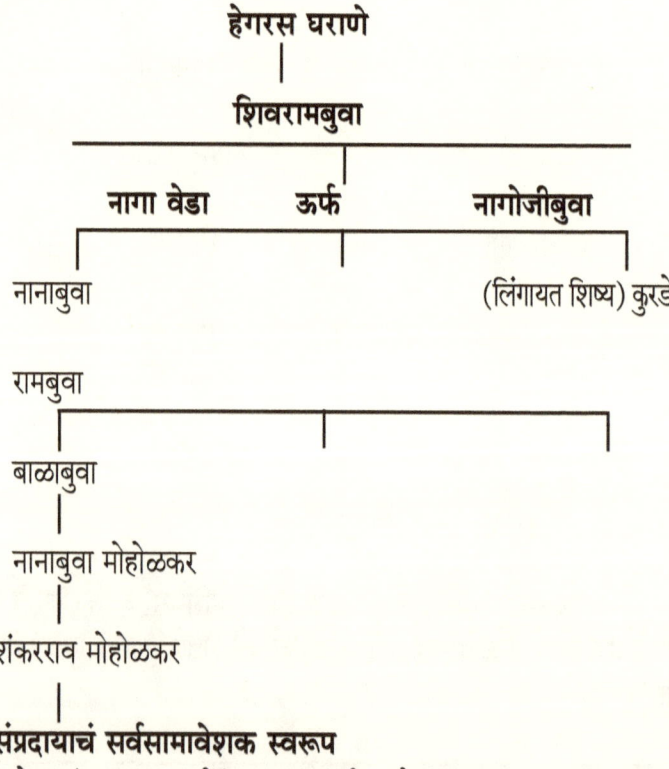

हेगरस घराणे

शिवरामबुवा

नागा वेडा   ऊर्फ   नागोजीबुवा

नानाबुवा   (लिंगायत शिष्य) कुरडे

रामबुवा

बाळबुवा

नानाबुवा मोहोळकर

शंकरराव मोहोळकर

संप्रदायाचं सर्वसामावेशक स्वरूप

नागेश संप्रदाय हा सर्वसंग्राहक व सर्वसमावेशक असावा, असं त्याच्या तत्त्वज्ञानावरून व शिष्यपरंपरेवरून वाटतं. खुद्द नागनाथांच्या सर्वसमावेशक व

व्यापक दृष्टिकोनाविषयी 'नागेशलीलामृता'त किती तरी उल्लेख आढळतात. 'वडवाळसिद्ध नागेश हा मोठ्या योग्यतेचा पुरुष होता. तो सदासर्वकाळ अयाचित वृत्तीने जगात वावरे. सर्व प्राणिमात्रांत व सर्व वस्तुजातांचे ठायी भरला असून त्यात कोणताही भेदाभेद नाही, असे तो मानी... सर्व वस्तु मंगल आहेत, कारण सर्वव्यापी परमेश्वराव्यतिरिक्त काही रिते नाही, असे तो म्हणे', 'ही महाराष्ट्र- सारस्वत'कारांनी[५१] दिलेली माहिती 'नागेशलीलामृता'तील माहितीशी व 'वरदनागेशा'त प्रतिपादिलेल्या तत्त्वज्ञानाशी जुळते. नागेशांचे शिष्य धनगर, ब्राह्मण, लिंगायत, मुसलमान इ. अनेक धर्म-जाती-पंथांतील होते, ही गोष्टही इथं लक्षात घ्यावयास हवी.

सांप्रदायिक तत्त्वज्ञान

नागेश संप्रदायाचं तत्त्वज्ञानही असंच सर्वसमावेशक व व्यापक स्वरूपाचं आहे. नाथ, चैतन्य, दत्त, लिंगायत (वीरशैव), सूफी इ. संप्रदायांच्या तत्त्वज्ञानांतील वैशिष्ट्यूपर्ण तत्त्वं या संप्रदायाच्या तत्त्वज्ञानात समाविष्ट केली आहेत. अद्वैतमताचं समर्थनही या तत्त्वज्ञानात आढळतं. नागनाथांना नागेश ऊर्फ शिवयोगी असं म्हणतात तसंच त्यांना 'आदिनाथ' असंही म्हणतात. त्यांना चैतन्यत्रयीचे (राघव— केशव— बाबाजी चैतन्य यांचे) गुरू मानतात. या तत्त्वज्ञानाच्या संदर्भात अवधूत-विचारही केला जातो ('वरदनागेश' या ग्रंथात याविषयी विवेचन केलं आहे.). या संप्रदायाच्या संतांना 'सिद्ध' ही उपाधी लावली जाते (उदा. वडवाळसिद्ध, अज्ञानसिद्ध, सिद्धलिंग, दत्तचैतन्यसिद्ध आदी.). 'वरदनागेश' या ग्रंथात अज्ञानसिद्धांचे काही अभंग दिले आहेत. त्यांत त्यांनी आपल्या गुरूंना सिवयोगी, नागेश्वर, सिधळिंग, सिधराजा, सिद्धराजा, सिध नागेश्वर, सिध नागनाथ असं म्हणून आळविलं आहे. यावरूनही हे सर्वसमावेशकत्व आपल्याला प्रतीत झाल्याशिवाय राहत नाही.

'संकटहरणी' या ग्रंथास अज्ञानसिद्धांनी 'शिवग्रंथ' हे दुसरं पर्यायवाची नाव दिलं आहे. नाथ संप्रदायात जसे योगमाहात्म्य-विवरण केलं जातं तसं या पंथाच्या तत्त्वज्ञानातही योगविवरण केल्याचं आढळतं. मात्र त्यावर फार भर दिलेला नाही. या संप्रदायाच्या सिद्धांनी केलेले चमत्कारही या संदर्भात लक्षात घ्यायला हवेत. अज्ञानसिद्ध आपल्या भक्तियोगाला 'सिवयोग' (शिवयोग) म्हणून संबोधितात व आपण 'सिवतत्त्वे (शिवतत्त्वे) उजळलो' असं म्हणून जीवाचं सार्थक झाल्याबद्दल समाधान व्यक्त करतात. 'असमसाहस' हा शब्द 'ज्ञानेश्वरी'नंतरच्या काव्यात फारसा येत नाही, असं वि. का. इतिराजवाडे

म्हणतात. 'वरदनागेश'[६१] या ग्रंथात हा शब्द आला आहे, या गोष्टीकडे श्री. पां. मा. चांदोरकर[६२] यांनी मुद्दाम लक्ष वेधलं आहे. पंथातील शिवरात्रीचं माहात्म्य त्यातील तत्त्वज्ञानाच्या दृष्टीनं महत्त्वाचं आहे. या सर्व गोष्टींबरोबरच 'नागेशलीलामृत'कारांनी दिलेला इशाराही लक्षात घ्यावयास हवा—

नाथनामावरूनी । नाथसांप्रदायी म्हणो नये ।। (३३×५५)

चैतन्य संप्रदायाचा नागेश संप्रदायाच्या तत्त्वज्ञानावरील ठसा विशेष लक्षणीय आहे. चैतन्य तत्त्वज्ञानाची बैठकच या संप्रदायाला प्रामुख्यानं लाभली आहे. याविषयी यापूर्वी उल्लेख केलाच आहे. 'चैतन्य सत्य येकचि ।' (-ना. ली. १८×११४) हाच घोष या पंथाच्या बहुतेक ग्रंथांत आढळतो. 'ब्रह्म चैतन्यस्वरूप आहे', हे चैतन्य संप्रदायाचं मूलतत्त्व या संप्रदायानंही स्वीकारलं आहे—

'चैतन्य चैतन्य येकचि भले।
वेश देहाचा मायिक तो।। १८×११३।।

—अशी किती तरी सूत्रबद्ध वाक्यं वरदम्मा व अन्य प्रसंगांच्या निमित्तानं 'नागेशलीलामृता'त आली आहेत.

'नागेशलीलामृता'पेक्षाही 'वरदनागेश' हा ग्रंथ अधिक जुना असूनही, त्यातील तत्त्व-विवेचन पंथदृष्ट्या अधिक प्रमाण मानावयास हवं. त्यातील काही महत्त्वाच्या ओव्या इथं उद्धृत करीत आहे, त्यावरून नागेश संप्रदायाच्या तत्त्वज्ञानाची कल्पना येईल.

१) जैसी माया अविद्येमाजी जाण। एकचित व्यापक चैतन्य।
त्या उपाधि किंचित निरशन। तैं एकपण एकात्मता।।१×५५।।
किं पिंड-ब्रह्मांड पृथक् पृथक्। पाहता दिसे भिन्नात्मक।
दोहीमाजी येक चालक। जे निष्कलंक निजरूप।।१×५७।।

२) ऐसे अनंत भक्त। गुरु-उपदेशेचि होती मुक्त
जे अनात्मिक अमुक्त। ते मोक्ष पुढा दाविती।।१×१२४।।
तैसे नव्हे ज्ञान। जे परिपूर्ण शुद्ध चैतन्य।
ते सद्गुरुमुखें अनुभऊन। पाहिजे ज्ञानद्रिष्टि।।१×१२५।।

'नागेशलीलामृत' हा उत्तरकालीन ग्रंथ असला, तरी 'वरदनागेशा'च्या 'ज्येष्ठत्वा'बद्दल आता शंका वाटण्याचं कारण नाही. त्याचप्रमाणं अज्ञानसिद्धांचं या संप्रदायातील महत्त्वपूर्ण स्थान लक्षात घेतल्यास त्यांनी या ग्रंथात प्रतिपादिलेल्या विचारसरणीलाही कसं महत्त्व प्राप्त झालं आहे, ते कळेल. या पंथाची तात्त्विक

बैठक समजून घेण्यास ही विचारसरणी अत्यंत उपयुक्त वाटते.

या ग्रंथात स्थूल मानानं सद्गुरू, शिष्य, साधू, आत्मानुभव, जीव, ब्रह्म, माया, तीन अहंकार, तीन शक्ती, पंचदश तत्त्वं, त्रिपुटी यांची लक्षणं, सहज स्थिती, सुषुप्ती - मुक्तताभेद, भूमिकाचतुष्टय, मानसपूजा, पंचीकरण, पिंड-ब्रह्मांड-ऐक्य, तत्त्वमसि, अजपाजप, विषयपंचक, संप्रज्ञात समाधी याविषयी विवेचन केलं आहे.

अज्ञानसिद्ध हे निश्चितमपणे चैतन्यधिष्ठित तत्त्वज्ञानाचेच पुरस्कर्ते होते. डॉ. आवळीकर यांनी आपल्या लेखासाठी अज्ञानसिद्धांच्या स्फुट प्रकरणांऐवजी त्यांच्या 'वरदनागेश' या ग्रंथाचा उपयोग केला असता तर वरील निर्णय घेण्यासाठी व निश्चयात्मक विधान करण्यासाठी उपयुक्त अशी कित्येक प्रमाणं त्यांना त्या ग्रंथात आढळली असती. असं असलं, तरी 'अज्ञानसिद्धांना चैतन्य संप्रदायी म्हणावयास प्रत्यवाय नसावा', हे त्यांनी व्यक्त केलेलं मत लक्षात घेण्याजोगं आहे. त्यातूनही वर प्रतिपादिलेल्या मताचं सूचन मिळतंच.

विविध संप्रदायांतील चांगल्या तत्त्वांचा समावेश नागेश संप्रदायाच्या तत्त्वज्ञानात केला असला तरी ते प्रामुख्यानं चैतन्याधिष्ठित तत्त्वज्ञान आहे, यात शंका नाही. नागेश संप्रदायाच्या समावेशक तत्त्वप्रणालीचं दर्शनही त्यात घडतं. डॉ. आवळीकर म्हणतात[६३] त्याप्रमाणं, 'ही व्यापक भूमिका लक्षात घेता; नागनाथांच्या शिष्यांत मुसलमान, लिंगायत आदींचा समावेश कसा झाला, हे कोडं उलगडतं. नागेश हे नसिरुद्दीन किंवा शिवयोगी बनण्याचे— बनविण्याचे कारण येथेच सापडते.'

नागेश तत्त्वज्ञानाला अवतार-कल्पनाही संमत असल्याचं दिसतं. मात्र, हा अवतार फक्त नागेशांचाचा असावा, असं वाटतं. एकेश्वरवादी मताकडेही या तत्त्वज्ञानाचा कल आहे. भक्ताच्या भेटीसाठी चैतन्यरूप परमात्मा प्रकट होतो किंवा पापाचरण नष्ट करण्यासाठी, पृथ्वीवर मांगल्याचं राज्य पुन्हा प्रस्थापित करण्यासाठी तो अवतार धारण करतो, असंही हा संप्रदाय मानतो. ज्ञान, कर्म आणि भक्ती या त्रयीचा संगम या संप्रदायाच्या तत्त्वज्ञानात झाला आहे.

नागेश साम्प्रदायिक आचारधर्म

या पंथाला अभिप्रेत असलेला आचारधर्म सामान्य माणसाला पेलण्याजोगा आहे. त्यात कडक संन्यास, योगावर अतिरिक्त भर, कर्मकांडांचं प्राबल्य इ. गोष्टी नाहीत. सर्वसामान्य जनांच्या प्रापंचिक मर्यादांची जाणीवही त्यात प्रकट

झाली आहे. वारकरी संप्रदायानं जसा सुलभ भक्तिमार्ग प्रतिपादिला, तद्वतच नागेश संप्रदायानंही सोपा आचारधर्म सांगितला आहे.

या आचारधर्माचं विवरण अज्ञानसिद्धकृत 'संकटहरणी' या ग्रंथात व भास्कर कवीकृत 'नागेशलीलामृता'त केलं आहे. मात्र, पंथीय आचारधर्माची ही लक्षणं स्वतंत्र प्रकरणात वा अध्यायांत दिलेली नाहीत. ती या ग्रंथांत इतस्ततः विखुरली आहेत.

पंथानं आपला स्वतंत्र आचारधर्म प्रतिपादिला असावा, असं 'वरदनागेश' या ग्रंथातील काही उल्लेखांवरून वाटतं. पहिल्याच अध्यायात शिष्यानं गुरूची स्तुती केल्यावर गुरूनं त्याला (शिष्याला)

चरणावरुनि उठविला। स्वस्थानी बैसविला।
उपदेशक्रम **दाविला। विधियुक्त मार्ग**।।२२३।।
अपुली संप्रदायाची विधी। करुनि स्थिरावला सुखसमाधी।
तेथे अज्ञानशक्तीचा बुत्धी। नास्ती जाहल्या ।।२२४।।

पूज्य स्थानं

नागनाथांनी व त्यांच्या शिष्यांनी ज्या-ज्या स्थानी वास्तव्य केलं, ती स्थानं या पंथाची पवित्र व पूज्य क्षेत्रं होतं. या क्षेत्रांपैकी वडवळ, मोहोळ व देवगाव ही तीन प्रमुख क्षेत्रं होत. यापूर्वी 'हे वडवळ कोणतं?' या शीर्षकाखाली वडवाळमाहात्म्य वर्णिलंच आहे. मोहोळचं 'महिमान' 'नागेशलीलामृत'कारांनी असं गायिलं आहे—

नागनाथ योगेकरून। विराजे मोहोळ महिमान।
तीर्थमय तेथील जीवन। सिद्ध पाषाण भाविका।।३६×७५।।

कारण या मोहोळा—

माजी पंचतीर्थे[६४] असती। सोळा सिद्ध[६५] विलसति।
स्नानदाने जे पूजिती। ते पावती चारी पुरुषार्थ।।३६×७६।।

हे जे **सोळा सिद्ध** नागेशांभोवती आहेत, त्यांचे मोठे मनोहर वर्णन भास्कर कवीनं केलं आहे—

नागनाथ अक्षय चंद्रोत्तम।
शोडश सिद्ध कलासम।।३६×८४।।

वडवळ, मोहोळ व देवगाव या क्षेत्रांना गेल्यास त्रिस्थळी यात्रेचं पुण्य मिळतं. इथं स्नान-दानं करावीत व या क्षेत्राची, तेथील देवतांची पूजा करावी, असंही सांप्रदायिक ग्रंथांत म्हटलं आहे.

देवगाव आणि चंद्रमोळी। वडवाळ क्षेत्र तिजे स्थळी।
तीर्थस्थान देवतामेळी। पूजिता त्रिस्थळी यात्रा।।

याशिवाय माणूर, मार्डी आणि नरंद्रे ही तीन स्थानंही पूजनीय होत;[६६] कारण—

जेथे जेथे प्रगटला नाथ। तितुकीया स्थळी जाऊन त्वरीत।

करणें विधियुक्त। महायात्रा॥३६×११०॥

नागेश-शिष्यांच्या स्थानांनाही असंच मानाचं स्थान संप्रदायात दिलं जातं. महागाव (जि. गुलबर्गा), नरंद्रे (जि. कोल्हापूर), वरवंड (जि. सोलापूर?) व खिलारी (किलारी) यांना 'सांप्रदायिक संस्थानं' म्हणून मान्यता दिली जाते. ही चारही संस्थानं म्हणजे अज्ञानसिद्धांच्या चार शिष्यांची वास्तव्यस्थानं होतं.

नागेश संप्रदायाच्या आचारधर्मात महाशिवरात्रीच्या नागेशपूजनास विशेष महत्त्व असल्याचं-

शिवरात्रीस **नेमेकरून**। करीती नागेश्वरपूजन॥३६९०

या 'नागेशलीलामृता'तील उल्लेखावरून स्पष्ट होतं.

वारकरी संप्रदायात वारींला जे महत्त्व, तेच वडवळच्या मासिक यात्रेला आहे. सध्यादेखील दर अमावास्येस सोलापूर येथील, सोलापूरच्या आसपासच्या जिल्ह्यांच्या परिसरातील व विविध राज्यांतील किती तरी नागेशानुयायी मोठ्या संख्येनं या यात्रांसाठी येत असतात. याशिवाय वडवळ इथं मोठी वार्षिक यात्राही भरते. 'एळ्ळ अमावास्ये'ची यात्राही वडवळच्या मोठ्या यात्रांपैकीच एक होय.

महाराष्ट्रातील या एका मोठ्या संप्रदायाच्या अनुयायांची संख्या फार मोठी आहे, हे वर सांगितलंच आहे. या संप्रदायाच्या तत्त्वज्ञानाविषयी, आचारधर्माविषयी व परंपरेविषयी थोडीफार कल्पना यावी आणि याविषयीच्या संशोधनाला पुढं आणखी चालना मिळावी, या हेतूनंच हे विवेचन केलं आहे.

वारकरी, नाथ, दत्त, महानुभाव व समर्थ या संप्रदायांप्रमाणंच नागेश संप्रदायालाही तात्त्विक अधिष्ठान आहे. महाराष्ट्राच्या सांस्कृतिक इतिहासात व जीवनात या संप्रदायानंही आपलं स्वत:चं असं वैशिष्ट्यपूर्ण स्थान प्राप्त केलं आहे. संप्रदायांपैकी काही संप्रदाय महाराष्ट्रीय लोप पावण्याची चिन्हं दिसत असताना वारकरी व अन्य संप्रदायांप्रमाणंच नागेश संप्रदायाच्या तत्त्वज्ञानाविषयी निष्ठा बाळगणाऱ्यांची व पंथीय आचारधर्माचं पालन करणाऱ्यांची संख्या इतकी मोठी आहे व दिवसेंदिवस ती वाढत आहे ह्या गोष्टीची दखल घेणं आवश्यक आहे. त्याचप्रमाणं सूफी संप्रदायाशी नागेश संप्रदायाचा कितपत अनुबंध आहे, याविषयी अधिक संशोधन होणंही आवश्यक आहे.

चैतन्य संप्रदायाच्या गंगोत्रीतून नागेश संप्रदायाच्या रूपानं प्रकट झालेला

हा प्रचंड प्रवाह आजही महाराष्ट्राच्या व भारताच्या अन्य प्रांतांच्या कडेकपारींतून खळाळून वाहत आहे व त्याचं रूपांतर आज एका महानदीत झालं आहे, एवढंच इथं नमूद करावंसं वाटतं.

संदर्भ

१. "नागेशलीलामृताची माझ्याकडील प्रत कोणा अलबत्या-गलबत्याकडील नसून 'तात्याबोवा मठसिद्ध चंद्रमौळी मोहोळ' यांची— मोहोळकरांच्या घराण्यातील आहे.' (—महाराष्ट्र साहित्य पत्रिका, जून १९६१, पृ.३०)

२. या विषयाचा उल्लेख श्री. वा सी. बेंद्रे यांनी दिलेल्या विषयसूचीत केलेला नाही. (—तुकाराममहाराजांची गुरुपरंपरा, पृ. २०)

३. श्री. बेंद्रे या विषयाचा उल्लेख 'आदिनाथ नागदंबरी उपदेश' असा करतात. (—तु. म. गु., पृ. २ ०).

४. 'हिवरे नागनाथ कथा.' (—तु. म. गु., पृ. २१)

५. 'शिवराज-माहात्म्य.' (-तु. म. गु., पृ. २१)

६. श्री. बेंद्रे यांनी हा उल्लेख केलेला नाही. तसंच त्यांच्या अवलोकनात आलेल्या 'नागेशलीलामृता'च्या प्रतीत वरील तिन्ही चमत्कारांचं वर्णन अठराव्या अध्यायात केल्याचं दिसतं.

७. श्री. बेंद्रे यांनी या प्रसंगाचा उल्लेख केलेला नाही. (-तु. म. गु., पृ. २१)

८. येथे श्री. बेंद्रे यांनी अज्ञानसिद्धांच्या केवळ एकाच शिष्यशाखेचा— महागाव संस्थानाचा— निर्देश केला आहे. (-तु. म. गु., पृ. २१)

९. येथे श्री. बेंद्रे यांनी चवंडामहाराज यांचा उल्लेख केला आहे. (-तु. म. गु. पृ. २१)

१०. श्री. बेंद्रे : 'चन्नमल्ल' (-तु. म. गु., पृ. २१)

११. त्यात मोहोळ देश-कुलकर्ण । बहुत दिसाची वृत्ती जाण ।
तेथ प्रगटला नागेश पूर्ण । **दाशत्वपणा आहेची** ॥ (-ना. ली. ४०×११३)

१२. निराजी भास्कर वीख्यांत । भास्कर नामे तया सुत ।
आबाळ ते 'भानजी' बोलत । तो प्रपीता माझा होय पै ॥११७॥
नागेशापासी तयानी । अनुष्ठान केले एकपणी ।
पुत्र जहाला तयालागुनी । त्रिंबक नामें माझा परवडी ।
आबाळ बोलती तातडी । 'भानजी' म्हणती सर्वही ॥१२०॥

१३. तु. म. गु., पृ. २०
१४. तु. म. गु., पृ. २०.
१५. 'श्री. बेंद्रे यांना मिळालेल्या प्रतीत अशा तऱ्हेचा कालनिर्देश असेलही. मला मिळालेल्या प्रतीत मात्र 'सत्रासे सत्तर वहनसाली' असा कालोल्लेख आहे.'- (म. सा. पत्रिका, जून १९६१, पृ. ३०)
१६. तु. म. गु. पृ., २२
१७. पाहा- तु. म. गु., पृ., ४९, ५२, ६१, ६२, ६८, ७८, ७९, ८०, १०९, १४०, १४४, १४५.
१८. हा शब्द लेखकाचा.
१९. अ) वर्णि तिंमण्णा वृतांत । अनंत बल्लाळ कृपाश्रित ।
तोचि योजीला मतीतार्थ । श्रोतजनहो अवधारा ॥१७×८५।

आ) अनंत बल्लाळसुतें पवित्र ।
हेगरसाख्यान केलें सुंदर ॥२४×३१॥

२०. हस्तनापुरामाजी नागेश्वर । संचरले स्वलीले सत्वर ।
तेथें कैसा वृत्तांत जाहला । तो रामलिंगे वर्णिजेला ॥१७×२१॥

२१. उद्धव चिद्घन समर्थ थोर । त्यांनी केली पदपदांतरे ।
त्यांतील मथीत कथासार । समंतु येथे घेतलेसे ॥१८×१३४॥

२२. अ) महापतीबाबा जो समर्थ । वर्णती 'संतलीलामृत' ॥१८×३४॥
तये ग्रंथीचे कथामथीत । संमतू येथे घेतलेसे ॥

आ) महीपतीबावाचे संमत । 'संतलीलामृत कथामथीत।
त्यामाजी केला निश्चितार्थ ॥२४×३२॥

२३. भा. इ. सं. मंडळ अहवाल, शके १८३५, पृ. ५
२४. भा. इ. सं. मंडळ, षष्ठ संमेलन वृत्त, शके १८४०, पृ. २२२
२५. म. सा. पत्रिका, जून १९६१, पृ. ३४.
२६. भा. इ. सं. मंडळ, ष. सं. वृत्त, शके १८४०, पृ. २२२
२७. भा. इ. सं. मंडळ वृत्त, शके १८४०, पृ. २२३
२८. ठळक टाइप प्रस्तुत लेखकाचा.
२९. भा. इ. सं. मंडळ वृत्त, शके १८४०, पृ. २२५
३०. ठळक टाइप प्रस्तुत लेखकाचा.
३१. भा. इ. सं. मंडळ वृत्त, शके १८४०, पृ. २२५
३२. भा. इ. सं. मंडळ अहवाल, शके १८३५, पृ. ४०

नागेश संप्रदाय : तत्त्वज्ञान, आचारधर्म व परंपरा / १८९

३३. महाराष्ट्र–सारस्वत, पृ. २४४
३४. म. सा. पत्रिका, जून १९६१, पृ. २६
३५. भा. इ. सं. मंडळ अहवाल, शके १८३५, पृ. ४०
३६. महाराष्ट्र-सारस्वत, पृ. २४४
३७. महाराष्ट्रीय संत-कवि-काव्य सूची, पृ. १७
३८. महाराष्ट्र-सारस्वत पृ. ९२०
३९. महाराष्ट्र-साहित्य पत्रिका, जून १९६१, पृ. २७
४०. महाराष्ट्रीय संत-कवि-काव्य सूची, पृ. १२
४१. महाराष्ट्र-सारस्वत, पृ. ६१८
४२. 'वैनगंगेतीरी अंबावती पुरी । भेटला मुरारी रामदेवा ।
रामासि वेदांतु नागेंद्रा सिद्धांतु ।
गुरू नागनाथु आम्हासये ॥'
४३. महाराष्ट्र-सारस्वत, पृ.८५०
४४. भा. इ. सं. मंडळ अहवाल, शके १८३५, पृ. ४०
४५. जगी साधुसंप्रदाय मार्ग । चार जे लाभता तुछ स्वर्ग ।
जे का भवबंधन-छेदन । निर्मिले सुवर्ग उत्तम ॥१०॥
एक ते स्वरूप संप्रदाय । प्रकाश सांप्रदाय दूजा आहे ।
संप्रदाय आनंद तीसरा होय । चैतन्य पाहे मार्ग चवथा ॥११॥
स्वरूप, प्रकाश, आनंद । चैतन्य असे चतुर्विध ।
संप्रदाय साधूमार्गीच शुद्ध । ऐक विशुद्ध मुमुक्षा ॥१२॥
वाटे संप्रदाय चत्वारी जाहज । भक्ती शेंदनाची चार ध्वज ।
गोपुर सतेज परमार्थलया ॥१३॥
... असे संप्रदाये सुपुण्ये । दवडित भव-दुःख-दैन्य ।
स्वरूप प्रकाशनानंद चैतन्य । एवं सुपथान्यपथाचित्ता ॥१७॥
चैतन्य संप्रदाय यातून । विलसे नागनाथासी सुपूर्ण ।
मुमुक्षु ऐक निश्चय वचन । संप्रदाये चैतन्य श्रीगुरूसी ॥१८॥
गंगोत्रीपासोनी गंगेचा । प्रवाह विस्तारीला साचा ।
तेवी चैतन्य संप्रदाय जाचा । प्रसारू मार्गाचा शोभित दिसे ॥१९॥
केशव चैतन्यादि थोर । अज्ञानसित्थादि सत्पात्र ।
संप्रदायी जाहले जे धुरंधर । संप्रदाय प्रकर्णी ऐकसी ॥२०॥
४६. महाराष्ट्रीय संत-कवि-काव्य-सूची, पृ. ६६

४७. भा. इ. सं. मंडळ अहवाल, शके १८३४, पृ. १५२

४८. जगनाडे वहीतील संतस्मरण—

येही अनंता हरीदासी तारीले जगासी ।
जे पूर्ण हरीसी शरणागत ।।
चीतामणौ प्रसादे कौडण्य गोत्री वदे पीश्या ।
बहिऱ्याने जातीवेदें स्मरणें कळें हे ।।७।।

४९. हस्तलिखित क्र. ८९ म.

५०. महाराष्ट्रीय संत-कवि-काव्य-सूची, पृ. १७

५१. पृ. १२४

५२. महाराष्ट्र-सारस्वत, पृ. २४६

५३. महाराष्ट्र-सारस्वत, पुरवणी, पृ. ९२१

५४. भा. इ. सं. मंडळ, इतिवृत्त, शके १८३६

५५. महाराष्ट्रीय संत-कवि-काव्य सूची, पृ. १२

५६. महाराष्ट्रीय संत-कवि-काव्य सूची, पृ. १२

५७. जया आदी, मध्य, अंती । ज्याचे इच्छेनी जग होत ।
जो सर्वासी प्रतिपाळीं । तो देव नागनाथ ब्रह्मरूप ।।१७१।।
आपुलेनि केले पदार्थ । बिघडता स्वये सुधारीकर्ता।
तैसी पापात्मी जग होता । अवतरोनी त्वरिता पैं होये ।।२।।
याचें अनुसंगे साधूजन । तयाचे दर्शने जग पावन ।
मग **नागेश-अवतार** सनातन । त्याचे दर्शने जग उद्धरे ।।३।।
भक्तभेटीचा आठव मनी । धरोनी निघाला वरदपानी ।
सरम्य कांतार सोडोनी । दक्षिणपंथे चालिला ।।५।।

५८. महाराष्ट्र साहित्य-पत्रिका, जून १९६१, पृ. २८-२९

५९. महाराष्ट्र-सारस्वत, पृ. २४३

६०. अध्याय १; ओ. १३५

६१. अध्याय ४; ओ. ३११-१२

६२. भा. इ. सं. मंडळ, ष. सं. वृत्त, शके १८४०, पृ. २२६

६३. म. सा. पत्रिका, जून १९६१, पृ. ३१

६४. **पंचतीर्थे - निंबतीर्थ, गंगातीर्थ, पितृतीर्थ, चंद्रतीर्थ, खर्गतीर्थ**
।।-ना. ली. ३६×९४।।

६५. **सोळा सिद्ध -** संगमेश्वर, कल्लेश्वर, शुक्लेश्वर, लिंगेश्वर, बेलेश्वर,

चंद्रशेखरेश्वर, चेनेश्वर, परमेश्वर, मल्लेश्वर, मरळसिद्धेश्वर,   उत्तरेश्वर, मुगळीमल्लेश्वर, सोमसिद्धेश्वर, गुप्तेश्वर, लिंबेश्वर, मुगळेश्वर

॥-ना. ली. ३६×९४॥

६६. ऐसी **तीन्ही स्थानें** प्रसिद्ध । माणूर माडीं नरिंद्र ।
एवं शडस्थानी विशद । स्थानपूजने षडस्थानी ॥ (ना. ली. ३६×१०९)

◆◆

: २ :

शोध : अज्ञानसिद्धांचा नि नागेश संप्रदायाचा

सोलापूर जिल्ह्यातील करमाळा हे माझं जन्मगाव. वडिलांच्या— रावसाहेबांच्या— खानसाहेब एम. के. पठाण यांच्या— शासकीय नोकरीमुळं मला महाराष्ट्रातल्या अनेक गावी राहावं लागलं; तथापि माझ्या विद्यार्थिदशेचा— विशेषत: महाविद्यालयीन व अध्यापन-संशोधनाचा काही लक्षणीय काळ सोलापुरात गेला. नागेश संप्रदायाची प्रमुख केंद्रं म्हणजे, सोलापूरजवळची 'वडवळ' व 'मोहोळ' ही गावं. तिथं नागनाथांचं विशेष महत्त्व. महाराष्ट्राच्या व कर्नाटकाच्या सीमाप्रदेशात मोठ्या संख्येनं त्यांचे अनुयायी आढळायचे. मध्ययुगीन संत-साहित्य संशोधनाकडे माझा त्याही काळात ओढा असल्यानं मी या नागेश संप्रदायविषयक अध्ययन-संशोधनक्षेत्राकडे वळलो. हा एक स्वतंत्र संप्रदाय असावा, या कल्पनेनंच खरं तर मी एके काळी अक्षरश: झपाटून गेलो होतो. मोहोळ-वडवळला जाणं-येणं वाढत होतं. खरगेमहाराज व मोहोळकरशास्त्रींच्या गाठीभेटीही वाढत होत्या. सांप्रदायिक साहित्य खेडोपाडी उपलब्ध होऊ लागलं होतं. त्याची चिकित्सा व शहानिशा करणं गरजेचं होतं; मगच हा 'स्वतंत्र संप्रदाय' आहे की नाही, याचा निर्णय घेणं शक्य होणार होतं. मग 'नागेशलीलामृत', नागेशांची पदं, अज्ञानसिद्धांचं 'वरदनागेशा'दी साहित्य, अन्य नागेश सांप्रदायिकांच्या मार्डीसारख्या गावोगावी विखुरलेल्या रचना, पुण्याच्या भा. इ. सं. मंडळाची इतिवृत्तं, मौखिक व लेखी परंपरा, या क्षेत्रातील तत्कालीन दिग्गज इतिहाससतज्ज्ञांची टिपणं व लेख यांच्या एका प्रचंड धांडोळ्यालाच प्रारंभ झाला, सन १९५३ पासून त्यानंतर जवळपास १९६३-६४ पर्यंत. मी १९६० मध्ये डॉ. बाबासाहेब आंबेडकर मराठवाडा विद्यापीठात नियुक्त झालो. सोलापूर सुटलं तरी त्यानंतरही हा ध्यास सुरूच राहिला.

दरम्यान, माझे स्नेही डॉ. पंडितराव आवळीकर यांनी 'नवभारत'मध्ये

अज्ञानसिद्धांच्या काही प्रकरणांविषयी थोडंफार लेखन केलं व त्यांच्या काही तत्त्वविवरणपर छोटेखानी रचनांचा परिचय करून दिला पण नागेश संप्रदाय मुळात अस्तित्वात असताना, त्याच्या मराठी वाङ्मयेतिहासातील सांप्रदायिक/ वाङ्मयीन अस्तित्वसिद्धीसाठी खूप सामग्री जमवूनही साहसानं आणि सप्रमाण अशी तिची मांडणी करणं व हा एक स्वतंत्र संप्रदाय आहे, हे प्रकट करणं काहीसं बिकट कार्य होतं. पण गेल्या शतकाच्या साठीच्या प्रारंभी ते करण्याचं मनोबल मला डॉ. आंबेडकर मराठवाडा विद्यापीठाचे तत्कालीन कुलगुरू श्री. सुंदरराव डोंगरकेरी व कुलसचिव प्राचार्य म. भि. चिटणीस यांनी दिलं— विद्यापीठाच्या बहि:शाल शिक्षण मंडळाच्या वतीनं 'नागेश संप्रदाय' ही माझी परिचयात्मक पुस्तिका १९६३ च्या सुमारास प्रकाशित झाली. ती दुर्मिळ असल्याचं यापूर्वी उद्धृत केलं आहे. सुप्रसिद्ध संशोधक व माझे स्नेही डॉ. ढेरे यांनी 'इंद्रायणी' त्रैमासिकात तिची प्रथम स्वागतपूर्वक नोंद घेतली व माझं हे नवीन संशोधन मान्य केलं. त्यानंतर सर्व मराठी वाङ्मयेतिहासकारांनी हळूहळू हे संशोधन मान्य करून त्याविषयीची माझी मतं उद्धृत करण्याची व काही वेळा ती स्वत:चीच म्हणून प्रसिद्ध करण्याची 'आत्मीयता'ही दाखविली. त्यामुळं मध्ययुगीन मराठी वाङ्मयेतिहासात नागेश संप्रदायाचं स्थान अढळ व्हायला साह्य झालं. आज एकविसाव्या शतकात ते पूर्णतया बद्धमूल झालं आहे, याचं मला आयुष्याच्या उत्तरायणात मोठं समाधान वाटत आहे.

'नागेश संप्रदाय' या परिचयात्मक पुस्तिकेत मी या 'संप्रदाया'च्या परंपरेचा, तत्त्वज्ञानाचा, आचारधर्माचा, साहित्याचा– संक्षेपानं का होईना– प्रथमच आलेख रेखाटला होता. पुढं त्याविषयी सविस्तर विचार करावा, असं माझ्या मनात होतं; पण 'वरदनागेशा'चं संपादन वगळता, त्याचप्रमाणं नागेश-वीरशैव अनुबंधात्मक लेख व अलीकडेच लिहिलेला 'नागेश संप्रदायाचं साहित्य' हा बृहद्लेख आणि महाराष्ट्र राष्ट्रभाषा प्रचार सभेचे मुखपत्र 'राष्ट्रवाणी'तील या संप्रदायाच्या सिद्धलिंगादी संतकवींच्या विविध हिंदी रचनांविषयीचे संशोधनपर लेख वगळता— मी या संशोधनक्षेत्राकडे अधिक लक्ष देऊ शकलो नाही.

यासाठीच या संप्रदायाचे प्रमुख भाष्यकार संतकवी अज्ञानसिद्ध यांच्या लेखनाविषयी मूलगामी स्वरूपाचं संशोधन व्हावं, असं मला तीव्रतेनं जाणवत-वाटत होतं. त्यासाठी फार परिश्रम घेणाऱ्या विद्यार्थ्यांच्या शोधातच मी होतो. डॉ. संगीता देशमुख यांना हा संशोधन-प्रकल्प देण्याचं प्रयोजन हेच होतं. यासाठी फार कष्ट उपसणं गरजेचं आहे, याची मी त्यांना या संशोधनाचा प्रारंभ करण्यापूर्वीच

नीट कल्पना दिली होती आणि त्यांनी ते सारे कष्ट वर्षानुवर्षं अत्यंत प्रामाणिकपणानं, निष्ठेनं घेतले, यांची इथं नोंद करणं मला फार आवश्यक वाटतं. नोकरी सांभाळून आवश्यक तेवढा प्रवास, वेळोवेळी चर्चा-चिंतन, लेखन-पुनर्लेखन याला त्या व त्यांचे पतीही कंटाळले नाहीत. त्यांचं फलित म्हणजे, त्यांचा अज्ञानसिद्धांच्या साहित्याविषयीचा पीएच्. डी. पदवीसाठी मान्य झालेला प्रबंध. त्यानं संशोधक व मार्गदर्शक यांना सारखंच समाधान दिलं. हा प्रबंध पुढं ग्रंथरूपानंही प्रसिद्ध झाला.

संतकवी अज्ञानसिद्ध यांचं लेखन विपुल व चौफेर आहे. 'नागेश संप्रदायाचे भाष्यकार' म्हणून तर त्यांचं स्थान कसं अढळ आहे, याचा विचार मी 'वरदनागेश'च्या प्रस्तावनेत सविस्तर केला असूनही मराठी संशोधकांनी नेहमीप्रमाणंच त्याची दखल गतशतकाच्या साठीत तरी घ्यावी तशी घेतली नाही व आता एकविसाव्या शतकात नवे संशोधक या क्षेत्राकडे फारसे फिरकलेच नाहीत. विद्यापीठाच्या मराठी विभागांनी अंतर्मुख व्हावं, असा हा एक दुर्लक्षित विषय आहे.

अज्ञानसिद्ध जसे भाष्यकार होते, तसेच रससंपन्न अभंगकर्तेही होते. श्रीमोहोळकरशास्त्रींनी त्यांचा अभंगगाथा प्रसिद्ध करून मोलाचं काम केलं. अज्ञानसिद्धांनी रसाळ मराठी-हिंदी पदरचना विपुल केली. आध्यात्मक तत्त्वविवरणपर स्फुट लेखन केलं, त्याचप्रमाणं माहात्म्यपर आणखी काही स्फुट लेखनही केलं. त्यांच्या सम्यक् रचनेचा परामर्श डॉ. संगीता देशमुख यांनी अत्यंत समरसून घेतला आहे; तो मला विवेचक, विश्लेषक व लक्षणीय वाटतो. मध्ययुगीन मराठी वाङ्मयेतिहासकार आता तरी या संतकवीची, त्याच्या कार्याची नोंद घेतील, असा विश्वास वाटतो. नागेश संप्रदायाच्या संतकवींच्या साहित्याचा विचार पुढील लेखात केला आहे.

◆◆

: ३ :
नागेश संप्रदायाचं साहित्य

नागेश संप्रदायाच्या संतकवींनी पदं, अभंग, भाष्य इ. विविध प्रकारचं लेखन केलं. या संप्रदायाच्या सर्व संतकवींच्या लेखनाचा परामर्श एका छोट्या लेखात घेणं अशक्य आहे. म्हणून, त्यांतील काही प्रमुख संतकवींच्या लेखनाचा आलेख या लेखात रेखाटला आहे.

१) अज्ञानासिद्ध

(समाधिकाल : चौदाव्या शतकाचा उत्तरार्ध)

हेगरस हे नागेश संप्रदायाचे उपास्यदैवत नागेश यांचे शिष्य. त्यांचे नातू अज्ञानसिद्ध. अज्ञानसिद्धांनी नागेश संप्रदायाच्या तत्त्वज्ञानाची मांडणी 'वरदनागेश' या महत्त्वपूर्ण ग्रंथात केली. मी १९७० मध्ये या ग्रंथाला विस्तृत प्रस्तावना लिहून तो संपादित करून प्रसिद्ध केला. नागेश संप्रदायविषयक साहित्यात या ग्रंथाचे महत्त्व अनन्यसाधारण आहे. त्याची अनेकविध वैशिष्ट्यं लक्षात यावीत, यासाठी त्याच्या प्रस्तावनेतील काही महत्त्वाचा भाग येथे हेतुत: सविस्तर उद्धृत केला आहे कारण अभ्यासक-संशोधक यांना हा ग्रंथही आता दुर्मिळ झाला आहे.

'वरदनागेश'

कवी अज्ञानसिद्ध यांचा 'वरदनागेश' हा एक आगळा भाष्यग्रंथ आहे. या भाष्यग्रंथात अद्वैतमताचं प्रतिपादन केलं आहे. अद्वैतमताच्या अनुषंगानं पंचीकरणाचा विचारही केला आहे. हे अद्वैतमत वेदोपनिषदादींच्या अनुषंगानं अज्ञानसिद्धांनी विशद केलं आहे. आपण या मताच्या विवरणासाठी, प्रतिपादनासाठी कोणकोणत्या पूर्वविचारांचा मागोवा घेत आहोत, हेही त्यांनी अनेक ठिकाणी स्पष्टपणे सांगून टाकलं आहे.

१) जे निरोपिले **वेदांती**। प्रतिष्ठिले **उपनिषदार्थी**।

ते ब्रह्म प्राकृत दृष्टान्ती। सांगो तुज।।१×५३।।

२) तरी येकें येक अभिप्रावो। विश्वतोमुखी वदता देवो।
हा श्रुति-शब्दाचा अन्वयो। प्रत्यक्ष पाही।।१×८२।।

३) ऐसे अनंत जन्मांचे अराधन। तोचि पावे आत्मज्ञान।
हे **भगवद्गीते** भगवान। निरोपी सातवा अध्याई।।१×१८४।।

४) तरी बरवे गा ज्ञानरता। परिस द्वादश विकल्पता।
जे **वेदांत सिद्धान्ता**। साक्षी निरोपण।।१२×१०।।

आपण या मतावरील भाष्यग्रंथाची रचना प्राकृतात का करीत आहोत, हेही अज्ञानसिद्धांनी ग्रंथाच्या प्रारंभीच सांगून टाकलं आहे. संस्कृतमध्ये प्रकट झालेला श्रेष्ठ विचार प्राकृतात आल्यावर डागळत नाही. उलट, त्या दोहोंमध्ये अद्वैत किंवा एकत्वच आहे. पिंड-ब्रह्मांडात जसं एकच आत्मतत्त्व आहे, त्याप्रमाणं संस्कृत-प्राकृतातील एतद्विषयक विवरणातही एकच आशय आहे–

तैसे संस्कृत आणि प्राकृता। दोन्ही वाणी विवंचिता।
दोहीचा अर्थू पाहता। येकरूप।।
की पिंड-ब्रह्मांड पृथक् पृथक्। पाहता दिसे भिन्नात्मक।
दोहीमाजी येक चालक। जे निष्कलंक निजरूप।।१×५६-५७।।
...का दो नयनांचा अंतरी। दृष्टी येकची निर्धारी।
तैसा दो शब्दकुसरी। परी अर्थू निरंतरी येकचि वर्ते।।१×५९।।

दोन अधरांचं जसं एकच बोलणं, दोन कानांचं जसं एकच ऐकणं; त्याचप्रमाणं या दोन भाषांतील सिद्धांतप्रतिपादनाचं आहे. उलट, संस्कृत भाषेतील प्रतिपादनच प्राकृतांना कठीण वाटणं शक्य आहे. मराठी ही 'उखरवाणी' असून 'भीतरार्थी दृष्टी घालताच' वाचकाला सुख प्राप्त होतं. संस्कृत भाषेच्या अभिमान्यांनी प्राकृत भाषेला 'हीन' लेखलं, याचाही अज्ञानसिद्धांनी मार्मिकपणे निषेध केला आहे:

का कर्दळीफळ पक्व घडी । वरि पाहता दिसे सालडी ।
भीतरी अमृतरस-गोडी। तैसी वाणी मऱ्हाटी।।
इक्षुदंड कृष्णवर्णी। रस गौल्यता संपूर्णी।
तैसे मऱ्हाट-वचन। भीतरार्थ जाण गौल्यता।।१×६९-७०।।
...फणसाचिया फळावरि काटे। भीतरी अमृताचे साटे।
तैसे बोल मऱ्हाटे। ब्रह्मात्मक।।१×७६।।

संस्कृतमधील प्रतिपादनाचा आशय लक्षात येण्यासाठी अनेक सायास

करावे लागतात, तसं मराठी प्रतिपादनाचं नाही. कृषिकर्म केल्याविनाच भरपूर धान्याची प्राप्ती व्हावी, औषधाविनाच रोग नाहीसा व्हावा; त्याप्रमाणं कोणत्याही प्रकारच्या कष्टाशिवाय मराठी भाषेत प्रतिपादिलेल्या सिद्धांताचं अगदी सहजगत्या आकलन होतं.

का येकायेकी जाण। अंधासि होती देखणे नय।
तरी तयाचे भाग्य गहन। हे काय सांगणे लागे?
तैसे सकळ उपसाधनाविण। मऱ्हाट-वचनकरून।
तू पावसी ब्रह्मज्ञान। तरी परम भाग्य की॥१×९२-९३॥

प्रमुख भूमिका : कवीची की भाष्यकाराची?

अज्ञानसिद्ध हे नागेशाचे प्रशिष्य आसून ते आपल्या गुरूंकडून आपल्या शंकांचं समाधान करून घेत आहेत, अशा प्रकारची गुरु-शिष्यसंवादाची बैठक या ग्रंथाला लाभली आहे. परमात्म-स्वरूपाचे आकलन व त्या स्वरूपात आपली परिणती कशी होईल, याचं विवेचन या ग्रंथात केलं आहे—

...तुझे जे स्वरूप आनंदघन।
तेचि वदवावे कृपा करून। जे परिसता सज्जन सुखी होती॥
ते स्वरूप परमोत्तम। तेथील सांगावे निजवर्म।
विश्रांति पावे मनोधर्म। ऐसे कीजे॥१४७×४८॥

ही शिष्याची इच्छा येथे गुरू नागेश पूर्ण करीत आहेत. ग्रंथांच्या प्रारंभी व्यक्त झालेल्या या इच्छेची फलश्रुती ग्रंथाच्या शेवटी झाली आहे. तिथं अज्ञानसिद्धांनी म्हटलं आहे—

मग भोग्य, भोक्ता, भोगु। फिटला त्रिपुटीचा पांगु।
उरे अद्वैत नि:संगु। आपुला आपण॥
तेथे द्वंद्वाचे ठाय मोडले। येकपणाचे स्फुरण गेले।
सहजी सहज उरलें। ते पुरातन स्वरूप॥१२×२८६-८७॥

अज्ञानसिद्धांना पिंड-ब्रह्माण्डविचारावर भाष्य करावयाचं आहे, ही गोष्ट अगदी स्पष्ट आहे. ही रचना पद्याच्या माध्यमातून करावयाची आहे. तथापि, केवळ 'काव्य'-निर्मितीसाठी ही निर्मिती नाही, हे त्यांनी ग्रंथारंभीच स्पष्ट केलं आहे.

रसवृत्तिकाळपूर्ण। विद्या मानस अभिमान।
तेचि तयासि बंधन। परि परमार्थ-ज्ञान दुरावे॥

तरि तू ऐसे करी। सांडी नवरसीक शब्द-कुसरी।
रिघे परमार्थाभीतरी। यकाग्र करी मनोधर्म॥१×९५-१०१॥

अज्ञानसिद्धांनी विविध रसांचे जे उल्लेख केले आहेत, त्यांवरून वाङ्मयीन कृतीच्या निर्मितीत रसाविष्काराचं किती महत्त्व असतं, यासंबंधीची त्यांची कल्पना स्पष्ट होते पण या 'कळापूर्ण रसवृत्ती'मध्येच किंवा 'नवरसीक शब्द-कुसरी'मध्ये रममाण होण्याऐवजी ज्या ब्रह्मज्ञानाच्या अनुभवामुळं 'स्वानुभवज्ञान' प्राप्त होतं, त्या दिशेनं त्यांना वाटचाल करावयाची आहे. आपल्या वाचकांनाही ते याच दिशेनं नेतात. परतत्त्वविवरण किंवा अद्वैतमतप्रतिपादन व तद्विषयक भाष्य हे या ग्रंथाच्या निर्मितीचं प्रमुख प्रयोजन असून, त्यासाठी अज्ञानसिद्धांनी जे माध्यम योजिलं आहे, ते पद्य होय. त्यामुळं या ग्रंथात काव्यनिर्मितीला गौण स्थान आहे, हे उघड आहे. मुकुंदराजांनीही आपल्या 'विवेकसिंधू'च्या प्रारंभी आपल्या रचनेचं प्रयोजन सांगताना अशाच प्रकारचा उल्लेख केला आहे.

–आणि वर उल्लेखिलेल्या या प्रयोजनाच्या अनुषंगानंच अज्ञानसिद्धांनी आपल्या भाष्य-ग्रंथाचा उल्लेख तयार केला आहे.

'वरदनागेशा'तील तत्त्वज्ञानाचे स्वरूप

या ग्रंथातील त्यांनी कोणत्या विषयांचं विवरण केलं आहे, याविषयी यापूर्वीच्या 'नागेश संप्रदाय' या लेखात तपशील दिला आहे.

ग्रंथाच्या प्रारंभी गुरूचं स्तवन करून त्यांना उपदेश देण्याची विनंती शिष्य करतो. अविद्या आणि अज्ञान यामुळं आत्मज्ञान प्राप्त करता येत नाही. यासाठी अविद्येची ही बाधा नष्ट करावी, अशी विनवणी तो करतो. जन्मजन्मांतरांपासून 'भवार्णवाच्या बांदवडी' पडलो असल्यानं आपण 'पैलथडी' कसे जाणार, याची चिंता त्यास लागली आहे. भवबंधन नष्ट करण्यासाठी 'कल्पने'चे पाश छेदावयास हवेत. काम, क्रोध, मोह, मत्सरादी षड्विकारांचा वेध घ्यावयास हवा, म्हणून तो गुरूला म्हणतो—

आता हे सकळीक निरसावें। अविद्या-बंधन तोडावे।
स्वानुभव-ज्ञान द्यावे। सुविद्य साधन। ।
स्वस्वरूपाचें ज्ञान। ते मी नेणे अल्पमती अज्ञान।
तो साक्षात्कार कीजे पूर्ण। म्हणउनि चरण वंदिले॥१×२१९ २०॥

गुरू नागेश शिष्याला उपदेश देतात आणि ज्ञानाचं निरूपण करतात. या निरूपणातूनच 'वरदनागेशा'तील तत्त्वज्ञानाचा उगम झाला आहे. प्रथमत: **'स्व'रूपाचं** ज्ञान म्हणजे काय, हे सांगितल्यावर त्याचं **'दृढीकरण'** होणं कसं आवश्यक

आहे याचं विवेचन दुसऱ्या व तिसऱ्या अध्यायात केलं आहे. या संदर्भातच **'साधक-चतुष्ट्यां'**चं वर्णन केलं आहे. चार प्रकारचे साधक कसे असतात, हे सांगताना अज्ञानसिद्धांनी त्यांची लक्षणं सविस्तर वर्णिली आहेत :

(अ) पहिल्या प्रकरणातील साधक गुरूचा उपदेश प्राप्त झाल्यानंतर 'ब्रह्म'चं व ब्रह्मस्वरूपाचं थोडंफार अध्ययन करू लागतो व नंतर संसारात रममाण होतो. चकमकीपासून निर्माण होणारा अग्नी लाकडावर ठेवला तर ते संपूर्ण लाकूड जळून जाईल का? मुळीच नाही. त्याचप्रमाणं या पहिल्या प्रकारातील साधकाची अवस्था होते. तो अग्नी एकसारखा प्रज्वलित करून ते संपूर्ण लाकूड जाळायला हवं. यासाठी निरंतर प्रयत्नांची आवश्यकता आहे. संसारात रत झालेल्या साधकानं ही गोष्ट अवश्य लक्षात घ्यायला हवी. एरवी, त्याला प्राप्त झालेल्या उपदेशाचा काहीएक उपयोग नाही.

(आ) दुसऱ्या प्रकारचा साधक हा उपदेश प्राप्त झाल्यावर संसारात रममाण होतो, तेव्हा त्यास पूर्वज्ञानाची स्मृती होऊन तो सावध होतो आणि ब्रह्माशी समरस होत जातो.

(अि) तिसऱ्या प्रकारचा साधक आपल्या साधनेत कितीही बाधा आल्या तरी आपली साधना सोडीत नाही.

(अी) चवथ्या प्रकारचा साधक ब्रह्मपदीच पूर्णपणे लीन होऊन जातो; मग त्या अवस्थेत कर्माकर्मांचा प्रश्नच उद्‌भवत नाही–

जे अखंड ब्रह्मी रत। कर्मधर्म कैचें तेथें?
जन्ममरणा जाहला घात। निजी निजार्थ भोगिती॥२×१९४॥

साधक हा जीवरूपानं अस्तित्वात असल्यानं **जीवाचं स्वरूप** कसं असतं, त्याची उत्पत्ती कशी होते, तो मूळ परमात्मस्वरूप असूनही परमात्म्यापेक्षा वेगळं असं अस्तित्व त्याला कसं प्राप्त होतं? या प्रश्नांचा विचार तिसऱ्या अध्यायात केला आहे. या अनुषंगानंच अज्ञानसिद्धांनी **पंचीकरणाची** चर्चा केली आहे. चिद्विलासवादाची, स्फूर्तिवादाची पार्श्वभूमीदाखल योजना करून त्यानंतर त्यांनी पंचीकरणाचं सविस्तर विवेचन केलं आहे

'एकोऽहं बहुस्याम्' हे तत्त्व विशद करताना ते म्हणतात,

जें जीवनाचें आदिजीवन। सकळ जीवन तयापासून।
जीवन जीवनत्व देऊन। आपण अतीत॥३×१९॥

या संदर्भातच त्यांनी **माया-विचारही** केला आहे. (३×४६-१४६). वस्तुतः ब्रह्म निर्विकार असूनही 'माया उद्‌भवतेच कशी?' अशी शंका निर्माण

होणं स्वाभाविक आहे.

ब्रह्म निराभास परिपूर्ण। तेथे भासे जे द्वैतमान।
ते माया ऐसे जाण। अरूप रूप।।
जैसे गगनाचा पोटी। अभ्र असंख्यात उठी।
क्षण येक पाहता दृष्टी। काहीची नाही।।३×४७-४८।।

यासाठी शुक्तिका-रजत, सर्प-रज्जु, मृगजळादी किती तरी पारंपारिक दृष्टांत देऊन अज्ञानसिद्धांनी मायेची कल्पना स्पष्ट केली आहे.

'वरदनागेशा'त मायाविचारानंतर **पंचीकरणाची चर्चा** केली आहे. परमेश्वरानं सृष्टी निर्माण केली आणि आपली ही रचना तटस्थपणे तो पाहत राहिला, ही कल्पना अज्ञानसिद्धांनी पुढील ओव्यांत व्यक्त केली आहे:

१) ...सकळ ब्रह्मांडकरणी। करी इछामात्रे ।।३×१८२।।
येथूनि तत्त्व-स्त्रिष्टीचा विस्तारू। विस्तारिले जगदेश्वरू।
२) मग तो सर्वेश्वरू। करू पाहे स्त्रिष्टीचा आकारू।।
आपुलेन सत्तेचा साचारू। अवलोकिता जाहला।।३×१४७।।

पृथ्वी, आप, तेज, वायू, आकाशादी पंचमहाभूतं, पाच कर्मेंद्रियं, पाच ज्ञानेंद्रियं— या इंद्रियांचे विषय, मन, बुद्धी आदी तत्त्वांच्या साह्यानं पंचीकरणाची प्रक्रिया कशी घडते, हेही त्यांनी सांगितलं आहे.

'त्वंपद' आणि 'तत्पद' या दोहोंचं विवरण एका संपूर्ण अध्यायात केलं आहे (अध्याय क्र. ४). या अनुषंगानं अज्ञानसिद्धांनी पिंड-ब्रह्मांड-विवेचन केलं आहे. 'शुद्ध त्वंपदार्थ' म्हणजेच 'तत्पदार्थ' असं सुटसुटीत समीकरण मांडून त्यांनी ही कल्पना अधिक स्पष्ट केली आहे. आत्मज्ञान झाल्यावर 'त्वंपद' - 'तत्पद' यांतील भेद उरत नाही, हे सांगण्यासाठी त्यांनी पुढील दृष्टांत सांगितल आहे.

ही त्वंपद-तत्पदाची द्वंद । शोधिला विसरिजे जीव-ईश्वरभेद ।
घटमठभंगी शुद्ध । जैसें उरीजे गगन ।।५×३३।।

स्थूलदेह, लिंगदेह, कारणदेह आणि महाकारणदेहादी उपाधींचं निरसन कसं करावं, यासंबंधीचं तपशीलवार विवेचन अभ्यास क्र. ५, ६, ७ आणि ८ यांत केलं आहे. 'तत्पद'विषयक शेष विवरण अध्याय क्र. ९ आणि १० यात आलं असून अकराव्या अध्यायात **जीव-शिव-ऐक्यविषयक महावाक्याचं विवरण** केलं आहे. त्याचा आशय पुढील ओव्यांत स्पष्ट झाला आहे:

त्वंपद शोधिता। आणि तत्पद निरसिता।
दोहीसी कीजे ऐक्यता। तोचि अर्थू महावाक्याचा।।
जे असे त्वंपदी। तेचि देखिज तत्पदी।
तेंचि नांदे ब्रह्मपदी। ऐक्यत्व येक।।११×११-१२।।

बाराव्या अध्यायात **अद्वैतमतासंबंधी निर्माण होणाऱ्या विकल्पांचा व मायेचा 'निरास'** करून द्वैतमताचं खंडन आणि अद्वैतमताचं समर्थन केलं आहे :

यास्तव द्वैत-हरासु। करी अनुभवें निरासु।
मग स्वयंप्रकाशु। नित्यत्वें भोगी।।
मग भोग्य, भोक्ता, भोगु। फिटला त्रिपुटीचा पांगु।
उरे अद्वैत निःसंगु। आपुला आपण।
तेथे द्वंदाचे ठाय मोडलें। येकपणाचें स्फुरण गेले।
सहजी सहज उरले। ते पुरातन स्वरूप।।१२×२८५-८७।।

१) 'भाष्यकार' अज्ञानसिद्ध

अज्ञानसिद्धांनी अद्वैतमताचं विवरण करताना भाष्यकारावर असलेल्या अनेकविध जबाबदाऱ्यांचं अवधान बाळगलं आहे. अद्वैतसिद्धांत हा भारतीय दर्शनातील एक महत्त्वाचा सिद्धांत असून, त्याचा भारतीयांच्या मनावर जितका खोल ठसा उमटला तितका अन्य कोणत्याच मताचा उमटला नाही, असं म्हणणं अप्रस्तुत ठरणार नाही. या अद्वैतमताच्या प्रतिक्रियाही बऱ्याच उमटल्या व त्यांतून किती तरी अन्य मतांचा उद्गम झाला. तथापि, असं असलं तरी अद्वैतमताचं खंडन न होता ते मत अधिक लोकप्रियच झालं. वारकरी, नागेश, समर्थ, दत्त आदी अनेक संप्रदायांना त्यांचं तात्त्विक अधिष्ठान लाभलं आहे.

अद्वैतमतातील समर्थ आशय लक्षात घेऊनच अज्ञानसिद्धांनी त्यावर भाष्य केलं आहे. तत्कालीन विविध मतमतांतरांचे कित्येक उल्लेख त्यांच्या या ग्रंथात आले आहेत.

१) हे दृश्यद्रष्टत्व नेणसी। देह्येचि आत्मा मानिशी।
तरी सर्वथा साम्य होसी। **बौध्य** मत।।५×८३।।
२) **चार्वाक सिद्धांताची** प्राज्ञा। देहेचि आत्मा हा निश्चयो मना।
तो साक्षिपणे लक्षणा। करूनि निरसिला तुवां।।५×८४।।
३) हे अहंता आत्मा म्हणसी। तरी **नयाइक** सिद्धांत साम्य होसी।

यालागी साक्षित्वलक्षणेसी। कळे तुजे ॥६×३६॥

अन्य साहित्य

अज्ञानसिद्धांना अद्वैतमताच्या स्वरूपाचं व त्याच्या विविध पैलूंचं जे आकलन झालं होतं, त्याचा प्रत्यय 'वरदनागेशा'तील ओवी-ओवीतून येतो. या मताशी ते स्वत: अत्यंत एकरूप झाले आहेत. समरस झालेले आहेत.

अज्ञानसिद्धांनी **संकटहरणी** (ओवीसंख्या : १३८), **काळज्ञान** (ओवीसंख्या : ५११), **तत्त्वबोध** (ओवीसंख्या : २०१), **पृच्छापत्र** (ओवीसंख्या : १९८) आणि **जीवब्रह्माभेदलक्षण** (ओवीसंख्या : ५०२) इ. रचना केल्या. यांपैकी 'संकटहरणी' हे शिवरात्र-माहात्म्यपर स्तोत्र असून, ते यापूर्वी सोलापूरचे श्री. शं. ना. मोहोळकरशास्त्री यांनी आणि वडवळचे श्री. गुंडूबुवा कुरडेमहाराज यांनी प्रसिद्ध केलं आहे. (वरीलपैकी 'संकटहरणी'खेरीज) इतर रचना आध्यात्मिक प्रकरणांच्या स्वरूपाची आहे. अज्ञानसिद्धांनी विपुल मराठी-दक्खिनी अभंगरचनाही केली आहे.

'वरदनागेश' हा अज्ञानसिद्धांचा प्रमुख ग्रंथ असून त्याला नागेश संप्रदायात अत्यंत महत्त्वाचं व मानाचं स्थान आहे. हा ग्रंथ नागेश संप्रदायाची तात्त्विक बैठक विशद करतो. अज्ञानसिद्ध हे या पंथाचे प्रमुख आचार्य असल्यानं व या संप्रदायाच्या प्रसाराला त्यांचा विशेष हातभार लागला असल्यानं 'वरदनागेश' या ग्रंथाचं मोल आणखी वाढतं. श्री. पांगारकर यांनी आपल्या वाङ्मयेतिहासात आणि श्री. चांदोरकर यांनी शके १८४० मध्ये प्रकाशित झालेल्या भा. इ. सं. मंडळाच्या (षष्ठ संमेलन वृत्त) पत्रिकेत 'वरदनागेशा'चं महत्त्व विशद केलं आहे. या ग्रंथाचं संपादन करून मी तो प्रसिद्ध केला आहे. माझ्या विद्यार्थिनी डॉ. संगीता देशमुख यांनी अज्ञानसिद्धांच्या साहित्याविषयी संशोधन केलं असून, त्यांचा हा ग्रंथ प्रकाशितही झाला आहे. याविषयी यापूर्वीच्या लेखात उल्लेख केलाच आहे.

२) सिद्धलिंग

हे वीरशैव असूनही नागेशानुयायी होते. त्यांनी विपुल अभंग व पदं लिहिली. त्यांची काही पदं दक्खिनीत आहेत. त्यांतील निवडक पदं मी बऱ्याच वर्षांपूर्वी पुण्यातील महाराष्ट्र राष्ट्रभाषा सभा या संस्थेच्या 'राष्ट्रवाणी' या संशोधन-पत्रिकेतून संपादून प्रसिद्ध केली होती. सिद्धलिंग हे बहुभाषाकोविद असावेत. त्यांच्या काही मराठी पदांबरोबर एक कन्नड व एक दक्खिनी पदही येथे शेवटी

दिलं आहे. नागेशमहिमा, गुरूला शरण जाण्याचं महत्त्व, नाममाहात्म्य, वीरशैव धर्माप्रमाणंच नाथ, सूफी इ. अन्य संप्रदायांचे सादर संदर्भही त्यांच्या लेखनातून नागेश संप्रदायाबरोबरच येतात. त्यावरून नागेश संप्रदायाची सर्वसमावेशक व समन्वयवादी भूमिकाही प्रकटल्याविण राहत नाही.

त्यांच्या रचनेची वानगीदाखल काही उदाहरणे पुढं देत आहे—

१

देह देवूळ शिरोमणी। नव खणाची आखणी।।१।।
पांच पंचवीस त्रिगुणी। मन पवनाची मिळणी।।२।।
...चौदा चक्रांची मांडणी। सोळा सांध्याची जोडणी।।४।।
...त्रिकुट सांडिनु औटपीठ। भ्रमरगुंफा चढा नीट।।८।।
तयापरते परात्पर। लिंग जाणा **नागेश्वर**।।९।।
ऐसे आहे महालिंग। पहा म्हणे सिद्धलिंग।।१०।।

(—नागेशदर्पण, पृ. १७८)

२

ऐसियासी माझे नमन। गुरुमार्गीचे जे का जन।।१।।
गोपीचंद गुरूचे बोला। राज्य सोडूनि योगी झाला।।२।।
राम पाताळासी गेला। तेथे हनुमंत पातला।।३।।
गोरक्षाने मच्छिंद्राला। मायेपासूनी सोडविला।।४।।
...गुरुकृपा ज्याचे ठायी। सिद्धलिंग त्याचे पायी।।६।।

३

सद्गुरू **नागनाथे। दावियले नीज**।
उपदेशिले बीज। तत्त्वमसी।।१।।
नागनाथ देव। त्रिभुवनी समर्थ।
...प्रत्यक्ष परमार्थ। यथार्थासी।।४।।
त्वंपद तत्पद। असिपद अभेद।
अद्वय आनंद। ऐक्य केले।।५।।
...त्वंपद, मोहोळ। तत्पद वडवाळ।
असिपद अखीळ। प्रभू नागनाथ।।७।।
...वाच्यार्थ मोहोळ। लक्ष्यार्थ वडवाळ।

तत्त्वार्थ निर्मळ। प्रभू नागनाथ।।१५।।
...वडवाळाचे धोंडे। तेची गजभव भांडे।
तेथे माया मुंडे। मुख न दावी।।२३।
...त्रिभुवनी हिंडता। नाही ऐसा गुरू।
प्रत्यक्ष निर्धारू। करूनि दावी।।३०।।

(—नागेशदर्पण, पृ. १८२-८४)

४

नीज घ्या रे, नीज घ्या रे। निरालांबी नीज घ्या रे।। ध्रु ।।
जागता नीज घ्या रे। स्वप्नामाजी नीज घ्या रे।
निजता नीज घ्या रे। तुर्यातीत नीज घ्या रे।।१।।
...बोलता नीज घ्या रे। चालता नीज घ्या रे।
हालता नीज घ्या रे। डोलता नीज घ्या रे।।३।।
...नीज **दाता नागनाथ**। निज गुरू सिद्धांत।
नीजामाजी नीजपण सत्य। तथा सिद्धलिंग शरणांगत।।५।।

(—नागेशदर्पण, पृ. १८०)

५ (कन्नड पद)

ज्ञानगिरीम्याले गमन माडो। अनादि सिद्धन नोडो।।
माया यी डाडो। मोहा दूर माडो। सद्गुरू रायन कूडो।।
संवि सुख संविदाडो। संशय बिडो। महागुरुविगे नोडो।।
ज्ञानगिरी म्याले... ।।७।।

(—नागेशदर्पण, पृ. २८८)

६ (दक्खिनी पद)

ज्ञानगिरीपर देखा नूर। **हाजर हुजूर**।
पीर पैगंबर। मुनीश्वर। **सोफी** कलंदर।
सय्यद शेख दोस्त बेहस्त।
अगोचर देखत करार। **नाजिर फकीर**।
हरदम मामूर दरबार। ज्ञानगिरीपर... ।।४।।

(— नागेशदर्पण, पृ. २८७)

३) मन्मथस्वामी

(जन्म- शके १४८२, इ. स. १५६०)

हे वीरशैव संत होते. त्यांच्या साहित्याविषयीचं संशोधन माझ्या मार्गदर्शनाखाली लातूरचे प्रा. डॉ. चंद्रकांत देऊळगावकर यांनी केलं. अहमदपूरचे डॉ. शिवलिंग शिवाचार्य यांनी व सोलापूरचे डॉ. पसारकर त्यांचा 'परमरहस्य' हा ग्रंथ संपादिला असून, या दोन्ही ग्रंथांना माझी प्रस्तावना आहे.

वीरशैवाच्या 'षट्स्थलसिद्धांतां'चं विस्तृत विवरण मन्मथस्वामींनी या ग्रंथात केलं आहे. त्यांचा संबंध जसा माणूर मठाशी होता, तसाच नागेश संप्रदायाशीही असावा. वीरशैवाच्या 'षट्स्थलसिद्धांतां'चा नागेश संप्रदायाशी संबंध त्यांच्यामुळंच आला असावा. 'वीरशैव धर्म व नागेश संप्रदाय : एक अनुबंध' या लेखात मी यासंबंधी सविस्तार विचार केला आहे. हा लेख माझ्या 'मध्ययुगीन संतसाहित्य : काही आयाम' या नवीन लेखसंग्रहात समाविष्ट केलेला आहे. षट्स्थलसिद्धांताविषयी मी माझ्या वरील प्रस्तावनांतही विस्तृत चर्चा केली असल्यानं तिचा पुनरुच्चार इथं करीत नाही.

मन्मथस्वामींनी जी विपुल अभंगरचना केली, तिच्यात नागेश संप्रदायाच्या लक्षणीय खुणा उमटलेल्या दिसतात. नागेशांना ते आपले गुरू मानीत असावेत, असेही अनेक निर्देश त्यांच्या अभंगांत आढळतात. मन्मथस्वामींच्या नि तुकोबांच्या वाङ्मयीन प्रकृतीत फार साम्य आढळतं. मन्मथस्वामींचं आजवर विपुल साहित्य प्रकाशित झालं आहे. त्यांच्या अभंगांचे संपादित संग्रहही उपलब्ध आहेत. माझे विद्यार्थी प्रा. बसवराज कोरे व डॉ. भि. शि. स्वामी यांनी अलीकडेच स्वतंत्रपणे निवडक अभंग संपादून प्रकाशित केले आहेत. त्यांपैकी वानगीदाखल एक-दोन अभंग पुढं देत आहे. भक्तीचं माहात्म्य, उदात्त जीवनमूल्यांचा पुरस्कार, पाखांडखंडन, सदुपदेश अशी या अभंगरचनेची प्रमुख वैशिष्ट्यं सांगता येतील. तुकोबांप्रमाणंच मन्मथस्वामींची वाणी कधी आर्त, रसाळ तर कधी अत्यंत परखड झाल्याचं जाणवतं. षड्रिपूंवर नियंत्रण प्रस्थापित करावं, हा विचार मन्मथस्वामी अशा प्रकारे मांडतात—

काम जिंकिला कवणें। ऐका त्यांची महिमाने।।
रंभा आली शुकापाशी। माय म्हणुनी वंदी तिसी।।
काम षण्मुखें ग्रासिला। जनक विदेही तो झाला।।
काम त्रासिला भीष्माने। मन्मथ म्हणे वरदाने।।

साधकानं कसं उदास असावं, त्याचं वर्णन या अभंगात केलं आहे—

उदास असावें साधकाचें चिन्ह। कांतापुत्र वित्त असोनिया।।
जळाचिया संगे कमला होय वाढी। परी नेदी बुडी तयामाजी।।
तैसे संसारात असावें अलिप्त। अदृष्टी जे प्राप्त सुखी होय।।

चातुर्वर्ण्याचं खंडन करणाऱ्या त्यांच्या अनेक अभंगांपैकी एक असा आहे—

वर्णांमाजी श्रेष्ठ ब्राह्मण मी एक। वाखाणी कौतुक लोकांमध्ये।।
क्षमा, दया, शांती, ईश्वराची भक्ती। नसे एक रती भूतदया।।
मन्मथ शिवलिंग म्हणे मीपणाचें। घेऊनिया नाचे ओझें माथा।।

४) वेडा नागा (वेडिया नागेश) / नागोजीबुवा

हा अठराव्या शतकातील संतकवी असावा. वेडा नागा, वेडिया नागेश आणि नागोजीबुवा हा तिन्ही नावं एकाच व्यक्तीची होती, की वेगवेगळ्या? या प्रश्नाचा पुनर्विचार करावा, असं मला आता एकविसाव्या शतकाच्या पूर्वार्धात वाटू लागलं आहे. कारण मी त्याविषयी विसाव्या शतकाच्या उत्तरार्धात विचार केला होता; त्यानंतर धुळ्याचे प्रा. डॉ. मु. ब. शहा यांचा अपवाद सोडता, या समस्येकडे कुणी संशोधक फारसे वळले नाहीत.

वेडा नागा/वेडिया नागेश/नागोजीबुवा या नामसादृशामुळंही या समस्येच्या चक्रव्यूहात काहीशी भर पडली आहे. ही समस्या सोडविण्यासाठी डॉ. शहा यांनी संपादिलेला 'भावार्थ ग्रंथ'च काहीशी वाट दाखवू शकेल. त्याच्या प्रस्तावनेत मी केलेला विचारही उपयुक्त असल्यानं त्यातील काही भाग येथे उद्धृत करीत आहे.

नागेश संप्रदायाची जी समन्वयात्मक व सर्वसमावेशक भूमिका होती, ती या वेडा नागा/वेडिया नागेश यांच्या 'भावार्थ ग्रंथा'तही दिसते. नामसादृश असलेले नागेश सांप्रदायिक संतकवी नागोजीबाबांनीही हीच भूमिका आपल्या अनेक अभंगांतून प्रतिपादिली आहे. त्यांचे उपदेशपर अभंग आहेत. काही अभंगांतून 'ब्रह्म हे निर्गुण कसं आहे याचा विचार प्रतिपादिला आहे तर काही अभंगांतून सद्‌गुरूला शरण गेल्यास आपली उन्नती होईल, असा विचार मांडला आहे. वानगीदाखल त्यांचे दोन-तीन अभंग श्री. मोहोळकरशास्त्रींनी संपादिलेल्या 'नागेशदर्पण'मधून उद्धृत करीत आहे. अभंगकर्ते नागोजीबाबा (वेडा नागा) व 'भावार्थ ग्रंथ'कर्ते 'वेडिया नागेश' हे वेगवेगळे कवी असावेत की एकच असावेत, हा प्रश्न तसा अनिर्णितच राहतो तथापि, ते दोन असलेच तर दोघांचाही संबंध नागेश संप्रदायाशी होता, हे स्पष्ट आहे. 'वेडा नागा' अशी नाममुद्राही काही अभंगांत आढळते.

१) निर्गुण ब्रह्मस्वरूप

अरे, त्या गगना पैल काय? ते बा कवण वर्ण आहे?
त्यासी ज्ञानी लक्षुनि पाहे? आता सांग याची सोय।
ते ब्रह्म कैसे? ॥१॥

ब्रह्म काळं की ढवळं? ब्रह्म नीळं की पिवळं?
ब्रह्म सुनीळ की सावळं? ब्रह्म अखील की निराळं?
ब्रह्म ऐसी वस्तु, दादा। त्वा कोठे देखिली।
तुजचि मी पुसतो। ब्रह्म कोठे कैसे कळले?॥२॥

...ब्रह्म ऐसी वस्तु, दादा। निराकार की आकार?
म्हणूनि त्याचे नाव काय? शून्य की साकार?
                        हे तू अनुभवोनी पाहे।
तुजचि मी पुसतो। आता सांग याची सोय ॥८॥

...तरी त्या सद्गुरू बा वाचूनी। मी तव नेणे आणिक कोणी॥
ज्ञानी पाहे गा विचारूनी। आता वेडा नागा ध्यानी॥
                        त्या नागेशाच्या ॥१२॥
                        (—नागेशदर्पण, पृ. १९०-१९१)

२) सद्गुरु-चरण धरा

आता तरी सावध होई, मूढा। संसार गेला पाण्याचा बुडबुडा हो॥ध्रु॥
बाळपण अज्ञानपणी गेले। तेथे स्वहित काहीच नाही झाले।
एवढे देवा, तुम्हीच माफ केले हो॥१॥

...वृद्धपणी बहु सुटयेला चळ। बोबडी वाचा न धरियेता ताल।
नाही जपला अंतरी रामनाम हो॥३॥
गेले गेले आयुष्य हातोहाती। तुझे सुखे दडपतील तोंडी माती।
उत्तम नरदेह दिधला काळाहाती हो॥४॥
वेडा नागा विनवितो लहानथोरा। सद्गुरू चरण बळकट तुम्ही धरा।
तेणे चुकेल चौऱ्यांशी लक्ष फेरा हो॥६॥
                        (—नागेशदर्पण, पृ. १९१)

३) पाखांडखंडनपर रचना

वर वर रंग साजरे केले सोंग।

वर वर तप सर्वही केले गप॥१॥
विषयासंग हिंडसी दाही वाटा।
आता यम नेईल तुज चपेटा॥२॥
वेडा नागा विनवितो लहानथोरा।
सद्गुरुचरण बळकट धरा ॥३॥

(—नागेशदर्पण, पृ. १९२)

नागेश संप्रदायानं अनेक पंथांच्या/धर्मांच्या/जातींच्या लोकांना आपल्या छत्राखाली आणलं व त्यांना परमार्थमार्गाला लावलं, याची कल्पना पुढील नागेश सांप्रदायिक संतकवी व त्यांची तद्विषयक रचना यावरून येईल—

५) एकलिंग तेली

मातुर संत एकलिंग तेली । भेटावी नागनाथ गुरुमावुली ।
लाभावी अक्षय्य गुरुसावली । यास्तव वडवाळी पातला ॥
नागनाथसान्निधचि राहिला । भावे सेवा करू लागला ।
तुर्यावस्थेत काल क्रमिला । धन्य तो एकलिंग ॥

(—नागेशदर्पण, पृ. ३१)

६) अवधूत

अवलोक तुझा असो मजवर हरी ।
पतीत उद्धर, धर पदरी ॥धृ॥
...कुठे उगवला, कुठे अस्त होतो?
घर बांधा शेजारी ॥२॥
...स्वामी शिव प्रभु अवधूताचा ।
वडवाळी कैवारी ॥४॥

(—नागेशदर्पण, पृ २१७)

दक्खिनी पद

जागो, जागो, नगरमे बडे बखान।
जतन करो यारो, खासा है निधान।
यही बंदा वाटसरू। तीन घडी का मेहमान ॥२॥

परदेशी रावल। आया येक नगरम्याने।
बांधी मठी, दखल किया। सब आलंम्याने।
कितनी येक जमात। मिलाया जी उन्हे।
नागा अवधूत आया रे तेरे ध्याने ।।४।।

(—नागेशदर्पण, पृ. २१)

वडवाळ-स्थलमाहात्म्य-वर्णन

श्रीवडवाळ मोहोळ। महापुण्यस्थळ।
तेथे गुरू अढळ। प्रभु नागनाथ।।१।।
मोहोळग्राम त्याजिले। वडवाळ स्थापियले।
शिष्यासवे वसिले। प्रभू नागनाथ।।
नागेशाचे गान गाती। सुरगण डोलती।
जे श्रवण ऐकती। ते भाग्यवंत पावुनी अन्य लाणे।
न उरले मिरवणे। प्रभु रिघे वेळावुळे। गुरू नागनाथ।।
त्या शिवस्वामीपदी। जप हा **नागनाथी**।
अवधूत स्वानंदी। राहे सदा ।।२८।।

(—नागेशदर्पण, पृ. २२६-२७)

७) बसवलिंग

मानूर निधान। धर्माचे आसन।
नांदतो संपूर्ण। **नागदेव** ।।१।।
कर्दळी पानाची। करूनि पालखी।
आंत आसन राखी। **नागदेव** ।।३।।
दशमी एकादशी। नवगण मिरवती।
(सप्तमीचे दिवशी)
होईक सांगती। जनालोका।।४।। (मनोभावे)
...मकायी मैदानी। पंचदार वंटा।
वाजतो गजघंटा। **मसूदीचा** ।।८।।
सर्व बाळामाजी। सिद्धीचे बालक।
बसवलिंग एक। निश्चयेसी।।९।।

(—नागेशदर्पण, पृ. २३०)

८) भुजंगबुवा

(१)

भेटि निज भेटि तेचि सुभेटी। तुटी **भवतुटी** तेचि अटाटि।।
श्रीगुरू साधने अटाटि जाये। संकल्पु निसंकल्पु होये।।१।।
श्रीकृपे हेगरसु जन्म तुटी। पुनरपि न येणेचि या रहाटी।।४।।
ऐसे होणे या देहजन्मी। निमाल्या त्या सकल उर्मी।
ऐसि भेटी **श्रीगुरु नागेशाचि**। भ्रांति फिटली भुजंगाचि।।

(—नागेशदर्पण, पृ. १७६)

(२)

श्रीगुरू येक पंडित ज्ञानी। वेद वाचूनी अर्थ निर्वाणी।।धृ।।
मुखी वाचि ते देखे नयनी। ऐसा उपदेशु श्रीगुरूचा भुवनी।।१।।
वेगवगत्र वाचक होणे। परि गुरुकृपेविण अर्थ नेणे।।२।।
अर्थु जाणे तो ब्राह्मणु विरळा। भोगी आनंदपद निजसोहळा।।
विदेही देव तो **नागनाथु**। जेणे उजळिला सिद्धांत पंथु।।
तयाचि कृपा कैसी वदु मातु। अखंड वसे नित्य भुजंग ।।८।।

(—नागेशदर्पण, पृ. १७७)

९) जंगली फकीर सय्यद हुसेन

नागेश संप्रदायाचे एक अनुयायी असलेले अज्ञानसिद्धांचे शिष्य मुसलमान संतकवी सय्यद हुसेन हे होते. त्यांच्या काळाविषयी निश्चित माहिती उपलब्ध होत नाही. ते हिंदू देव-देवतांच्या कथा 'अनघड ओव्यां'त रसाळपणे वर्णीत असत. डॉ. ढेरे यांनी या संतकवीची नोंद 'प्राचीन मराठीच्या नवधारा' या ग्रंथात पृ. १५०-१५१ वर घेतली असून, धुळ्याच्या समर्थ वाग्देवता मंदिरात त्यांचे कथाकाव्य उपलब्ध असल्याचंही निर्देशलं आहे. (बाडांक क्र. १६३७)

'वो नमु **सिरी सीद वडवाळ नागनाथ।**
तो मज प्रसन्न जाला दिधली ग्न्यानमात।
तयाचे प्रसादें ग्यान जालें हृदयांत।।'

—अशा शब्दांत त्यांनी आपले परात्पर गुरू नागेश असल्याचा उल्लेख केला आहे.

'लिंगपुराणा'च्या आधारे त्यांनी गजाननाची जन्मकथा वर्णिली आहे.

नागेश संप्रदायाचं साहित्य / २११

मोहोळकरशास्त्रींच्या 'नागेशदर्पणा'तून त्यांच्या प्रासादिक, रसाळ प्रसंगवर्णनशैलीचे आणखी एक उदाहरण पुढे उद्धृत करीत आहे—

काशीस निघाले विश्वजन। देखूनि हर्षले माझे मन।
गेलो सदगुरूसी शरण। मज दाखवी काशी ॥१॥
...मग बोलिले सद्गुरू। कां शिष्या धावासी दुरू?
तीनसे साठ तीर्थें अपारू। तुझेपासी ॥५॥
...त्रिवेणी संगमी जावूनी बैसाया कैलासा।
धरी तू सदगुरूचा भरवसा। तेथे आंघोळ करी तू।
सद्गुरूच्या परमपुरुषा। धरी तू सद्गुरूचा भरवसा ॥१२॥
...धन्य योगी संन्यासी। उतरून गेले पश्चिमेसी।
जाऊनी बैसले काशीसी। करिती तप ॥१४॥
...तेथे आहे जीव-शिव। तुटला दुजेपणा भेद।
साक्षात भेटला देव। चुकली खेप ॥१६॥
...जिकडे पाहावे तिकडे आपण सर्वेश्वर। हे काय सिद्धीचे उत्तर।
अखंड वर्षे कपिलधार। वरी सत्रावी तुषार ॥१८॥
काशीतीर बोले **जमाल फकीर**। **उस्ताद अज्ञानसिद्ध सार**।
वडवाळसिद्ध नागेश्वर। ते आमुचे माहेर।
त्याने दाखविले काशीतीर ॥१९॥

(—नागेशदर्पण, पृ. २३१-३३)

पुरी संप्रदायातील काही संतकवीही नागेशानुयायी होते, असं निरंजनपुरींच्या या पदांवरून दिसतं -

१०) निरंजनपुरी

गुरू तुझे पाय पाय पाय।
धरला म्या जीवभाव॥ध्रु॥
पायाशी पाहता तद्रूप आता।
नवल सांगू मी काय?॥१॥
पायावरी निरंजन पुरी।
(कुर्बान) सुखी होऊनी ऱ्हाय ॥३॥

(—नागेशदर्पण, पृ. २१३)

(२)

वडवाळसिद्ध नागेश नागनाथा।
तुझे चरणी लोळतो माझा माथा।।ध्रृ.।।
द्वय संबंध जोडिल्या पाट्या।
काम-क्रोधाच्या पिळियल्या खुंट्या।।२।।
जग हे म्हणे निरंजन पुरी वेडा।
गुरुकृपेने समजसी मूढा ।।४।।

(—नागेशदर्पण, पृ. २१५)

(३)

सूक्ष्म गुरुमार्ग। चढिजे एकविस स्वर्ग।
धरुनि ज्ञानखर्ग। ज्ञान–खर्ग घ्यावे अलक्ष्य दुर्ग।।
सप्त सिंधूचे आवरण। त्या दुर्गाकारण।
तेथे जाशिल बापा कोण। योगिंद्रावाचून? ।।१।।
...ऐसे अवघड असता। सद्‌गुरू शरण जाता।
मार्ग सुचेल तत्त्वता। निजपद येईल हाता।।६।।
...प्रभू निरंजन समर्थ। माझा **सद्‌गुरू नागनाथ**।
त्याने दाविला निजपंथ। बोलविला परमार्थ ।।९।।

(—नागेशदर्पण, पृ. २१५)

११) आलमखान (अल्लंखान)

हा नागेश संप्रदायातील एक फार महत्त्वाचा कवी असून प्रा. प्रियोळकरांनी त्याचा काळ सतराव्या शतकाचा उत्तरार्ध किंवा अठराव्या शतकाचा पूर्वार्ध असा मानला आहे. आलमखानाविषयी डॉ. पंडित आवळीकर व डॉ. रा. चिं. ढेरे यांनी अनुक्रमे 'जुने वाङ्मय : नवे संशोधन' आणि 'प्राचीन मराठीच्या नवधारा' या ग्रंथांत परिचयात्मक विवेचन केलं आहे. या कवीचं व त्याच्या लेखनाचं सूक्ष्म अध्ययन-संशोधन मी सध्या करीत आहे. त्याची काही पदं श्री. मोहोळकरशास्त्रींनी 'नागेशदर्पण' ग्रंथात प्रसिद्ध केली आहेत. उपदेशपर अभंग, आध्यात्मिक अवस्थांचं निरूपण, पाखांडखंडन, नाममहिमा, भारूड, कूट रचना- असं स्थूल मानानं आलमखानांच्या रचनेचं स्वरूप आहे.

१२) भानजी त्रिंबक

नागेश संप्रदायाची परंपरा विशद करणाऱ्या 'नागेशलीलामृत' या अत्यंत महत्त्वाच्या ग्रंथाचा हा कर्ता होय. या ग्रंथाचा लेखनकाळ शके १७७० (इ.स. १८४८) असा चाळीस अध्यायांच्या या ग्रंथाची ओवीसंख्या ५३३४ इतकी आहे. विस्तारभयास्तव त्याचा तपशील इथं देण्याचं टाळलं आहे.

नागेश संप्रदायाच्या साहित्याचं स्वरूप स्थूल मानानं असं आहे. मध्ययुगीन संतसाहित्याच्या किती तरी महत्त्वाच्या अंगांवर त्याविषयीच्या संशोधनानं आणखी प्रकाश पडू शकेल.

◆◆

ई) सूफी सम्प्रदाय

(१) सूफी संतांची मराठी कविता : संपादन व अध्यापन

(२) मुसलमान मराठी संतकवी आणि धार्मिक सामंजस्य

(३) सूफी संतांचा एकात्मतावाद

ई) सूफी सम्प्रदाय

: १ :

सूफी संतांची मराठी कविता :
संपादन व अध्यापन

❋❋❋❋❋❋❋❋❋❋❋❋❋❋❋❋❋❋❋❋❋❋❋❋❋❋❋❋❋❋❋❋❋❋❋❋

मुसलमान संतांनी मध्ययुगीन मराठी संतकाव्यात फार मोलाचं योगदान केलं आहे पण संतकवी शेख महंमद यांच्या क्वचित् एखाददुसऱ्या अभंगाव्यतिरिक्त शालेय मराठी पाठ्यपुस्तकांत अन्य मुसलमान संतकवींच्या साहित्याचा समावेश केला जात नाही. वस्तुत: या संतकवींनीही मध्ययुगीन मराठी कवितेला लक्षणीय व विपुल योगदान दिलं आहे. राष्ट्रीय एकात्मतेच्या दृष्टीनं या संतकवितेचं फार लक्षणीय स्थान आहे, हे मध्ययुगीन मराठीचं अध्यापन करताना अध्यापकांनी लक्षात घेणं आवश्यक आहे. तसं पाहायचं झालं तर जैन, वीरशैव, ख्रिस्ती इ. अन्यधर्मीय मराठी संतकवींच्या कवितेचा तरी आपल्या मराठी पाठ्यपुस्तकात कितीसा समावेश होतो, हा अंतर्मुख करणारा प्रश्न आहे; पण प्रश्न आहेत म्हणून चिंता करण्यापेक्षा आता हे चित्र कसं पालटता येईल, याचा संबंधित पाठ्यपुस्तक-संपादन-समिती-सदस्यांनी विचार करून प्रारंभीची काही पावलं उचलली तरी विद्यार्थ्यांवर सामाजिक/धार्मिक/राष्ट्रीय एकात्मतेचे संस्कार करता येतील व सर्वधर्मसमभावाचं उद्दिष्ट काही प्रमाणात साध्य करण्यास साह्य करता येईल.

संतसाहित्याचा विचार करताना पाठ्यपुस्तकांच्या संदर्भात तरी आपण या साहित्याच्या समाजप्रबोधनपर नि कुप्रथाविरोधक/अंधश्रद्धा/अनावश्यक कर्मकांडविरोधी विचारसरणीच्या लेखनास कितपत महत्त्व देतो, हेही लक्षात घ्यायला हवं- असं मला वाटतं. भक्ती हा संतसाहित्याचा स्थायिभाव आहे, हे अमान्य करण्याचं काही कारण नाही. विविध धर्मीय/पंथीय संतांनी त्याविषयी जे लेखन केलं, त्यांतील त्या त्या धर्मातील भक्तिविचाराचं समान सूत्र हाती घेऊन काही पाठांची निवड होणं आवश्यक आहे. संत हे 'सर्वांभूतीं भगवद्भाव' मानणारे होते, या विचारावर अधिक भर देणं आवश्यक आहे. पाठांची निवड करताना व त्यांचं

अध्यापन करताना कोणत्याही धर्माच्या/पंथाच्या लोकांच्या भावना दुखावल्या जाणार नाहीत, याची काळजी घेणंही गरजेचं आहे. स्वधर्म/स्वपंथ यांच्या अस्मितेबरोबरच परधर्माविषयीची आदरभावना जोपासणंही गरजेचं आहे. या दृष्टीनं आपल्या 'संतमालिका' उपयुक्त आहेत. त्यांत अनेकधर्मीय/पंथीय संतांविषयीचे उल्लेख— अत्यंत आदरपूर्वक उल्लेख— आढळतात.

पाठ्यक्रमाच्या मर्यादा लक्षात घेता, मुसलमान संतकवींविषयी फार तपशिलात जाता आलं नाही तरी काही प्रमुख मुसलमान संतांचा व त्यांच्या साहित्याचा/कार्याचा अवश्य उल्लेख करता येईल आणि त्यांची एकात्मतेची भूमिका मांडता येईल; पण यासाठी अध्यापकांना त्यांच्या साहित्याची जाण असणं आवश्यक आहे. या संतांनी आपला इस्लाम धर्म सोडलेला नाही किंवा आपल्या धर्माचा प्रचार करून अन्य धर्मीयांना धर्मांतर करायलाही प्रवृत्त केलं नाही, हे सर्व मुसलमान मराठी संतकवींविषयी सांगता येईल. शेख महंमदांप्रमाणंच शहामुनी, मुंतोजी बामणी, अम्बर हुसेन, आलमखान (अल्लंखान), शेख सुलतान, लतीफ पठाण, सजन कसाई, चाँद बोधले, शेख तुराब यांच्यासारख्या संतांचा याबाबतीत उल्लेख करता येईल. यांतील बरेच संतकवी महाराष्ट्रातील विविध धर्मसंप्रदायांशी किती व कसे एकरूप झाले होते, याची कल्पनाही मराठीच्या अध्यापकांना असणं आवश्यक आहे. त्यांतील बहुतेक संतकवी सूफी संप्रदायाच्या चार शाखांपैकी 'काद्री' या शाखेचे होते. त्यांच्या तत्त्वज्ञानाचं नाव 'तसव्वुफ्' असं आहे. हे सारे संत एकेश्वरवादी आहेत. परमेश्वर निर्गुण-निराकार आहे, हे इस्लामधर्माचं तत्त्व त्यांच्या लेखनात सर्वभर आढळतं व त्यावर त्यांची अढळ श्रद्धा आहे. ती त्यांच्या लेखनात कुठंही ढळल्याचं आढळत नाही. असं असताना ते भारतीय/महाराष्ट्रीय सगुणोपासक धर्म-पंथाशी एकरूप कसे झाले, हे अध्यापकांनी स्वतः समजूनही घ्यायला हवं नि असे पाठ शिकविताना आपल्या विद्यार्थ्यांना अतिशय काळजीपूर्वक समजावूनही द्यायला हवं.

विश्वनिर्माता व विश्वाचा नियंता एकच आहे. त्याला कुणी 'अल्ला', 'रहीम', 'करीम' म्हणेल; कुणी 'कृष्ण', 'विठ्ठल', 'राम', 'शिव' म्हणेल— हा विचार नीट पटवून देता यायला हवा. निर्गुणोपासना हेच सर्व आस्तिक धर्मांचं/पंथांचं उद्दिष्ट आहे पण काही धर्म/पंथ प्रथम सगुणोपासना करतात व अंतिमतः निर्गुणोपासनेच्या विचाराप्रत जनसामान्यांना नेतात. 'तुज सगुण म्हणो की निर्गुण रे' असं वारकरी संत का म्हणतात, तेही अध्यापकांनी समजून घ्यायला हवं. निर्गुणोपासनेची मूळ संकल्पना abstract असून सगुणोपासनेची संकल्पना

concrete आहे. असा अवतार-संकल्पनेपासून निर्गुण-निराकार परमात्मतत्त्वापर्यंत हा प्रवास आहे. पण शालेय विद्यार्थ्यांना या संश्लिष्ट (complex) संकल्पना जटिल वा क्लिष्ट वाटू शकतात, त्यामुळं फक्त यापूर्वी उल्लेखिलेला विश्वनिर्मात्याचा/विश्वनियंत्याचा— म्हणजेच देवाचा— विचार स्पष्ट केला तरी पुरेसा होईल, असं मला अध्यापकमित्रांना सांगायचं आहे.

हे मुसलमान सूफी संत इस्लाम धर्म न सोडता, कोणकोणत्या धर्मसंप्रदायांशी एकरूप झाले होते, याची किमान दोन-तीन उदाहरणं मुलांना माहीत असणं आवश्यक आहे.

शेख महंमद

यांनी 'ज्ञानेश्वरी'च्या सहाव्या अध्यायातील योगदुर्गाच्या संकल्पनेच्या आधारावर 'योगसंग्राम' या ग्रंथातील काही (दोन-तीन) रूपकात्मक अध्याय लिहिले. त्यांची विठ्ठलभक्तिपर, पाखांडखंडनात्मक, अंधश्रद्धा– कुप्रथा (उदा. देवदासी)– बुवाबाजीच्या विरोधात विपुल अभंगरचना आहे. श्री. वा. सी. बेंद्रे यांनी या दोन्ही ग्रंथांचं संपादन केलं आहे:

१) योगसंग्राम (प्रका. - लोकवाङ्मय गृह),

२) शेख महंमदकृत कवितासंग्रह (प्रकाशक तेच).

त्यांनी 'दुचेष्मा' ही 'दक्खिनी' हिंदीत एक तत्त्वविवरणात्मक रचना केली. तिच्यात 'दुचेष्मा' म्हणजे 'दोन डोळे'. त्यांतील एक डोळा हिंदू व दुसरा डोळा मुसलमान. दोन्ही डोळ्यांना एकच दृश्य दिसतं; त्याप्रमाणं दोन्ही धर्मांनी केलेली उपासना एकाच परमेश्वराची आहे, हा विचार मांडला आहे.

शहामुनी

हे महानुभाव संप्रदायाशी (इस्लामधर्म न सोडता) एकरूप झाले होते. त्यांचा 'सिद्धांतबोध' हा बृहद् ग्रंथ महानुभाव संप्रदायात मान्यता पावला आहे.

मुंतोजी बामणी

हे बहमनीकालीन सूफी संत. त्यांनी भारतीय दर्शनावर विपुल रचना केली. 'पंचीकरणा'विषयीची पृथ्वी, आप, तेज, वायू, आकाश ही तत्त्वं सूफी दर्शनात वेगळ्या फार्सी नावांनी कशी प्रचलित आहेत, हे साम्य त्यांनी आपल्या रचनेत दाखविलं. भारतीय दर्शनावरील त्यांच्या 'प्रकाशदीप'सारख्या बऱ्याच

रचना आहेत.

आलमखान (अल्लंखान)

हे सूफी संत असून (तेही स्वधर्म न सोडता) नागेश संप्रदायाशी एकरूप झाले. त्यांची विपुल अभंगरचना व पदरचना आहे. श्री. शं. ना मोहोळकरशास्त्री-संपादित 'नागेशदर्पण' या ग्रंथात ती प्रसिद्ध झाली असून सोलापूरच्या परिसरात (मोहोळ-वडवळ या भागात) देखील ती उपलब्ध आहे.

अंबर हुसेन

यांनी बहमनीकालात 'अम्बर हुसेनी' ही संक्षेपात गीता-टीका लिहिली. 'ज्ञानेश्वरी'ला 'भावार्थदीपिका' म्हणतात. अम्बर हुसेन यांनी आपल्या गीता-टीकेला 'तात्पर्यार्थदीपिका' म्हटलं आहे. त्यांनी ज्ञानदेवांचा नि 'ज्ञानेश्वरी'चा आपल्या या ग्रंथात आदरपूर्वक उल्लेख केला आहे. अंबर हुसेनांची ही गीतारीका समश्लोकी नसून तिची ओवीसंख्या ८३० च्या आसपास आहे.

शेख तुराब

यांनी 'रामदासस्वामीं'च्या मनाच्या श्लोकांच्या आधारे 'दक्खिनी' हिंदीत 'मनसमझावन' हा ग्रंथ लिहिला. त्याचा मराठी पाठ्यपुस्तकांत उपयोग करता येत नसला तरी सूफी संप्रदाय व समर्थ संप्रदाय यांतील नातं उलगडण्यासाठी अध्यापकांना ही माहिती उपयुक्त वाटेल. या ग्रंथाचं संपादन मुंबई विद्यापीठाचे उर्दूचे माजी विभागप्रमुख डॉ. एम. ए. दळवी यांनी केलं आहे. (समर्थांनी 'दक्खिनी' हिंदीत 'मुसलमान अष्टकं' लिहिली, त्यांचं संपादन डॉ. इंदू लिमये यांनी केलं असून ते धुळ्याच्या समर्थ वाग्देवता मंदिरानं प्रसिद्ध केलं आहे.)

शेख सुलतान व लतीफ पठाण

यांची स्फुट अभंग-पद-रचना उपलब्ध आहे.

अध्यापकांना या संदर्भात अध्ययनासाठी व विवेचन करण्यासाठी पुढील संदर्भग्रंथ उपयोगी पडतील.

– संदर्भ ग्रंथ

१. सूफी संप्रदाय - सेतू माधवराव पगडी, प्रका. एकनाथ संशोधन

मंदिर, औरंगाबाद.

२. सूफी संप्रदाय - डॉ. अलीम वकील, पहिली आवृत्ती, प्रतिमा प्रकाशन, पुणे

३. सूफी मत और तसव्वुफ (हिंदी)— चंद्रबली पांडे, पहिली आवृत्ती.

४. व ५. श्री. वा. सी. बेंद्रे यांचे वर उल्लेखिलेले दोन ग्रंथ (दोन्हींच्या पहिल्या आवृत्त्या)

६. मुसलमान संतकवी— डॉ. रा. चिं. ढेरे. हाच ग्रंथ डॉ. ढेरे यांनी 'एकत्मतेचे शिल्पकार' या नावानंही नंतर प्रसिद्ध केला. (दोन्ही ग्रंथांच्या पहिल्या आवृत्त्या)

७. मुसलमानांची जुनी मराठी कविता - प्रा. अ. का. प्रियोळकर, पहिली आवृत्ती, मुंबई मराठी ग्रंथसंग्रहालय प्रकाशन, मुंबई

८. मुसलमान (सूफी) संतांचं मराठी साहित्य - डॉ. यू. म. पठाण, म. रा. साहित्य संस्कृती मंडळ, पहिली आवृत्ती

९. नागेश संप्रदाय - डॉ. यू. म. पठाण, पहिली आवृत्ती, बहि:शाल शिक्षण मंडळ प्रकाशन, डॉ. बाबासाहेब आंबेडकर मराठवाडा विद्यापीठ, औरंगाबाद, १९६३

१०. प्राचीन मराठी वाङ्मयाचे इतिहास

११. महाराष्ट्र-सारस्वत - वि. ल. भावे - डॉ. शं. गो. तुळपुळे. चौथी व पाचवी आवृत्ती.

१२. महाराष्ट्राची संतपरंपरा– भाग १— डॉ. यू. म. पठाण, दिलीपराज प्रकाशन, पुणे, पहिली आवृत्ती.

१३. संतसाहित्य : नवचिंतन, डॉ. यू. म. पठाण, दिलीपराज प्रकाशन, पुणे, पहिली आवृत्ती.

◆◆

: २ :

मुसलमान मराठी संतकवी आणि
धार्मिक सामंजस्य

☀❊☀❊☀❊☀❊☀❊☀❊☀❊☀❊☀❊☀❊☀❊☀❊☀❊☀❊☀❊☀❊☀❊☀

मध्ययुगीन मुसलमान मराठी संतकवींचा हा एकात्मतेचा प्रवाह त्यांच्या लेखनातून प्रारंभीच्या बहमनीकाळापासून शिवकाळ-पेशवेकाळापर्यंत कसा वाहत आहे याचं सप्रमाण, सोदाहरण विवेचन महाराष्ट्र राज्य साहित्य संस्कृती मंडळानं प्रकाशित केलेल्या 'मुसलमान (सूफी) संतकवींचे मराठी साहित्य' या माझ्या ग्रंथात केलं आहेच.

अल्बेरूनी हा अरब विद्वान दहाव्या शतकात भारतात आला होता. त्यानं भगवद्गीतेचा अरबी भाषेत अनुवाद करून हिंदू-मुस्लिम एकात्मतेचा जणू पायाच रचला. पुढं बहमनीकाळात अंबर हुसेन या मराठी संतकवीनं 'तात्पर्यार्थदीपिका' किंवा 'अंबर हुसेनी' ही जवळपास समश्लोकी वा समओवी नव्हे, तर तिच्यापेक्षा थोडी मोठी गीता-टीका लिहिली, याचा उल्लेख यापूर्वीच्या लेखाने केलाच आहे.

शेख महंमदांच्या 'योगसंग्रामा'तील रूपकाला 'ज्ञानेश्वरी'च्या सहाव्या अध्यायातील योगदुर्गाच्या रूपकाचा लहानसा व तोही 'योगसंग्रामा'च्या केवळ दोन अध्यायांपुरता आधार असला तरी बाकीचे सोळा अध्याय ही त्यांची स्वतंत्र निर्मिती आहे.

मुसलमान मराठी संतकवींपैकी बहुसंख्य संतकवी सूफी संप्रदायाच्या चार शाखांपैकी काद्री शाखेचे होते. भारतीय दर्शन व इस्लामचं तत्त्वज्ञान— विशेषत: सूफींचं 'तसव्वुफ्'चं तत्त्वज्ञान यांतील साम्य दर्शवून त्यांनी धार्मिक सामंजस्य व एकात्मता-सलोखा प्रस्थापित करण्याचा यशस्वी प्रयत्न केला.

बहमनी व मोगल राजवटीची पार्श्वभूमी लक्षात घेता, शक्यता असूनदेखील यांतील एकाही संतकवीनं इस्लाम धर्माचा प्रचार केला नाही. उलट, ते आपला धर्म न सोडता वा अन्य धर्मीयांचे धर्मांतर न करता, महाराष्ट्रातील विविध धर्म-संप्रदायांशी कमालीचे एकरूप झाले. त्यामुळं अनेक अन्यधर्मीय त्यांचे अनुयायी

बहुसंख्येनं झाले. शेख महंमद आणि वारकरी संप्रदाय, शहामुनी आणि महानुभाव संप्रदाय, नागेश संप्रदाय आणि नसिरुद्दीन चिराग देहलवी किंवा आलमखान, नाथसांप्रदायिक संतकवींची पर्यायी मुस्लिम नावं यांची एकरूपता लक्षात घेतली की; हे मुसलमान संतकवी मराठी मातीशी कसे एकरूप झाले होते व एकात्मतेच्या विचारांचाच प्रसार-पुरस्कार त्यांनी आपल्या लेखनातून व कार्यातून कसा केला, ते स्पष्ट होईल. समन्वयवाद व सामंजस्यवादी विचारसरणी त्यांच्याही लेखनातून आढळते.

बहमनीकाळातील वजीरुलमुल्क मुंतोजी (मुर्तुझा) भारतीय संगीत व ज्योतिषशास्त्रावर ग्रंथ लिहिला. मुंतोजी बामणी (म्हणजे मुर्तुझा काद्री) यांनी 'प्रकाशदीप'सारखे तत्त्वचिन्तनात्मक ग्रंथ लिहिले, तसंच अत्यंत महत्त्वाचा मराठीतील 'हिंदू-इस्लाम दर्शन'सारखा पहिला तुलनात्मक परिभाषा-कोश लिहिला व त्यात भारतीय 'पंचीकरणा'ची इस्लामी पंचीकरणाशी तुलना केली. शेख महंमद यांनी 'दुचेष्मा' हा असाच परिभाषा-कोश लिहून दोन्ही धर्मांच्या तत्त्वज्ञानातील साम्यस्थळं स्पष्ट केली आणि मराठी कोशवाङ्मय समृद्ध केलं पण त्याचं प्रयोजन व त्यामागील प्रेरणा कोशकार म्हणून लौकिक प्राप्त करण्याची नसून, धार्मिक सामंजस्याची व सामाजिक अभिसरणाची मानसिकता वृद्धिंगत करण्याची होती. हाच सामंजस्याचा व एकात्मतेचा विचार अन्यधर्मीय संतांनी व महापुरुषांनीही केला आहे. त्यांत एकनाथांचा 'हिंदू-तुर्क-संवाद'; तसंच त्यांची बाजीगर, दरवेश, फकीरसारखी भारुडं; महानुभाव संतकवी मुरारीमल्ल बास यांचा 'दर्शनप्रकाश' हा ग्रंथ व त्यातील 'पेगाम्बरी मत' हे प्रकरण, महानुभावीय 'ग्यानतीसा', रामदासांची 'मुसलमानी अष्टकं' इत्यादींचा समावेश करता येईल.

महाराष्ट्रातील हिंदू व मुसलमान संतांनी परस्परांच्या आध्यात्मिक प्रबोधनप्रक्रियेला दिलेल्या या प्रतिसादाला आजच्या एकविसाव्या शतकात विशेष संदर्भमूल्य आहे.

◆◆

: ३ :

सूफी मराठी संतांचा एकात्मतावाद

इस्लाम हा अद्वैतमताधिष्ठित धर्म नाही, द्वैतमताधिष्ठित धर्म आहे. इस्लामच्या तत्त्वज्ञानात जीव आणि परमात्मा ही दोन स्वतंत्र 'तत्त्वं'— तत्त्वज्ञानाच्या परिभाषेत 'पदार्थ'- आहेत. अद्वैतमतात त्या दोहोंत अभेद मानला आहे. महाराष्ट्रातील महानुभाव सम्प्रदाय (मध्वाचार्यांच्या द्वैतमताप्रमाणं) जीव आणि परमात्मा यांचं वेगळंपण मान्य करतो. त्यामुळंच महाराष्ट्रातील नाथ, वारकरी, दत्त, समर्थादी अद्वैतमताधिष्ठित संप्रदाय नि महानुभाव सम्प्रदाय यांच्या तत्त्वज्ञानात मूलभूत भेद आढळतो. त्यामुळं जरी अन्य सम्प्रदाय परमेश्वराचं अस्तित्व, एकत्व, निर्गुण-निराकारत्व मान्य करीत असले (व इस्लामधर्मही हे सर्व मान्य करतो.) तरीही इस्लामला व महानुभाव संप्रदायाला ईश्वर व जीव यांचे स्वामी-सेवक संबंधच मान्य आहेत. साईबाबांनी 'सब का मालिक एक' या त्यांच्या विख्यात वचनात 'मालिक' हा शब्द 'स्वामी' या अर्थानं योजिला आहे. सूफींच्या 'तसव्वुफ्' नामक तत्त्वज्ञानात 'साहिब्' हा शब्द 'स्वामी' या अर्थानं वापरला आहे, तोच अर्थ 'मालिक' या शब्दानं साईबाबा व्यक्त करतात व त्यातून त्यांचा सर्वधर्म समभाव प्रकट होतो. भक्तासाठी इस्लाममध्ये 'बंदा' ही संज्ञा असून तीच सूफी संतही योजितात. 'बंदा' म्हणजे सेवक किंवा दास. इथं परमात्मा नि जीवात्मा यांत स्वामी-सेवकसंबंध मानल्यानं त्यांत ऐक्य होऊ शकत नाही. ईशकृपेमुळं जीवाचं कल्याण होतं किंवा त्याचा उद्धार होतो, पण जीवात्माच परमात्मा होऊ शकत नाही किंवा त्याच्याशी एकरूप होऊ शकत नाही. द्वैतमताधिष्ठित महानुभाव सम्प्रदायही ईशसेवा किंवा देवाची भक्ती केल्यानं जीवाला (भक्ताला) ईश्वराचं 'सन्निधान' म्हणजे 'सान्निध्य' प्राप्त होतं पण जीव परमात्मरूप होत नाही, असं मानतो. त्यांच्या तत्त्वज्ञानाला 'ब्रह्मविद्या' म्हणतात. 'सन्निधाना'मुळं जीवाचा उद्धार ('उद्धरण') होतं, असं महानुभावीय ब्रह्मविद्येत प्रतिपादिलं आहे.

अद्वैतमतात परमात्मा व जीवात्मा यांत अभेद वर्णिला आहे, हे 'अ-द्वैत' या संज्ञेवरून आपल्या लक्षात येईल. म्हणून त्या दोन्ही तत्त्वांचं मीलन होतं, ते एकरूप होतात व हे जीवात्म्याच्या साधनेचं/भक्तीचं चरम फलित आहे, असं अद्वैतमताचं प्रमुख गृहीतक आहे. महाराष्ट्रातील महानुभावेतर संप्रदाय (वारकरी, नाथ, नागेश, समर्थ, दत्त इ.) व वीरशैव धर्म याच मताचे आहेत. त्यांत द्वैतमताचे व अद्वैतमताचे असा भेद असला तरी भारतीय दर्शनातील ही सारी मतं एकेश्वरवादीच आहेत. अनेकदैवतवाद त्यांपैकी कुणालाही मान्य नाही व त्यांचा हा विचार बुद्धिप्रामाण्यवादी, युक्तिसंगतच आहे. याबाबतीत भारतीय दर्शन व इस्लाम दर्शन यात मतैक्य आहे. सूफी सम्प्रदाय ही इस्लाम धर्माची एक शाखा असल्यानं त्या पंथालाही अर्थातच एकेश्वर मान्य आहे.

महाराष्ट्रातील सूफी सम्प्रदायाच्या भूमिकेचं आकलन व्हावं, तसंच तिचं प्रयोजन स्पष्ट व्हावं यासाठी ही पार्श्वभूमी विशद केली. उत्तर भारतातही हा सम्पद्राय होता व आजही आहे. त्यात मधुराभक्तीचं तत्त्व आहे. आपल्या वारकरी व अन्य साम्प्रदायिक संतांनी 'विराण्या' व 'सौऱ्या' (स्वैरिणी) यासारखं मधुराभक्तिपर लेखन केलं आहे तथापि महाराष्ट्रात तशा प्रकारचं फारसं लेखन केल्याचं आढळत नाही. इस्लामचा एकेश्वरवाद, परमेश्वराचं निर्गुणत्व - निराकारत्व, सर्वव्यापित्व, निर्मिकत्व इ. सर्व तत्त्वं व उपासनापद्धती इ. सूफी संत मान्य करतात. महाराष्ट्रातील सूफी संत तर मराठी मातीशी व वारकरी, महानुभाव नाथ, नागेश, समर्थ, दत्त यांपैकी कोणत्या ना कोणत्या सम्प्रदायाशी इतके एकरूप झाले की, ते सूफी संप्रदायाचे संत आहेत की यांपैकी एखाद्या संप्रदायाचे संत आहेत, असा संभ्रम पडावा.

उदा. शेख महंमद हे वारकरी सम्प्रदायाचे की सूफी संप्रदायाचे, असा प्रश्न आजही अनेकांना पडतो. असा प्रश्न पडण्याचं कारण काय? या इस्लामेतर महाराष्ट्रीय धर्मसंप्रदायांत सगुणोपासना रूढ आहे व इस्लाम तर सगुणोपासक नाही. वस्तुस्थिती अशी आहे की, हे महाराष्ट्रीय धर्मसम्प्रदाय सगुणोपासक असले तरी त्यांचं अंतिम उद्दिष्ट निर्गुणोपासनाच आहे, हे आपल्या सूफी संतांनीही समजून घेतलं; त्या अंतिम निर्गुणोपासनेचा सगुणोपासना हा अलीकडील टप्पा आहे. त्यामुळं महाराष्ट्रीय सूफी संतांनी इस्लामधर्म तर मुळीच सोडला नाही, तथापि सगुणोपासनेच्या या अलीकडील टप्प्याला विरोधही केला नाही. एकदम (इस्लामप्रमाणं) निर्गुणोपासनेचा अंतिम टप्पा गाठता आला तर उत्तमच पण जे सगुणोपासनेच्या माध्यमातून का होईना, निर्गुणोपासनेप्रत जातात, त्यांच्या

भूमिकेला विरोध न करता समंजसपणानं ती भूमिकाही स्वीकारली. विठ्ठल, राम, कृष्ण, शिव, हरी ही नामरूपं असली तरी ती एकाच परमेश्वराची त्या-त्या संप्रदायांनी स्वीकारलेली उपास्यदैवतांची नावं आहेत— अशी समंजस भूमिका मराठी सूफी संतांनी स्वीकारली. ही मराठी मातीशी एकरूप होण्याची परमतसहिष्णुतेची समन्वयवादी भूमिका व मानसिकता होती पण या संतांनी यापुढचंही जे एक धाडसी पाऊल याच भूमिकेप्रीत्यर्थ टाकलं, ते इस्लामला मान्य होण्याजोगं नाही. ही भूमिका म्हणजे, जीवात्म्यातच परमात्म्याचं चैतन्य आत्मरूपानं असून भक्त परमेश्वराशी भक्तीच्या माध्यमातून एकरूप होऊ शकतो. 'अहं ब्रह्मास्मि' हे तत्त्व सूफी संतांनी 'अन् हल् हक्' या सिद्धातांचं प्रतिपादन करून स्वीकारलं.

महाराष्ट्रात सूफी संत बऱ्याच शतकांपूर्वी आले असले तरी त्यांचं मराठी वाङ्मयातील अस्तित्व विशेषकरून जाणवतं ते बहमनीकाळापासून, म्हणजे यादवोत्तर काळापासून. त्या काळापासून महाराष्ट्रात मुसलमान राज्यकर्त्यांची राजवट सुरू झाली. 'बहमनी' हा शब्द आपल्याला परका वाटत असला तरी ते संस्कृत 'ब्राह्मण' शब्दाचं उर्दू-फार्सी भाषांतील तद्भव रूप आहे. बहमनी राज्यकर्त्यांची दरबारी किंवा राज्यकारभाराची भाषा फार्सी होती. 'ब्राह्मण' या शब्दात 'ब्र' आणि 'ह्म' ही दोन जोडाक्षरं असून ती अ-मराठी भाषकांना उच्चारायला अवघड वाटणं स्वाभाविक होतं. त्यामुळं मुसलमान राज्यकर्त्यांनी त्याचं सुलभीकरण (Simplification) करून त्याचं 'बहमन' असं रूप केलं असावं. या बहमनी राज्यकर्त्यांपैकी बहुसंख्य धर्मान्तरित होते. त्यामुळं त्यांनी महाराष्ट्रातील वा जवळपासच्या राज्यांतील अन्य प्रजेविषयी दुजाभाव बाळगला नाही. त्यांच्या धर्म-पंथांविषयीही दुजाभाव बाळगला नाही. यासाठीच महानुभाव संप्रदायाची पूज्य स्थळं ('ओटेगोटे') बांधायला बिदरच्या बादशहासारख्या मुसलमान राज्यकर्त्यांनी त्यात अडथळा तर निर्माण केलाच नाही उलट त्यांना साह्यच केल्याची माहिती महानुभावीय 'पैठणचा वृद्धाचार'सारख्या ग्रंथात आढळते, हे मी 'महानुभाव साहित्य संशोधन - खंड १' या ग्रंथातील एका लेखात सविस्तर नमूद केलं आहे.

अशीच समंजस व एकात्मतेची भूमिका महाराष्ट्रातील सूफी संतांनी स्वीकारली. यांपैकी कोणत्याही संतानं धर्मांतर करायला सांगितलं नाही व ज्याला त्याला त्याच्या-त्याच्या धर्मानुसार/पंथानुसार वागण्याची मुभा दिली. यामुळं ते अन्य धर्मीयांमध्ये व पंथीयांमध्येही लोकप्रिय झाले. 'आत्मीय'

झाले. याची अनेक प्रमाणं त्यांच्या मराठी व दक्खिनी साहित्यात उपलब्ध होतात.

सूफी मराठी संत इस्लामधर्मीय असले तरी त्यांनी अन्य धर्मांचा/ पंथांचा द्वेष न करता, सर्वधर्मसमभावाची उदार भूमिका घेतली. 'अल्लाह्' किंवा 'खुदा' (परमात्मा) निर्गुण, निराकार, निर्विकार आहे व तोच संपूर्ण विश्वाचा निर्माता (निर्मिक: creator) आहे— हे सूफी मराठी संतकवी शेख महंमद यांनी आपल्या 'योगसंग्रामा'त/अभंगरचनेत आणि महानुभाव व सूफी संतकवी शहामुनी यांनी आपल्या 'सिद्धान्तबोधा'त व त्यातील अनेक अध्यायांच्या मंगलाचरणांत न चुकता, न विसरता, सांगितलं आहे, यातील मर्म हेच आहे.

या लेखात यापूर्वी सांगितल्याप्रमाणं, काही धर्म/पंथ सगुणोपासक असले तरी त्यांचं मूळ उद्दिष्ट निर्गुणोपासना हेच आहे, असं मतप्रतिपादन या सूफी मराठी संतकवींनी केल्यामुळं व कोणताही धर्म हा सर्व विश्वातील सर्व प्राणिमात्रांच्या कल्याणासाठी व उद्धारासाठीच असतो, हे त्यांच्या धर्मसंकल्पनेचं परमतसाहिष्णु अधिष्ठान व मानसिकता असल्यानं महाराष्ट्रातील कोणत्याही अन्य धर्माशी वा पंथाशी त्यांचा कधीच संघर्ष झाला नाही.

'हरी आणि अल्ला दोन असते—
तरी ते भांडो भांडो मरते!'

असं शेख महंमद का बरं म्हणतात? 'दुचेष्मा' या आपल्या दक्खिनी रचनेत 'मुसलमान' हा एक डोळा आहे तर हिंदू दुसरा डोळा असून, दोन्ही डोळ्यांनी एकच दृश्य दिसतं, असं त्यांनी उगीच म्हटलेलं नाही; त्यामध्ये विविध धर्मांविषयीची आदराची व एकात्मतेची भावना आहे.

बहमनीकालीन संतकवी अम्बर हुसेन यांनी ज्ञानदेवांच्या 'भावार्थदीपिके'चा मागोवा घेत 'तात्पयार्थदीपिका' लिहिली, ती 'अम्बर हुसेनी' नावानं दक्षिण भारतात तंजावुरपर्यंतही परिचित आहे. ज्ञानदेवीपेक्षा ती फार लहान आहे, म्हणूनच कवीनं तिला 'तात्पर्यार्थदीपिका' असं 'आशय' व 'आकार'सूचकही नाव दिलं आहे. तथापि, ही अम्बर हुसेनांची समश्लोकी मराठी गीता-टीका नाही. तिच्यात ज्ञानदेवांचा आदरपूर्वक उल्लेख केला असला तरी काही समीक्षकांनी म्हटल्याप्रमाणं त्यांचं अनुकरण मात्र केलेलं नाही.

बहमनीकालीन सूफी संतकवी मुर्तुझा काद्री ऊर्फ मुंतोजी बामणी यांनी तर 'प्रकाशदीप'सारख्या महत्त्वाच्या ग्रंथाबरोबरच अन्य किती तरी तत्त्वविवरणपर

आध्यात्मिक प्रकरणं लिहिली आहेत. मुंतोजींनी 'हिंदू-इस्लाम दर्शन-कोश' नावाचा मराठीतील पहिला द्विधार्मिक तुलनात्मक परिभाषा कोश लिहिला तर शेख महंमदांनी अशा प्रकारचा पंचीकरणाचा परिभाषा-कोश (हाही मराठीतील पहिलाच-अशा प्रकारचा - परिभाषाकोश) लिहिला.

चाँदसाहेब काद्री ऊर्फ चाँद बोधले हे शेख महंमदांचे व (संत एकनाथांचे गुरू, देवगिरीचे-दौलताबादचे किल्लेदार) संत जनार्दनस्वामी यांचे गुरू होते. ते सूफींच्या चार शाखांपैकी काद्री या शाखेचे. त्यांची कबरही या किल्ल्यात आहे. जर्नादनस्वामी व शेख महंमद हे गुरुबंधू होते. शेख महंमद आणि वारकरी संप्रदाय यांचे आत्मीयतेचे व घनिष्ठ संबंध सर्वज्ञात असून त्याविषयीची वारकरी संप्रदायात प्रचलित असलेली ही उक्तीही जनसामान्यांत प्रचलित आहे-

'ज्ञानयाचा एका।
नामयाचा तुका। आणि
कबीराचा शेका।'

यातील 'शेका' म्हणजे 'शेख महंमद'. शेख महंमद यांनी 'योगसंग्राम' हा महत्त्वपूर्ण स्वतंत्र ग्रंथ लिहिला. त्यात योगाच्या साह्यानं आत्मकल्याण कसं साधता येतं, ते सांगून पवित्र कुराणातील तत्त्वविवेचन अठराव्या अध्यायात विस्तारपूर्वक केलं आहे व दोन्ही धर्मांतील साम्यस्थळांकडे लक्ष वेधलं आहे. त्यांची मराठी ग्रंथसंपदा विपुल असून त्यांनी विठ्ठलभक्तिपर अभंगही असंख्य लिहिले आहेत. हा ग्रंथ म्हणजेसुद्धा एका समीक्षकानं (चुकीनं) म्हटल्याप्रमाणं 'ज्ञानदेवांचं वा ज्ञानेश्वरीचं अनुकरण' नाही. कोणतेही सूफी मराठी संतकवी 'परप्रकाशित' किंवा 'परभृत' कवी नसून तो स्वतंत्र प्रज्ञेचे प्रतिभावंत कवी होते.

चौदाव्या शतकातील नागेश सम्प्रदायाचे प्रवर्तक व अवतारस्वरूप नागनाथ यांना मुसलमान शिष्य सूफी संत नसिरुद्दीन चिराग देहलवी मानतात. या सर्व समावेशक व समन्वयवादी सम्प्रदायात किल्लारीचे अल्लंखान ऊर्फ आलमखान हे महत्त्वाचे सूफी संतकवी होऊन गेले. त्यांची विपुल अभंगरचना व पदरचना उपलब्ध असून मोहोळकरसंपादित 'नागेशदर्पणा'त त्यांतील निवडक रचना प्रसिद्ध झाली आहे.

कलगीतुऱ्याच्या लावण्या गाणारे आपले अनेक शाहीर नागेशानुयायी होते; त्यांनी आपल्या लावण्यांत नागेशांना वंदन केलं आहे. त्यांपैकी सगनभाऊ

हे एक प्रमुख शाहीर होते. ते मुसलमान होते, हे सर्वज्ञात आहे.

शेख तुराब या परभणीच्या सूफी संतांनी समर्थांच्या 'मनाच्या श्लोकां'चा दक्खिनीमध्ये 'मनसमझावन' या नावानं अनुवाद केला आहे; तर समर्थांनी सूफी संप्रदायाच्या 'तसव्वुफ्' या तत्त्वज्ञानातील पारिभाषिक शब्द योजून 'मुसलमानी अष्टके' दक्खिनीमध्ये लिहिली आहेत. त्यांचं संपादन करून डॉ. इंदू लिमये यांनी ती प्रसिद्ध केली आहेत. (पहिली आवृत्ती : प्रका. समर्थ वाग्देवता मंदिर, धुळे)

शहामुनी हे बीड जिल्ह्यातील शहागडचे सूफी संतकवी. ते महानुभाव सम्प्रदायाशी एकरूप झाले होते. 'सिद्धांतबोध' हा बृहद् ग्रंथ त्यांनी लिहिला, तो महानुभावीय प्रमाण मानतात. माझ्या यापूर्वी उल्लेखिलेल्या सूफी संतकवीविषयक ग्रंथात मी 'सिद्धांतबोधा'तील पन्नास अध्यायांपैकी पहिले तीस द्वैतमताधिष्ठित अध्यायांचे कर्तेच मूळ शहामुनी होत, हे सप्रमाण सिद्ध केलं आहे.

महाराष्ट्रातील नाथ साम्प्रदायिक संत व सूफी संत यांच्यातही आत्मीयतेचे संबंध होते. इतकंच नव्हे, तर काही नाथ साम्प्रदायिक संतांची पर्यायी मुसलमानी नावं असल्याचा उल्लेख ख्यातनाम संशोधक डॉ. रा. चिं. ढेरे यांनी आपल्या नाथ संप्रदायाविषयक ग्रंथात केला आहे. दत्त सम्प्रदायाचे काही संत व काही सूफी संत यांचाही परस्परसंबंध असावा, असं 'गुरुचरित्रा'तील औलियांच्या उल्लेखावरून दिसतं.

सर्वधर्मसमभाव, एकात्मता, समन्वयवाद व शांतीचा संदेश ही महाराष्ट्रातील सूफी संतांची चतु:सूत्री होती. यांतील कोणत्याही संतानं धर्मांतर करविण्याचा प्रयत्न केला नाही. त्यांतील बहुतेक संत मराठी मातीतून— विशेषत: महाराष्ट्राच्या ग्रामीण भागातच— जन्मले, वाढले व येथील सर्व धर्म-पंथांशी एकोपा व सामंजस्य निर्माण करून ते पूर्णतया मराठी मातीशी व मऱ्हाटी संस्कृतीशी/ लोकसंस्कृतीशी एकरूप झाले. मराठी वाङ्मय व संस्कृती यांच्या विकासातील त्यांचं योगदान लक्षणीय आहे. या दृष्टीनं मध्ययुगीन मराठी वाङ्मयाच्या इतिहासाचं पुनर्लेखन व्हायला हवं, असं मला वाटतं.

◆◆

(अु) समर्थ संप्रदाय

(१) ब्रह्माचं एकत्व व एकमेवाद्वितीयत्व
    (दासबोध : सातवा शतक)

(अु) समर्थ संप्रदाय

ब्रह्माचं एकत्व व एकमेवाद्वितीयत्व
(दासबोध : सातवा शतक)

❋❋❋❋❋❋❋❋❋❋❋❋❋❋❋❋❋❋❋❋❋❋❋❋❋❋❋❋❋❋❋❋❋❋❋❋❋

आध्यात्मिक तत्त्वविवरणात्मक असा हा दशक असून साधनेद्वारा अद्वैतानुभूती प्राप्त होईल. 'पख्रह्म आदिअंती अनिर्वाच्य' कसे आहे याची प्रचीती येते.

वीस दशकी, दोनशे समासी 'दासबोध'चं वाचन नि मनन केल्यानंतर त्यातून 'ज्ञानेश्वरी'च्या वाचन-मननाप्रमाणंच विविध आयामांची प्रचीती येते. ज्ञानेश्वरीत विषयांची पुनरावृत्ती नसतानाही ती येते नि 'दासबोधा'त ती असल्यामुळं येते पण या सर्वांतही एक अन्तःसूत्र असतं, ते समानच असतं. समर्थ काही विषयांची पुनरावृत्ती हेतुतः करतात, पण ती अनावश्यक वा उपरी वाटत नाही. कारण 'विवरलेंचि विवरावे' नि तो विचार वाचकाच्या/साधकाच्या मनात पुरता ठसवावा, ही लोकशिक्षकाची भूमिका समर्थ तिथं घेत असतात. खरं तर ब्रह्मजिज्ञासा आणि तिची परिपूर्ती हे संपूर्ण 'दासबोधा'चं अंतःसूत्र आहे, पण मूळ ब्रह्मापर्यंत— अंतिम सत्याप्रत— जायचं तर त्यासंबंधीच्या अन्य विविध कल्पनांचा व विचारांचाही परामर्श घ्यायलाच हवा. या हेतूनं समर्थांनी सातव्या दशकाच्या या दहा समासांत आपल्याला अभिप्रेत असलेल्या प्रतिपाद्याची तर्कशुद्ध आखणी व मांडणी केली आहे.

ज्ञानेश्वरीचं अध्ययन करताना मला जी प्रचीती आली, तीच 'दासबोध'च्या अध्ययनाच्या वेळी आली. ज्ञानदेवीचा प्रत्येक अध्याय म्हणावा तर स्वयंपूर्ण आहे नि म्हणावा तर त्याचा अनुबंध मागच्या-पुढच्या अध्यायांशी जोडला आहे. 'दासबोधा'च्या सातव्या दशकाविषयीही तसंच म्हणावंसं वाटतं. तथापि त्याची स्वयंपूर्णता विशेषतः जाणवते. सातव्या दशकाचे दहा समास मिळून जणू एक लहानसा ग्रंथच व्हावा, अशी त्याची रचना समर्थांनी केली आहे. केवळ तेवढ्या दशकाचंच वाचन केलं तरी अध्यात्माचा गाभा वा मर्म कळावं, अशा प्रकारे त्यात निरूपण केलं आहे. अगदीच 'ग्रंथ' नाही म्हटलं तरी या दहा समासांचं

समुच्चय म्हणजे एक स्वयंपूर्ण आध्यात्मिक तत्त्वविवरणात्मक प्रकरण आहे, असं तर निश्चितपणे म्हणता येतं.

या दशकाच्या प्रारंभीचा समास मंगलाचरणाचा आहे. त्यात मंगलमूर्तीला नि शारदेला वंदन केलं आहे. हे विवेचन आपण का करीत आहोत, याचं प्रयोजनही त्यात सांगितलं आहे, ते असं:

देहबुद्धिअहंकारें। निजेले घोरति घोरें।
दुःखें आक्रंदती थोरे। विषयसुखाकारणें ।।
जयासि नाहीं परमार्थ। तयासि न कळे येथीचा अर्थ।
नेत्रेविण निधान स्वार्थ। अंधासि कळेना ।।

हे तर खरंच, पण—

नाना अहंतेने वाट। रूधली मोक्षाची ॥

ही समर्थांची या लेखनामागची प्रेरणा कशी आहे, ते त्यांनी प्रारंभीच झडझडून सांगून टाकलं आहे.

हे विवरण आपण प्राकृतात का करीत आहोत, याचंही स्पष्टीकरण समर्थ इथं पुन्हा करतात. अशा प्रकारचं प्राकृत समर्थन दासबोधात यापूर्वी अन्यत्र आलंच आहे. आपण इथं जे तत्त्वविवेचन करणार आहोत, ते अत्यंत महत्त्वाचं असून ते जनसामान्यांनाही कळायला हवं यासाठी ते त्यांच्या भाषेतच— लोकभाषेत म्हणजे मराठी भाषेत- करणं अनिवार्य आहे, हे इथं समर्थांनी पुन्हा एकदा ठासून सांगितलं आहे. धर्मप्रबोधन करायचं असेल तर त्यासाठी त्या प्रबोधनाचं माध्यम लोकभाषाच असायला हवं, या मराठी संतांच्या ब्रीदाचा पुनरुच्चार समर्थ आवर्जून का करतात, हे लक्षात घ्यायला हवं.

समर्थांनी जसं हे प्राकृत-समर्थन केलं आहे तसंच यापूर्वी ते नाथांनीही केलं होतं नि 'भागवता'त जवळजवळ याच प्रतिमांच्या साह्यानं विशद केलं होतं, याचा आठव इथं झाल्याविना राहत नाही. आपल्या लेखनाचं प्रयोजन जसं समर्थ या दशकाच्या प्रारंभी पहिल्या समासात सांगतात, तशीच त्याची फलश्रुतीही ते या दशकाच्या शेवटच्या— म्हणजे दहाव्या— समासात सांगतात आणि तिथं तर या रचनेचा 'ग्रंथ' असा चक्क निर्देशही करतात. हा निर्देश इथं दोन वेळा आला आहे, हेही लक्षात घ्यायला हवं.

'प्राकृत' म्हणून या लेखनाचा अव्हेर वा हेटाळणी करून चालणार नाही, हे समर्थांना सुचवायचं आहे. सातव्या दशकाच्या स्वयंपूर्णतेच्या संदर्भात 'ग्रंथ' हा शब्द उपयोजिला आहे, त्याचप्रमाणं परमार्थानं (परम अर्थानं, तसंच व्यापक

अर्थानं) 'दासबोध' या ग्रंथाचंही सूचन केलं गेलं आहे.

या दशकाच्या दुसऱ्या समासातच समर्थांनी 'ब्रह्म'चं खऱ्या अर्थानं आकलन होणं कसं आवश्यक आहे, ते सांगितलं आहे. त्यासाठी या समासाला त्यांनी 'ब्रह्मनिरूपण' हे नाव दिलं आहे. मुळात ब्रह्म हे निर्गुण-निराकार-निर्विकार आहे, पण त्याची यथार्थ कल्पना आपल्याला येत नाही. द्वैतभावामुळं हे घडतं, देहबुद्धीमुळं हे घडतं; यासाठी या द्वैतभावाचा व देहबुद्धीचा श्रवणानं त्याग करावा, याचं विवेचन आठव्या व नवव्या समासात आलं आहे.

ब्रह्म तर एकच आहे; मग ते निरनिराळं आहे, असा आभास आपल्याला का बरं होतो?

ब्रह्म चौदा असतील असं कुणाकुणाला का वाटतं, त्याची कारणमीमांसा करून समर्थ ब्रह्माच्या एकत्वावर व एकमेवत्वावर तुमचं-आमचं लक्ष केंद्रित करतात. यासाठी चतुर्दश ब्रह्मांचं निरूपण करणं आवश्यक असल्यानंच ते विवरण लगेच पुढच्या म्हणजे तिसऱ्या समासात आलं आहे.

हे चौदा ब्रह्म असे आहेत :

१) शब्दब्रह्म, २) मीतिकाक्षरब्रह्म (ॐ एकाक्षर), ३) खंब्रह्म (आकाश), ४) सर्वब्रह्म, ५) चैतन्यब्रह्म, ६) सत्ताब्रह्म ७) साक्षब्रह्म, ८) सगुण ब्रह्म ९) निर्गुण ब्रह्म, १०) वाच्यब्रह्म, ११) अनुभवब्रह्म, १२) आनंदब्रह्म, १३) तदाकारब्रह्म आणि १४) अनिर्वाच्य ब्रह्म.

हा सर्व तपशील सांगत असताना समर्थांनी यांतील प्रत्येक ब्रह्माची मर्यादाही सांगितली आहे नि त्यात शाश्वतत्व कसं नाही, त्याचं विवरण केलं आहे. उदा.— 'शब्दब्रह्म' हे शाब्दिक आहे, त्याला शब्दाची मर्यादा आहे, अनुभवाचं वा प्रचीतीचं अधिष्ठान नाही, त्यामुळं ते शाश्वत नाही. मीतिकाक्षरब्रह्माला किंवा खंब्रह्मालाही शाश्वताचं अधिष्ठान कुठं आहे? सर्वब्रह्मदेखील नाशिवंतच आहे. अगदी 'अनिर्वाच्य ब्रह्मा'चा विचार केला तरी तिथं वाचा आली म्हणजेच शब्द आला— हे संदर्भही त्याला मर्यादितच करतात. अमर्याद, सर्वव्यापी ब्रह्माची अनुभूती हीच इथं मुख्यत्वेकरून लक्षात घ्यायला हवी.

यासाठीच चवथा समास समर्थांनी 'विमल ब्रह्मा'च्या निरूपणासाठी योजिला आहे. हे ब्रह्म 'नभाहून निर्मळ' आहे. अरूप असून विशाल आहे. त्याला मर्यादा अशी नाहीच, तर ते 'मर्यादेवेगळे' आहे. त्याची व्याप्ती किती, तेही सांगणं अशक्य आहे.

ते पंचमहाभूतांत असूनही 'पंचभूतातीत' कसं असतं, त्याचं वर्णन समर्थांनी

अत्यंत मार्मिकपणे केलं आहे.

—असं हे ब्रह्म शाश्वत असतं. ते अनुभवानंच जाणावयाचं असतं. त्यासाठी प्रथम आपण त्याच्याशी पूर्णतया एकरूप होणं आवश्यक असतं. म्हणून द्वैतभाव कसा नाहीसा करावा, याचं विवरण 'द्वैतकल्पनानिरसन' या पाचव्या समासात आलं आहे.

मन ब्रह्माविषयी कल्पना करतं, तो 'संकल्प' होय नि मायेविषयी कल्पना करतं, तो 'विकल्प' होय— असं समर्थ मानतात. मायेच्या बंधनात जीव गुरफटतो, त्याला मुक्त कसं करता येतं, याचा विचार यापुढच्या सहाव्या समासात आला असून 'बद्धमुक्तनिरूपण' हे त्याचं नावही सार्थ आहे. यातील

प्रत्यावृत्ती सैरावैर। किती करू येरझारा?
पाई लाऊनिया दोरा। कीटक जैसा ।।

—हा समर्थांनी दिलेला कीटकाचा दृष्टांत संसारपाशांनी बद्ध झालेल्या जीवाचं नेमकेपणानं वर्णन करतो. या बंधनापासून सुटका कशी करून घेता येईल, याचं मार्गदर्शनही इथं समर्थांनी केलं आहे.

मीपणापासून सुटला। तोचि येक मुक्त जाला।
मुका अथवा बोलिला। तरि तो मुक्त ।।
बद्धमुक्त हा संदेहो। धरी कल्पनेचा देहो।
साधु सदा निःसंदेहो। देहातील वस्तु ।।

– आणि हा 'मीपणा' सोडायचा कसा, याचं मार्गदर्शनही सातव्या समासात केलं आहे. त्यात या संदर्भातील साधन कोणतं, ते सुचविलं असल्यानं या समासाचं 'साधन-प्रतिष्ठा' हे नावही अन्वर्थकच आहे. संदेह किंवा विकल्प दूर सारून, त्याचप्रमाणं अहंभाव वा देहबुद्धी सोडून ईश्वराचा सतत आठव करावा, त्याचं चिंतन करावं— हा मार्ग किंवा 'साधन' इथं सुचविलं आहे. हे वळण मनाला लगेच थोडंच लागणार? त्याचीही सवयच करायला हवी!

'समूळ संदेह तोडावा । साधनेचि संगती' हे मार्ग किंवा साधनं सुचविली आहेत. यासाठी 'श्रवण' हे महत्त्वपूर्ण साधन असल्यानं समर्थांनी त्यासाठी या दशकातले आठ आणि नऊ हे दोन्ही समास खर्ची घातलं आहेत. 'श्रवण कसं करावं?' इथपासून श्रवणामुळं काय काय साध्य होतं?' इथपर्यंतचा सविस्तर विचार या दोन्ही समासांत केला आहे. श्रवणानं चित्तशुद्धी होते, बुद्धी दृढ होते, अभिमानाची उपाधी तुटते, मनाचा निश्चय होतो, मन आवरता येतं, देहबुद्धीचं बंधन तुटतं इ. किती तरी लाभांचं विवरण समर्थ ओघवत्या वाणीत

ब्रह्माचं एकत्व व एकमेवाद्वितीयत्व (दासबोध : सातवा शतक) / २३३

करतात आणि त्या सर्वांचं सार म्हणजे–

श्रवणें होतसे सर्वसिद्धी। श्रवणें लागे समाधि।
श्रवणें घडे सर्वसिद्धी। समाधानांची।।

सातव्या दशकाच्या दहाव्या समासाचं नाव 'देहान्तनिरूपण' असं आहे. या आयुष्याचं सार्थक व्हावं, असं कुणाला नाही वाटणार? यासाठी **'देह मिथ्या जाणोनि जीवे। याचे सार्थकाचि करावे।'** असं समर्थ म्हणतात. जो अशा प्रकारे साधना करील, त्याला अद्वैतानुभूती येईल. 'परब्रह्म आदिअंती अनिर्वाच्य' कसं आहे, याची प्रचीती आल्यावर साधायचं असं काय बरं राहील?

◆ ◆

अध्याय तिसरा

आधुनिक संतांचं योगदान

(१) श्रीगजाननमहाराजांचं धर्मप्रबोधन आणि समाजप्रबोधन

(२) पाऊलखुणा प्रबोधनाच्या (गाडगेबाबा)

(३) राष्ट्रसंतांचं विचारविश्व : संदर्भ आजचा (तुकडोजीमहाराज)

: १ :

श्रीगजाननमहाराजांचं धर्मप्रबोधन नि समाजप्रबोधन

****

चरितकथा

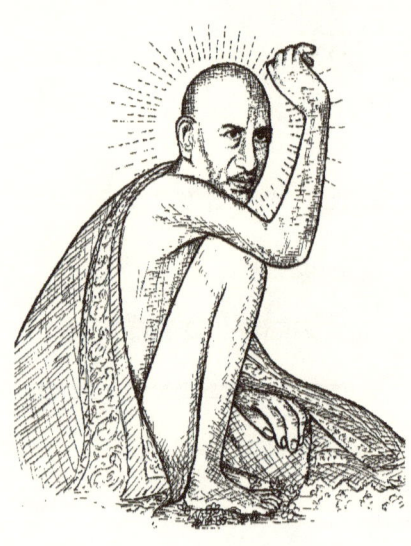

दासगणूमहाराज हे आधुनिक महीपतीच होते. महीपतींनी जशी विविध संतचरित्रं लिहिली तशीच दासगणूमहाराजांनीही लिहिली. त्यामुळं महीपतींचे 'भक्तविजय'सारखे ग्रंथ एक प्रकारचे मराठीतील मध्ययुगीन संतचरित्रकोश झाले त्याचप्रमाणं दासगणूमहाराजांचं साहित्य म्हणजे आधुनिक युगातील मराठी संतचरित्रकोशच झाले आहेत. 'श्रीगजाननविजय' हा दास गणूमहाराजांचा एक महत्त्वाचा चरित्रग्रंथ आहे. त्यात त्यांनी शेगावच्या श्रीगजाननमहाराजांची चरितकथा वर्णिली आहे.

एकवीस अध्यायांची ही चरितकथा त्यांनी जवळपास ३६०० ओव्यांत सांगितली आहे. ही कथा सांगताना स्वत:च दास गणूचं इतके समरस झाले आहेत की, ती वाचताना आपणही त्या काळात त्या-त्या स्थळांचं नि त्या-त्या व्यक्तींचं दर्शन घेत आहोत, असं आपल्याला जाणवू लागतं.

ही चरितकथा वाचताना मला महानुभाव सम्प्रदायाचे 'पंचकृष्णा'तील एक अवतारस्वरूप व पंथप्रवर्तक 'श्रीचक्रधरस्वामी' यांचे गुरू श्रीगोविंदप्रभू ऊर्फ गुंडम राऊळ यांच्या 'ऋद्धिपुरलीळा' या चरित्राची आठवण झाली. त्याविषयी मी

माझ्या 'महानुभाव साहित्य-संशोधन' या ग्रंथाच्या पहिल्या खंडातील एका लेखात विवेचन केलं आहे. श्रीगोविंदप्रभू आणि श्रीगजाननमहाराज यांच्यामध्ये व त्यांच्या कार्यामध्ये मला काही बाबतींत साम्य आढळलं. असंच साम्य मला महाराष्ट्रातील काही सूफी संतांच्या बाबतीतही आढळलं. या सूफी संतांविषयीचा स्वतंत्र ग्रंथ मी लिहिला असून त्याविषयी यापूर्वी उल्लेख केलाच आहे.

यातील काही संतांची वृत्ती व त्यांचं वागणं काहीसं अनाकलनीय असतं. सामान्य माणसाला ते विलक्षण वाटतं, त्यामुळं तो त्यासाठी ते कलंदर वृत्तीचे किंवा अवलिया किंवा अलौकिक आहेत, असं आपण म्हणतो.

व्यक्तिमत्त्वापासून विभूतिमत्वापर्यंत

श्रीगजाननमहाराज यांचं जे विभूतिमत्व संतकवी व संतचरित्रकार दास गणू यांनी वर्णिलं आहे, ते निवेदन करताना त्यांनी अनेक पौराणिक दाखले दिले असून विविध धर्मीय संतांचेही दाखले दिले आहेत. या संदर्भात त्यांनी विविध स्थळं, त्यांतील व्यक्ती व त्यांच्यासाठी महाराजांनी काय केलं, याचं रसाळ वर्णन केलं आहे.

या चरित्रातील प्रसंगांत काही आख्यायिकाही असण्याची शक्यता आहे. जसजशी महाराजांची विविध चरित्रं उपलब्ध होतील त्यात्या प्रमाणात त्यातील वास्तवाप्रत आपण जाऊ शकू व त्याचा अन्वयार्थ लावू शकू. संतचरित्रांचा अभ्यास व संशोधन करताना असे निकष अधिक उपयुक्त ठरतात आणि त्यामुळं त्यांच्या व्यक्तिमत्त्वापासून विभूतिमत्वापर्यंतच्या प्रवासाचं अधिक यथार्थ आकलन होतं.

श्रीगजाननमहाराजांच्या प्रभावकक्षेचा विचार करताना ते ज्याज्या स्थळी गेले, ज्याज्या व्यक्तींचा त्यांच्याशी संपर्क आला, त्यांच्यासाठी त्यांनी जे केलं या सर्व तपशिलाचा त्यांच्याविषयीच्या श्रद्धेबरोबरच त्यातून जे समाजहित साधलं गेलं, त्यांनी जे लोकमानस घडविलं, आपल्या उपदेशातून जे समाजप्रबोधन केलं, याचा मागोवा घेणंही मला महत्त्वाचं वाटतं. महानुभाव पंथाचे अवतारस्वरूप श्रीगोविंदप्रभू आणि श्रीचक्रधरस्वामी यांच्या चरित्राचा असा मागोवा घेण्याचा प्रयत्न मी यापूर्वी उल्लेखिलेल्या माझ्या ग्रंथात, त्याचप्रमाणं मी संपादिलेल्या 'लीळाचरित्र : एकांक', 'दृष्टांतपाठ' या ग्रंथांच्या प्रस्तावनांमध्ये केला आहे.

प्रभावकक्षा : (अ) नागर व ग्रामीण भाग

श्रीगोविदंप्रभू ऋद्धिपूर (जि. अमरावती) सोडून फारसे कुठं गेले नाहीत; तथापि श्रीचक्रधरस्वामी मात्र गोंडवनापासून महाराष्ट्राच्या विविध गावांत, खेडोपाड्यांत वस्त्यावस्त्यांत गेले. तिथं राहिले. तिथल्या लोकजीवनाशी समरस झाले. या स्थळांचा व तिथल्या वास्तव्याचा तपशील 'स्थानपोथी' या ग्रंथात आहे.

'श्रीगजाननविजय' ग्रंथ वाचीत असताना मला असं जाणवलं की, महाराजांचा संचार जसा मोठ्या शहरांत होता तसाच तो लहानलहान खेड्यांत, वस्त्यांत व शिवारांतही होता. नागर जीवनाप्रमाणं (किंवा जीवनाइतकंच) ते ग्रामीण जीवनाशीही एकरूप झाले होते. त्यांच्या प्रभावकक्षेत अमरावती, अकोला, मलकापूर, दर्यापूर, आकोट, मेहकर, त्र्यंबकेश्वर, शेगाव आहे; त्याचप्रमाणं आडगाव, मुंडगाव, पिंपळगाव नि अकोलीचं शिवार, गुराख्यांची रानं नि माळ्यांच्या वस्त्याही आहेत.

नगरं, गावं, वस्त्या यांच्याकडे ते जशा समदृष्टीनं पाहतात; त्याचप्रमाणं त्यांतील समाजातल्या विविध स्तरांच्या, विविध जाती-जमातींच्या, विविध धर्मांच्या नि धर्मपंथांच्या लोकांकडेही ते समदृष्टीनं पाहतात. त्यांचं हित साधताना ते आप-परभाव बाळगत नाहीत.

प्रभावकक्षा : (आ) समाजातील सर्व स्तर

विदर्भातील आकोट हे शहर विख्यात आहे. नरसिंगमहाराज हे तिथले संत. ते जंगलात राहत. ते मराठा असून कोतशाह अलीचे (वलीचे) शिष्य होते. त्यांच्या भेटीसाठी गजाननमहाराज आकोटजवळच्या जंगलात गेले व त्यांच्याशी धर्मचर्चा केली. त्यांच्या शिष्यांत/भक्तांत जानकीराम सोनार आहे, तसेच पीताम्बर शिंपी आहेत, बंकटलाल सावकार आहेत तशी बायजा माळीण आहे. बच्चुलाल अग्रवाल आहेत, तसे तुकाराम शेगोकार आहेत. जानराव देशमुख आहेत, तसे हरी पाटील आहेत. खंडेराव पाटील-श्यामसिंग राजपूत आहे व चंदू मुकीनही आहे. नरसिंगमहाराजांबद्दल दास गणू म्हणतात—

पुढे एक वेळा। महाराज गेले आकोटाला।
आपल्या बंधूस भेटण्याला। श्रीनरसिंगजीकारणें ।।
हा कोतश्या अल्लीचा। शिष्य मराठा जातीचा।
कंठमणी विठ्ठलाचा। भक्तिबलाने झाला ।।
त्या नरसिंगजींचे चरित्र। मी भक्तलीलामृतात।

वर्णिले आहे इत्थंभूत। आतां ते सांगणे नको ।।

(ग. वि. ६×४४-४६)

-आणि नरसिंगमहाराजही गजाननमहाराजांना 'बंधुराया' म्हणून संबोधतात; एवढंच नव्हे तर 'मी धाकटा बंधु तुझा' असेही म्हणतात. (ग. वि. ६×७१, ७६)

गोसावी-संन्यासी-फकीर यांत त्यांना कुठलाही भेद वाटत नाही. मारुती मंदिराचा उत्सव पाहायला आलेले गजाननमहाराज बंकटलालचं घर सोडून मंदिरातच राहायचं ठरवतात, तेव्हा बंकटलाल फार दु:खी-कष्टी होतो.

महाराज त्याची समजूत काढताना—

बोलले बंकटलालासी। मी आतां या मंदिरासी।
राहीन जाण अहर्निशी। त्याचा शोक करू नको ।।
गोसावी, संन्यासी, फकीर। यांना कायमचे राहण्या घर।
योग्य नाही साचार। तुम्हां प्रापंचिकाचे ।।

(ग. वि. ६×३५-३६)

एका मराठा जातीचे असूनही पाटील आणि देशमुख यांच्यामध्ये वाद असल्याचं पाहून ते त्यांच्यात सलोखा करण्याचा प्रयत्न करतात.

ते त्या दोहोंना सांगतात—

तुम्ही पाटील-देशमुख दोघेजण। एका जातीचे असून।
एकमेकांचे नुकसान। स्वार्थें करूं पाहतां ।। (ग. वि. ८×५९)

पंचपक्वान्नाऐवजी माळणीची झुणका-भाकर ते आनंदानं खातात (अ. २) किंवा गाडी हाकताना महार आपला स्पर्श त्यांना होऊ नये म्हणून खाली उतरून चालतो, त्या वेळी तसं करण्याची गरज नाही, असं महाराज म्हणतात. (अ.१३)

अशा प्रकारे त्यांचा मानवतावाद नि समतावाद फार व्यापक होता. 'भेदाभेद - भ्रम अमंगळ' ही मानसिकता त्यामागं होती.

महाराजांचं धर्मप्रबोधन नि समाजप्रबोधन

श्रद्धा हे धर्माचं अधिष्ठान असलं तरी धर्मात व्यवहार व व्यापार नसावा, असं महाराजांना वाटे. यासाठीच दांभिक कथेकऱ्यांवर ते अशी टीका करीत–

जें जें जयाने सांगावे। तें तें त्याने आचरावें।
शब्दच्छलासीं न करावें। साधकाने केव्हाही ।।
भागवताचा श्लोक सांगसी। आणि त्याच्याविरुद्ध वागसी।

कथेकऱ्याची रीत ऐसी। बरवीं नव्हे गोविंदा ।।
पोटभऱ्या कथेकरी। तू न व्हावे भूमीवरी।

(ग. वि. २×६५-६७)

हिंदू आणि मुसलमान या दोन धर्मांच्या अनुयायांमध्ये वितुष्ट निर्माण होऊ नये म्हणून महाराज काय करतात, हे सतराव्या अध्यायातील मुस्लिम साधू मेहताबशाच्या प्रकरणावरून कळतं. त्याच्या स्वभावात द्वेष हा दोष कायम असल्यानं महाराज त्यावर प्रहार करून सांगतात की—

तुझे मेहताब आहे नाव। त्याची काय आठवण ठेव।
दोषरूपी तमां वाव। तुझ्यापुढे मिळू नये ।।
हा द्वेषरूपी अंधार। वाढत चालला वरचेवर।
याची तुला नाहीं खबर। म्हणून तुजला ताडिलें ।।

(ग. वि. १७×९९-१००)

'मेहताब' ('माहताब') या अरबी शब्दाचा अर्थ चंद्र असा आहे, हे लक्षात घेतल्यावर महाराजांच्या म्हणण्यातील मर्म अधिक उलगडतं. पण एवढं करूनही बच्चुलालनं दिलेलं भोजनाचं निमंत्रण आधी स्वीकारूनही 'मेहताबशाला का वगळले' (मेहताबशाला जेवणाचं निमंत्रण का दिलं नाही?) म्हणून त्याच्या घरापर्यंत आलेले महाराज तांग्यातून खाली उतरले नाहीत. मग दोघांनाही तांग्यात मिरवत नेल्यावर भोजन झालं. कुरूमला मशीद बांधायचं काम शेख कडूबरोबर करायचं होतं, ते अर्ध्यावर होतं; पण स्वामींच्या आदेशानं मेहताबशा पंजाबला परत जातो, पण जाताना शेख कडूला सांगतो,

समर्थांच्या कृपेंकरून। मशिदीचे काम पूर्ण।
होईल, हे माझे वचन। सत्य तुम्ही मानावे ।।'

(ग. वि. १७×१२०

याचं कारण काय? तर–

धर्माविषयी द्वैत। संतांठाई नसते सत्य।
ते अवघ्या धर्मांप्रत। समसमान मानिती ।।
...हिंदू आणि मुसलमान। हे एकाच देवापासून।
निर्माण असती जाहले ।।
धर्म बापा ज्याचा त्यांनी। प्रिय मानावा प्राणाहुनि।
परी विधर्म्यांच्या ठिकाणी। अलोट प्रेम धरावें।
हे न झाले जोंवरी। सौख्य लांबेल तोंवरी।

जा मशीद होईल पुरी। गजाननाच्या कृपेने ।।

(ग. वि. १७×१२१, १२५-२७)

धर्माविषयीची यथार्थ कल्पना जनसामान्यांना यावयास हवी, या धर्मप्रबोधनातून समाजप्रबोधनही होतं, याचं भान धर्मपंडित, गोसावी, विद्वान, कीर्तनकार यांनीही राखायला हवं, असं महाराजांना वाटे. त्यांनी धर्माचा व्यापार करू नये व स्वार्थ साधू नये, असाही उपदेश महाराजांनी त्यांना केला आहे. या संदर्भात 'श्री गजानन विजया'च्या आठव्या अध्यायातील तेलंगी वैदिक कर्मठ पंडिताची कथा पाहावी. त्यांनी मंत्र म्हणताना चूक केली व ती दुरुस्तही न केल्यानं महाराज त्यांना खडसावतात, तुम्ही कशासाठी वैदिक झाला?

हीनत्व वेद विद्येला। आणू नका रे निरर्थक।।
ही न विद्या पोटाची। मोक्षदाची आहे साची।
बा डोईस बांधल्या शालीची। किंमत काही राखा हो ।।
मी म्हणतो ऐसें म्हणा। खरे स्वर मनीं आणा।
उगीच भोळ्या भाविकांना। सोंग आणून नाडू नका ।।

(ग. वि. ६×७६-७३)

संत कसे निःस्पृह, विरक्त, संन्यस्त असावेत— याचा वस्तुपाठही महाराजांनी अकोल्याच्या बच्चुलालच्या प्रसंगात दिला. त्यानं महाराजांना सुवर्ण ताटात मोठी दक्षिणा, वस्त्रे, अलंकार इ. देऊ केले; तरी त्यांना त्याविषयी अनासक्तीच कशी वाटते, याची किती तरी उदाहरणं गजाननमहाराजांच्या या चरितकथेत आढळतात. बाराव्या अध्यायातील बच्चुलालचा प्रसंग उल्लेखिण्याजोगा आहे. त्याला महाराज काय म्हणतात, पाहा–

'आज तू हे काय केले? मला पोळ्याचा बैल बनविले।
हे अलंकार घालून भले। याचे काय करणार?
मी न बैल पोळ्याचा। अथवा घोडा दसऱ्याचा।
मला या दागदागिन्यांचा। सांग काय उपयोग?
अरे, हे अवघे विष। मला नको त्यांचा स्पर्श।
या नसत्या उपाधीस। माझ्यामागे लावू नको ।।'

(ग. वि. १२×२४-२६)

शेवटी, आजच्या एका ज्वलंत समस्येविषयी. ही समस्या आपल्याला आजही भेडसावते. वेगवेगळ्या कारणांमुळं जीवनाचा उबग येऊन लोक आत्महत्या करतात. मेहकरचा असाच एक ब्राह्मण कर्जबाजारी होऊन जीवन संपवायला

निघाला होता. त्याला महाराजांनी आत्महत्या करण्यापासून परावृत्त केले. ते म्हणाले,

अरे, आत्महत्या करू नये। हताश कदापि होऊ नये।
प्रयत्न करण्या चुकू नये। साध्य वस्तू साधण्यास ।।
आता जरी दिलास प्राण। प्रपंचाशी त्रासून।

(ग. वि. १४×३८-३९)

◆◆

: २ :
पाऊलखुणा प्रबोधनाच्या

ज्यानं महात्मा गांधी पाहिले, पंडितजी पाहिले, इंदिराजी पाहिल्या, विनोबा पाहिले, गाडगेबाबा नि तुकडोजी पाहिले, कर्मवीर भाऊराव पाटील नि बापूजी साळुंखे पाहिले, एसेम जोशी नि नानासाहेब गोरे, प्रधानमास्तर पाहिले— अशा भाग्यवंतांपैकी मी एक आहे. किती उत्तुंग माणसं होती ही! —अगदी हिमालयाच्या उंचीची. म्हणूनच ती आज आपल्यामध्ये नसली तरी असल्यासारखीच वाटतात. त्यांना विसरायचं म्हटलं तरी आपण कधीही विसरू शकू का? खरं तर या व्यक्ती नव्हत्याच; त्यांच्या व्यक्तित्वाचं वलय व्यापक होत-होत ते विभूतिमत्वात परिवर्तित झालं होतं.

-असं का बरं झालं असावं? त्यांनी समाजाच्या नि राष्ट्राच्या समस्या समजून घेतल्या नि आपापल्या विशिष्ट क्षेत्रातल्या समस्या जनसामान्यांना केवळ समजावून सांगितल्या नाहीत; तर त्याविषयी खूप-खूप विचार करून, विचार-मंथन करून, त्या सोडविण्याचे उपाय केवळ निवेदिलेच नाहीत तर त्यासाठी आपण स्वत: पुढाकार घेऊन त्यात आपलं संपूर्ण आयुष्य झोकून दिलं.

महाराष्ट्राची संतपरंपरा किती तरी शतकांची आहे. त्यांनी आपल्याला काय दिलं? असा प्रश्न विचारून मी आपला बौद्धिक अपमान करणार नाही. शतकांमागून शतकं गेली तरी आपण संतांना व त्यांच्या कार्याला विसरलो नाही; पण हे सारं केवळ मध्ययुगापुरतं– म्हणजे बारावं-तेरावं ते अठरावं शतक एवढंच मर्यादित नाही. हे संतत्व पाझरत-पाझरत विनोबांपर्यंत, राष्ट्रसंत तुकडोजीमहाराजांपर्यंत आणि गाडगेबाबांपर्यंत आलं. जी संतसाहित्याची वेल मध्ययुगात रुजली-अंकुरली- बहरली, ती विसाव्या शतकात कोमेजली नाही तर तुकडोजी नि गाडगेबाबा यांच्या रूपानं पुन्हा बहरत-बहरत गेली. हे खरं तर तुमचं-आमचं भाग्यच नाही का? असं काय काय केलं गाडगेबाबांनी की त्यांना

मराठी माणूस कधी विसरूच शकणार नाही?

(१) पहिली गोष्ट म्हणजे, बाबांनी सर्वसामान्य माणूस कसा राहतो, याचा विचार केला. महात्माजींनीही असंच केलं होतं. जर सामान्य माणसाला अंग झाकायला पुरेसं वस्त्र मिळत नाही पण तरीही त्याला जगावंच लागतं- अशी त्याची असहाय परिस्थिती; मग आपल्याला अंगभर वस्त्र नेसण्याचा मुळात अधिकारच नाही, अशी त्यांची धारणा होती. म्हणून ते केवळ पंचासारखं वस्त्र नेसत. जुन्या कापडाच्या ठिगळा-ठिगळांनी शिवलेलं वस्त्रं गाडगेबाबा नेसत, याचं कारणही जवळपास अशाच प्रकारचं आहे. भारतातल्या दरिद्री, गरीब माणसाची व्यथा-वेदना नि त्याविषयीची करुणा त्यातून अभिव्यक्त होत होती. बाबांना समाजातील सर्वच स्तरांतील लोकांविषयी कळवळा होता– दरिद्रीनारायणांविषयी तर विशेषच. या सर्वांच्या उद्धारासाठी त्यांनी उभं आयुष्य, उभी हयात, वेचली.

(२) भारत हा खेड्यांचा देश आहे व त्यात खेड्यांचीच बहुसंख्या (Majority) आहे, हे आपल्या संतांप्रमाणं बाबांनीही जाणलं होतं. तिथल्या तळागाळातल्या गावापर्यंत आपला मानवतावादी संदेश पोहोचून समाजातील या सर्व घटकांनी 'उद्धरेत आत्मनातनमम्'ची शिकवण द्यावी, हीही बाबांच्या मनातील एक प्रबळ प्रेरणा. बाबा महाराष्ट्रातील गावागावांत अनेक कष्ट सहन करून का गेले; त्यांनी आपल्या कार्याची केन्द्रबिंदू 'गाव' हाच का ठेवला, याचं रहस्य आपल्याला इथं गवसतं. त्यामुळं त्यांचा मानवतावादी संदेश ग्रामीण जनतेच्या मनाच्या गाभाऱ्यापर्यंत पोचला व तो विशिष्ट वर्गाच्या संकुचित वलयातच भिरभिरत राहिला नाही.

(३) बाबांचं हे धर्मप्रबोधन व समाजप्रबोधन कोणत्या माध्यमातून होई? ते अस्सल वऱ्हाडी बोलीतून होई. हीच बोली जशी बाबांची मायबोली होती तशीच विदर्भातील जनसामान्यांचीही. त्यामुळं त्यांचा हा स्वोद्धाराचा संदेश विदर्भातल्या घराघरांपावेतो पोचला; एवढंच नव्हे तर वऱ्हाडी ही मराठीचीच एक प्रमुख बोली असल्यानं महाराष्ट्राच्या अन्य विभागांतील लोकांनाही तिचं आकलन झालं. त्यामुळं मानवतेचे उदात्त संस्कार मराठी माणसावर झाले. बाबांची ही लोकोद्धाराच्या कळकळीची भाषा मराठी माणसाच्या काळजाला जाऊन भिडली. तिच्यामधील उत्कष्ट आत्मीयता, जिव्हाळा व कळकळ सर्वच मराठी माणसांना जाणवल्यावाचून राहिली नाही.

४) लोकभाषेबरोबरच लोकसंस्कृतीचे पाझरही बाबांच्या वाणीतून अखंडपणे

स्रवत होते. 'कीर्तन' हे संतांनी स्वीकारलेलं प्रभावी प्रसारमाध्यमच बाबांनी आपल्या प्रबोधनकार्यासाठी का स्वीकारलं, याचा उलगडा यातून होईल. पुढं बाबांची ही कीर्तनं खेड्याखेड्यांतील वस्त्यांपासून शहरांपर्यंतही लीलया पोहोचली.

५) या कीर्तनाचं मूळ प्रयोजन व गाभा कोणता होता? तो धर्मप्रबोधन नि समाजप्रबोधन यांचा समन्वय साधणारा होता.

पुराणातल्या कल्पित भाकडकथा सांगून पोट भरणारे काही कीर्तनकार असतात तसे गाडगेबाबा नव्हते ते निःस्पृह नि निःस्वार्थ प्रबोधनकार होते. त्यांनी स्वतःसाठी कधीही काहीही मागितलं नाही, ही त्यांच्या विभूतिमत्त्वाची आणखी एक सोनेरी किनारच नव्हती का?

(६) बाबा बोलके प्रबोधनकार नव्हते, वाचावीर नव्हते; ते कर्ते प्रबोधनकार होते. आपल्या विचारांचं रूपांतर ते समाजहितविषयक कार्यात करीत. त्यामुळं त्यांचा उपदेश हा 'लोकां सांगे ब्रह्मज्ञान' या स्वरूपाचा केवळ वरपांगी वा वरवरचा, स्वतःच्या अंगाला धक्का लागू न देणारा असा नव्हता. त्यासाठीच बाबांनी जागोजागी धर्मशाळा उभारण्यासारखी लोकहिताची कामं केली. ती आजही आपल्यासमोर आहेत.

(७) पारंपरिक धर्मकल्पनांचा पुनर्विचार हे बाबांच्या विचारसरणीचं व विचारविश्वाचं एक तेजस्वी अंग होतं. त्यांनी माणसा-माणसांत देव पाहिला तो यासाठीच. निर्जीव पाषाणात देव शोधण्याऐवजी सजीव प्राणिमात्रातील व माणसातील देव बाबांनी शोधला आणि तो शोधण्याची प्रेरणा आपल्या कीर्तनांतून समाजाला दिली, हे त्यांचे आपल्यावरील फार मोठे उपकार आहेत. प्रत्येकानं आपल्यामधील आत्मारूपी देव शोधला व इतरांमधीलही शोधला तर मग समाजात जाती-जातींत, धर्मा-धर्मांत भेद का बरं राहतील? मग प्रत्येक जण स्वोद्धाराबरोबरच जनोराद्धाराचाही विचार करीत जाईल व समाज गुण्यागोविंदानं नांदेल. जातीय/धर्मा-धर्मातील दंगे, संघर्ष नाहीसे होऊन बंधुभाव वाढेल, ही बाबांच्या प्रबोधनाची सकारण व विधायक बाजू होती. समाजाच्या मानसिकतेत मूलभूत व कल्याणकारी परिवर्तन घडविणं, हे बाबांचं जीवनध्येय होतं. ते गाठण्यात बाबा कसे यशस्वी झाले, याची कल्पना आपणा सर्वांना आहेच.

(८) शिक्षणामुळं व ज्ञानामुळं माणूस अज्ञानाच्या गर्तेतून बाहेर निघतो त्याचप्रमाणे रूढी व अंधश्रद्धा यांच्या गर्तेतून तो बाहेर पडतो. यासाठी बाबांनी कुप्रथा व अंधश्रद्धा यांच्यावर कठोर प्रहार केले आहेत. डोळे झाकून व आपल्या बुद्धीवर झाकण ठेवून झोपणाऱ्यांना बाबांनी खडबडून जागं केलं. त्यांच्यामधील

माणूसपणाचं भान जागविलं. बुवाबाजीला प्रखर विरोध केला व ती उन्मळून टाकण्याचाही प्रयत्न केला.

(९) आज प्रदूषणाचे भयावह दुष्परिणाम आपण भोगत आहोत. बाबांनी ग्रामस्वच्छतेची जी मोहीम अनेक दशकांपूर्वीपासूनच सुरू केली, यातून त्यांचं द्रष्टेपण सूचित होत नाही का?

(१०) बाबांचा 'खराटा' नि त्यांचं 'गाडगं' हीच त्यांच्या कार्याची किती लक्षणीय प्रतीकं आहेत!

(११) महाराष्ट्र शासनानं स्वच्छ ग्रामपुरस्कार योजना सुरू केली व पुरस्कारही द्यायला प्रारंभ केला, हे बाबा नि राष्ट्रसंत तुकाडोजीमहाराज यांच्या कार्याचं एक चांगलं फलित आहे.

(१२) बाबांच्या जीवनाचा आलेख कसा आहे, याचा आलेख आज पाहताना त्यात मानवत्वापासून महामानत्वापर्यंतची गतिमान वाटचाल दिसते. त्यांच्या या पाऊलखुणा या महाराष्ट्रातील प्रबोधनाच्या पाऊलखुणाच आहेत; नाहीत का?

◆◆

: ३ :

राष्ट्रसंतांचं विचारविश्व : संदर्भ आजचा

राष्ट्रसंत तुकडोजीमहाराज यांचा जीवनप्रवास व त्यांचं कार्य, त्याचप्रमाणं त्यांचं साहित्य डोळे दिपवून टाकणारं आहे. हा प्रवास मोठा अनोखा आहे. तो व्यक्तिमत्त्वापासून विभूतिमत्वापर्यंतचा प्रवास आहे. लौकिकापासून पारलौकिकापर्यंतचा प्रवास आहे. 'इह' आणि 'पर' यांचा सहप्रवास आहे.

राष्ट्रसंतांचं 'राष्ट्रसंतत्व' नेमकं कशात आहे, याचा शोध घेणं व त्याचं आकलन करणं— ही वाटते तितकी सहज-सोपी गोष्ट नाही, याची जाणीव मला गेल्या चार-पाच दशकांपासून होत आहे. त्यांच्याविषयींच्या अनेक प्रबंधांचा मी अनेक विद्यापीठांत परीक्षक होतो, त्या वेळीही मला याचा प्रत्यय जसा येत गेला, तसतसं त्यांच्या मराठी व हिंदी साहित्याचं पुन:पुन्हा वाचन करून त्याचं मनन-चिंतन करतानाही मला येत गेला. वरकरणी 'सुलभ' वाटणारं हे व्यक्तिमत्त्व तितकंच संश्लिष्टही आहे, याची प्रचीती येत गेली. याला ज्ञानदेवांच्या दोन उक्ती कारणीभूत ठरल्या.

(१) त्यापैकी पहिली उक्ती अशी— ते म्हणतात, आपण 'अलौकिक' असलो तरी ते जनसामान्यांना कळू देऊ नये व सांगू नये. त्यांची मूळ 'उक्ती' 'अलौकिक नोहावे लोकांप्रती' अशी आहे. असं का? तर, आपण 'अलौकिक' असलो तरी ते असण्याचा अहंभाव निर्माण होऊ शकतो; मग आपलं स्खलन व अध:पात होऊ शकतो. मग आपण अशक्य गोष्टी करू शकतो; एवढंच नव्हे, तर चमत्कारही करू शकतो, अशा विचाराप्रत काही जण येतात व त्यातून बुवाबाजीचा— म्हणजेच पाखंडाचा उदय होतो. राष्ट्रसंत हे महान होते म्हणूनच ते एवढं प्रचंड विविध प्रकारचं कार्य करू शकले. आपण तर सामान्य माणसं आहोत; आपण असं कसं काय करू शकू असा विचार सामान्य माणसाच्या मनात येणं अगदी स्वाभाविक आहे, पण 'मी तुमच्यासारखाच आहे, तुम्हावेगळा

नाही,' असा दिलासा देऊन सामान्य माणसाच्या मनातही विश्वास निर्माण झाला की, तो अशा प्रकारचं कार्य करायला मुळात प्रवृत्तच होणार नाही. त्यामुळं तुम्हीसुद्धा हे कार्य करू शकाल, असा आत्मविश्वास सामान्य माणसाच्या मनात जागविण्याचा, प्रज्वलित करण्याचा, हेतू राष्ट्रसंतांच्या मनात या वेळी आहे. 'वन्ही तो चेतवावाला, चेतविताचि चेततो' ही समर्थांची उक्ती व त्यामागील प्रेरक ऊर्जा आहे, हे आपण लक्षात घ्यायला हवं. त्याचं प्रत्यंतरदेखील आपल्याल गुरुकुंज आश्रमाच्या व राष्ट्रसंतांनी निर्माण केलेल्या असंख्य प्रचारकांच्या व कार्यकर्त्यांच्या रूपानं आजही राष्ट्रसंतांनंतर त्यांच्या शताब्दिवर्षात व त्यानंतर पाहायला मिळतं. आज ते नसताना त्यांचं कार्य इतक्या वेगानं नि गतीनं पुढं त्यांचे अनुयायी मोठ्या प्रमाणात महाराष्ट्रात जागोजाग करीत आहेत. याचा अर्थच हा की, राष्ट्रसंतांच्या विचारांना व कार्याला एकविसाव्या शतकातही संदर्भमूल्य आहे.

(२) ज्ञानदेवांचं दुसरं वचन ज्ञानेश्वरीच्या पहिल्या अध्यायातच आहे. ते असं की— तुम्ही जसजसे माझे विचार पुनःपुन्हा वाचू लागाल, त्या-त्या वेळी त्यातील आशयाचे व अर्थाचे नवनवे पदर व अर्थच्छटा तुम्हाला उमगू लागतील. (ज्ञानेश्वरीचं पारायणदेखील यासाठीच!)

याचं कारण असं की, ज्ञानदेवांच्या शब्दांमध्ये व विचारांमध्ये अनेक-संदर्भसूचकत्व आहे. जसजसे आपण ज्ञानदेवांच्या व्यक्तिमत्त्वाशी व विभूतिमत्त्वाशी एकरूप होत जातो, त्या त्या प्रमाणात आपलं त्यांच्याविषयीचं, त्यांच्या विचार-विश्वाविषयीचं व त्यांच्या भावविश्वाविषयीचं आपलं आकलन उत्तरोत्तर अधिकाधिक समृद्ध होत जातं.

राष्ट्रसंतांचं नि त्यांच्या संपूर्ण साहित्याचंही तसंच आहे. त्यांच्या तत्त्वज्ञानाचं व आचारधर्माचं/आचारसंहितेचंही तसंच आहे.

इथं मला महानुभाव संप्रदायाचे प्रवर्तक व अवताररूप श्रीचक्रधरस्वामी यांचंही एक महत्त्वपूर्ण वचन आठवतं. स्वामी 'उत्तरापंथे गमन' करतात त्या वेळी त्यांचे अनुयायी शोकविव्हल होतात. आपल्यासोबत स्वामी यापुढं नसतील, ही कल्पनाच त्यांना सहन होत नाही; पण त्या वेळी स्वामी त्यांना काय सांगतात? "मी नसलो तरी काय झालं? माझी 'वचनं' व विचार तुमच्याजवळच नाहीत का? ती तुम्हाला वाट दाखवतील." 'एथिंची वचने आठविजेति' असं स्वामी का म्हणतात, ते नीट समजावून घेतलं पाहिजे. इहलोकाचा निरोप घेताना समर्थही आपल्या शिष्यांना असाच दिलासा देतात. मी इथं तुम्हाला दिसलो नाही तर

तुम्ही चिन्ता कशाला करता? 'दासबोधा'च्या रूपानंच मी तुमच्यासोबतच नाही का?

'दासबोध'ही जशी समर्थांची 'वाङ्मयीनं मूर्ती' आहे, त्याचप्रमाणं 'ग्रामगीता' ही राष्ट्रसंतांची वाङ्मयीनमूर्ती आहे. ती 'अजर', 'अमर', 'अ-क्षय', 'अ-क्षर' आहे व या दृष्टीनंही त्यांचं सर्वच वाङ्मय हे खऱ्या अर्थानं 'अ-क्षर' वाङ्मयच नाही का? त्यांचं विचारविश्व मुख्यंकरून त्यांच्या 'ग्रामगीते'त सामावलं आहे.

राष्ट्रसंतांचे जिज्ञासाविषय अगणित होते. त्यांत दर्शन होतं, विविध धर्म होते, त्या धर्मांचं साहित्य होतं, त्या धर्मांचा तौलनिक विचार होता. त्यात समाजकार्य व राष्ट्रकार्य होतं. समाजकारण होतं तसंच राजकारणही होतं. अर्थकारण होते. स्त्री-शूद्रांच्या प्रखर समस्या व त्यांची उकल होती. 'भूवैकुंठा' संकल्पना होती. 'सर्वधर्मसमभावना' व विश्वबंधुत्व होतं. औद्योगिक (नागर व ग्रामीण) विकासाच्या नव्या दिशा होत्या. हिन्दी-मराठी साहित्याचे प्रश्न व समस्या होत्या. राष्ट्रप्रेम होतं तसंच विश्वप्रेमही होतं. ज्ञानदेव म्हणाले होते की, माझ्या मनाची व्याप्ती एवढी मोठी व्हावी, एवढी मोठी व्हावी की, त्याला व्योम (आकाश) कवळिता आलं पाहिजे. राष्ट्रसंतांचंही जवळपास तसंच आहे.

तुकोबांनीही म्हटलंय्—

अणुरेणुया थोकटा । तुका आकाशाएवढा ।।

राष्ट्रसंतांचं हे आकाशही तसंच आहे. त्याचे सारेच आयाम, साऱ्याच दिशा आपल्या कवेत नाही येणार; पण त्यांतले काही आयाम, काही दिशा तरी आपल्याला गवसतात व त्या आपल्याला काय 'दिग्दर्शन' करतात, ते शोधण्याचा प्रयत्न करायला हवा.

महापुरुषांचे विचार जसे कालसापेक्ष असतात तसेच ते कालातीतही असतात. म्हणूनच आजच्या एकविसाव्या शतकातही ते कालबाह्य वाटत नाहीत; त्यांना आजही संदर्भमूल्य आहे. खरं तर आज जागतिकीकरणाचा प्रचंड दुर्दम्य ओघ आपल्यावर झेपावत असताना तर त्यांच्या विचारांचेमोल, महत्त्व, आवश्यकता नि निकड अधिकच जाणवते.

आज समाजातले विविध घटक एकमेकांपासून विलग होऊ पाहत आहेत. जाती-जातींच्या नि धर्मा-धर्मांमधल्या दऱ्या अधिक रुंदावत चालल्या. ग्रामजीवन विस्कळित होत चाललं आहे. शेतकरी हतबल होऊन आत्महत्या करीत आहेत. तरुणांमध्ये व्यसनाधीनता व चंगळवाद वाढला आहे. भ्रष्टाचारानं कळस गाठला आहे. दहशतवादाचे हिरवे-भगवे रंग दिसू लागले आहेत राज्यकर्त्यांबरोबर नोकरशाहीही भ्रष्ट होऊ लागली आहे.

समाजाचं हे चित्र आपण तसंच प्रवाहपतितासारखं पाहू शकत नाही; तसं ते आपण पाहूही नये कारण आपण सारे जण या देशाचे जबाबदार नागरीक आहोत हा अंधार मिटवणं हे प्रत्येक नागरिकाचं दायित्व आहे. केवळ नकारात्मक विचार न करता सकारात्मक विचार करून देशाला या धकाधकीच्या काळातही वाचविण्याचं सामर्थ्य व ऊर्जा राष्ट्रसंतांच्या विचारविश्वात निश्चितच आहे. हा नंदादीप हा अंधार नाहीसा करू शकेल.

राष्ट्रसंतांनी गावागावात हिंडून आपल्या खंजिरी भजनानं परमतसाहिष्णुता, परधर्मसहिष्णुता प्रसृत केली. त्यांची सर्वधर्मसमभावाची भूमिका आजही आपल्याला अत्यंत उपयुक्त आहे. त्यांची सर्व धर्मप्रार्थनाही तितकीच उपयुक्त आहे. गावागावांनीच आपला भारत देश जडला घडला आहे, म्हणून गाव हे 'भूवैकुंठ' करण्याचा त्यांचा विचार फार महत्त्वाचा आहे. गावाची आर्थिक स्थिती कशी सुधारावी, याविषयीचे त्यांचे विचार फार लक्षणीय आहेत. गावाची ऐहिक, आर्थिक, औद्योगिक प्रगती करीत करावी याविषयीचं त्यांचं विवेचन द्रष्टेपणाचं आहे. त्यांनी व गाडगेबाबांनी ग्रामस्वच्छतेची मोहीम राबविली, त्यासाठी आजही आपलं शासन प्रयत्नशील नाही काय? त्यासाठी निर्मल ग्राम योजनेसारख्या योजना शासन राबवीत आहे. गावात तंटामुक्तीसाठी शासन आज प्रयत्न करीत आहे. ग्रामप्रचारकानं ही सारी कामं कशी करावीत, हे राष्ट्रसंतांनी यापूर्वीच सांगून ठेवलं आहे.

शिक्षणाचं— विशेषत: स्त्रीशिक्षणाचं— महत्त्व राष्ट्रसंतांनी आवर्जून सांगितलं आहे त्यांनी राष्ट्रभाषेचं महत्त्वही जाणलं, त्यामुळं राष्ट्रभाषा प्रचारकार्यात त्यांनी आपला वाटा उचलला. आजच्या भाषा-भाषांमधील विद्वेषाच्या काळात देश एकसंध करण्यासाठी, पुन्हा देशासाठी एका समान राष्ट्रभाषेची गरज जाणवतेच आहे ना!

राष्ट्रसंतांची साहित्यविषयक भूमिकाही लक्षात घ्यावीशी वाटते. साहित्यानं केवळ रंजनच करू नये तर समाजाचं प्रबोधनही करावं; एवढंच नव्हे, तर पारतंत्र्याविरुद्ध व समाजातील अपप्रवृतींविरुद्ध पेटून उठावं, हे सुचविण्यासाठी 'माझे शब्दच आता बॉम्ब होतील', असंही राष्ट्रसंत म्हणतात, त्यामागं साहित्य हे परिवर्तनाचं प्रबळ शस्त्र आहे, ही जाणीवही ते व्यक्त करतात-, हे लक्षात घ्यायला हवं. आजही या शस्त्राचा उपयोग आपल्याला करता येईल, याचं सूचन राष्ट्रसंतांचं साहित्य करीत नाही का?

समाजावर सुसंस्कार करणं हे राष्ट्रसंतांच्या साहित्यनिर्मितीमागील व कार्यामागील एक महत्त्वाचं प्रयोजन होतं. आज आपण शैक्षणिक अभ्यासक्रमात

मूल्यविचाराला प्राधान्य देऊ लागलो आहोत. 'ग्रामगीता' ही त्यासाठी अत्यंत उपयुक्त आहे, हे वेगळं सांगायला हवं का?

-आणि त्यांच्या संपूर्ण विचारविश्वाचं अंतिम उद्दिष्ट विश्वशांती व विश्वकल्याण हे आहे. त्यातून विश्वात्मकतेचा किती व्यापक संदेश ते संपूर्ण जगाला देतात!

या सर्व पैलूंतून राष्ट्रसंतांचं द्रष्टेपण आपल्याला सतत जाणवत राहतं... सतत जाणवत राहतं...

◆◆

पद्मश्री डॉ. यू. म. पठाण

जन्म - ९ मार्च १९३०, करमाळा (जि. सोलापूर)

शिक्षण - एम.ए., बी.टी. (प्रथम श्रेणी), पीएच.डी (मराठी),

पीएच.डी. (हिन्दी); डी. लिट. (तत्त्वज्ञान)

अध्यापन - १९५३ ते १९५९ - मराठीचे प्राध्यापक— दयानंद महाविद्यालय, सोलापूर. १९६० ते १९९० मराठीचे अधिव्याख्याता व प्रपाठक १९७३ ते १९९० प्राध्यापक व मराठी विभागप्रमुख, डॉ. बा. आं. मराठवाडा विद्यापीठ, औरंगाबाद. १९९० ते १९९२ : एमेरिट्स प्रोफेसर (U.G.C.) १९८४ : राष्ट्रीय प्राध्यापक (वि. अ. मंडळाच्या वतीन भारतातील विविध विद्यापीठांत संतसाहित्याविषयी व्याख्याने), १९७२ - चार्ल्स विद्यापीठ, चेकोस्लोव्हाकिया (अतिथी प्राध्यापक), १९८२ - ब्रिटिश कौंसिल फेलो, लंडन (विद्यापीठ) (S.O.A.S.)

साहित्य - (अ) मराठी (एकूण ५५) मराठी बखरीतील फार्सीचे स्वरूप, संतसाहित्य-चिंतन, बहेणी म्हणे, मराठीतील पहिला फार्सी मराठी व्युत्पत्तिकोश नंदादीप, मध्ययुगीन संतसाहित्य - काही आयाम, महानुभाव साहित्य संशोधन - खंड १, शोधणी, चोंभाविरचित उखाहरण, संतसाहित्य— पुनर्मूल्यांकन, संतसंग, आठव - ज्ञानदेवांचा-ज्ञानदेवीचा, मध्ययुगीन मराठीचे काही मानदंड, मराठवाड्यातील लोककथा, मराठवाड्यातील मराठी शिलालेख, नागेश संप्रदाय, संतसाहित्य नवचिंतन, फार्सी-मराठी अनुबंध, निबंधांजली, स्वामी रामानंदांच्या संपादण्या इ. याचबरोबर ललित लेखसंग्रह व कथासंग्रह प्रकाशित.

सन्मान - ६३ व्या अ. भा. मराठी साहित्य संमेलनाचे अध्यक्ष, १६ व्या मराठवाडा साहित्य संमेलनाचे अध्यक्ष, महानुभाव व अन्य साहित्य संमेलनांचे अध्यक्ष, महाराष्ट्र शासनाचा ज्ञानोबा-तुकाराम पुरस्कार, राष्ट्रपती पुरस्कार (फार्सी), 'पद्मश्री', 'दलित मित्र' (महाराष्ट्र शासन) साहित्य संस्कृती मंडळ, साहित्य अकादमी, बिरला फाऊंडेशन (दिल्ली) यांच्या गौरववृत्ती, यांसह अनेक प्रतिष्ठित व शासकीय मंडळे तसेच समितीचे सन्माननीय सदस्य.

◆◆

www.ingramcontent.com/pod-product-compliance
Lightning Source LLC
Chambersburg PA
CBHW030405020726
47493CB00003B/956
9789382988755